பயங்கரவாதி

(நாவல்)

தீபச்செல்வன்

டிஸ்கவரி பப்ளிகேஷன்ஸ்
எண்: 9, பிளாட் எண்: 1080A, ரோஹிணி பிளாட்ஸ்
முனுசாமி சாலை, கே.கே.நகர் மேற்கு,
சென்னை – 600 078. பேச: 99404 46650

வெளியீட்டு எண்: 0078

பயங்கரவாதி (நாவல்)

ஆசிரியர்: **தீபச்செல்வன்**©

BAYANGARAVAATHI (NOVEL)

Author: **Deebachelvan**©

Edition : 1st Dec - 2021, 2nd Nov - 2023 (srt)

3rd April-2025

ISBN: 978-93-91994-31-0

Pages: 320

Rs. 360

Publisher • Sales Rights

Discovery Publications
No. 9, Plot,1080A, Rohini Flats,
Munusamy Salai,
K.K.Nagar West, Chennai - 78.
Tamilnadu, India.
Mobile: +91 99404 46650

Discovery Book Palace (P) Ltd
No. 1055-B, Munusamy Salai,
K.K.Nagar West,
Chennai-600 078.
Mobile: +91 87545 07070

discoverybookpalace@gmail.com / www.discoverybookpalace.com

இந்த நூலில் பிரசுரமாகியுள்ள எந்த ஒரு பகுதியையும் எழுத்துபூர்வமான முன்அனுமதி பெறாமல் எடுத்தாள்வதோ, மறுபிரசுரம் செய்வதோ, மொழியாக்கம் செய்வதோ, ஊடகங்களில் மறுபதிப்புச் செய்வதோ, காப்புரிமைச் சட்டப்படி தடை செய்யப்பட்டுள்ளது. இந்த நூலிலிருந்து சில பகுதிகளை மேற்கோள்காட்டி நூல்அறிமுகம் செய்யலாம்.

உங்கள் மொபைல் போனிலிருந்து ஸ்கேன் செய்து 'டிஸ்கவரி புக் பேலஸ்' மொபைல் ஆப்பை டவுன்லோடு செய்து, புத்தகங்களை வாங்குங்கள்.

இனவழிப்புப் போரில்
படுகொலை செய்யப்பட்ட
மாணவர்களுக்கு

தீபச்செல்வன் (1983)
பாலேந்திரன் பிரதீபன்

ஈழத்தின் வடக்கே, கிளிநொச்சியில் பிறந்தவர் தீபச்செல்வன். கிளிநொச்சி மத்திய கல்லூரியில் பாடசாலைக் கல்வியும், யாழ்ப்பாணப் பல்கலைக் கழகத்தில் தமிழில் சிறப்புப் பட்டமும் பெற்றவர். அங்கு மாணவர் ஒன்றியப் பொதுச்செயலாளராகவும் செயற்பட்டார். பின்பு, சென்னைப் பல்கலைக்கழகத்தில் இதழியல் மற்றும் தொடர்பியல் துறையில் முதுகலைப் பட்டம் பெற்றதுடன், திருநெல்வேலி மனோன்மணியம் சுந்தரனார் பல்கலைக்கழகத்தில் ஆய்வியல் நிறைஞர் பட்டப்படிப்பை (M.Phil) நிறைவுசெய்தார். தற்போது பள்ளி ஆசிரியராகக் கடமையாற்றி வருகிறார்.

ஈழத்தின் முக்கிய கவிஞராக அறியப்படும் இவர், நான்காம்கட்ட ஈழப் போரையும், அந்நிலத்தின் வாழ்வையும் தொடர்ந்து தன் கவிதைகளில் பதிவுசெய்து வருபவர். ஈழப்போராட்டத்தின் வலிமை மிகுந்த குரலாக இவருடைய எழுத்துகள் கருதப்படுகின்றன. ஆங்கிலம், சிங்களம், பிரெஞ்சு, தெலுங்கு, பாரசீகம் போன்ற பல மொழிகளிலும் இவரின் கவிதைகள் மொழிபெயர்க்கப்பட்டுள்ளன.

தனது முதல் நாவலான 'நடுகல்' வாயிலாக வாசகர் உலகில் பெருத்த கவனத்தை ஏற்படுத்தினார். கனடா இலக்கியத்தோட்டத்தின் சிறந்த புனைவுக்கான இயல் விருதைப் பெற்ற நடுகல் நாவல், சிங்களத்திலும் மொழியாக்கப்பட்டு வெளியிடப்பட்டுள்ளது. அத்துடன் ஆங்கிலத்திலும் சில இந்திய மொழிகளிலும் வெளியாக இருக்கிறது.

மின்முகவரி: deebachelvan@gmail.com
வலைப்பூ: deebam.blogspot.com

நாவலாசிரியர் உரை

2019ல் நடுகல் நாவல் பெரிய வரவேற்பைப் பெற்ற தருணத்தின் உந்துதலில் அறுபது நாட்கள் இரவு பகலெனத் தொடர்ந்த எழுத்துப் பணியினால் 'பயங்கரவாதி' நாவலின் முதல் கட்டம் நிறைவுபெற்றது. ஓராண்டு இடைவெளிக்குப் பின் மீண்டும் 2020ல் நாவலின் ஒவ்வொரு பக்கங்களையும் அழித்துத் திருப்பி எழுதியபடி இருந்தேன். சில மாத உறங்குநிலைக்குப் பின்னர் மீண்டும் 'பயங்கரவாதி' நாவலின் செழுமையூட்டல் துவங்கியது. ஓராண்டு தொடர்ச்சியான எழுத்துப் பணியினால் ஒரு பெரும் வேட்கை நிறைவுக்கு வந்திருக்கிறது.

நாளாந்த பணிச்சுமை, தனிப்பட்ட வாழ்வின் உள்நெருக்கடிகள் மத்தியில் ஓய்வுறக்கமின்றி, உடல் நலம் பற்றிய கவனங்கள் ஏதுமின்றி இரவு பகலாகச் செய்த மூன்றரை ஆண்டு கால பேருழைப்பே இந்த நாவல். கனவிலும் நினைவிலுமாக நிகழ்ந்த கதையை எழுதித் தீர்த்தது பெருந்தவம், ஒரு பெருத்த விடுதலை. உறக்கமற்ற இரவுகளும் கனவுகளிலும் கசிந்து நீண்ட கதைகளுமாய் 'பயங்கரவாதி'யை எழுதப் பெற்றிருக்கிறேன்.

ஒரு பல்கலைக்கழக மாணவத் தலைவனின் கல்வியின் தேடலும் காதலும் வீரமும்தான் பயங்கரவாதி நாவலின் கதை. மேலும் சில மாணவர்களும், இன்ன பிற மனிதர்கள் சிலரும் இந்த நாவலின் கதை மாந்தர்களாக வருகின்றனர். மிகக் கொடிய இனவழிப்பில் சிக்கி சிதையும் ஒரு குடும்பத்திலிருந்து மீள்கிற ஒரு குழந்தை வாழ்வுக்காக மேற்கொள்ளும் போராட்டமாகவும் வேட்கையாவும் 'பயங்கரவாதி' உருப்பெற்றிருக்கிறது. 2005ல் தொடங்கும் கதை 2009ல் ஈழ இறுதிப் போர் காலத்துடன் முடிவுறுகிறது. நாவலுக்கு அவசியமான வகையில் சில அத்தியாயங்கள்

எண்பதுகளிலும் தொண்ணூறுகளிலுமாய் நீண்டு திரும்புகின்றன.

விடுதலைப்புலிப் போராளிகளைப் பற்றி அதிகம் பேசாமலே அவர்களின் மகத்துவத்தைப் பேச முடியும் என்பதை இந்த நாவலின் கதையும் களமும் உணர்த்தும். ஈழ நிலத்தின் விலகாத மெய்மை அதுதான். எமது போராளிகளை மிகையான பிரச்சார இலக்கியங்களால் நெருங்க முடியாது என்பதைப்போலவே அவர்களைப் பற்றி கொச்சைப்படுத்தி அவதூறு செய்கின்ற துரோகப் பிரதிகளாலும் அவர்களை ஒருபோதும் நெருங்க முடியாது. அதுவே ஈழ இலக்கியங்களின் மகத்துவமான ஆன்மா. எழுத்தில் வடிக்க முடியாத உன்னத மாந்தர்களின் முகங்களும் ஒரு சில பக்கங்களும்தான் இந்த நாவலில் வருகின்றன. அப்படித்தான் போராளிகளைப் பற்றி, போராளிகளுக்கு வெளியில் இருந்து வரும் இலக்கியங்களில் பிரதிபலிக்க முடியும் என்பதே உண்மையானது.

நம் நிலம் கவிழ்க்கப்பட்ட காலத்தில், தற்போதைய ஆக்கிரமிப்பு சூழ்நிலைக்கு உகந்த வகையில் இந்த நாவலை எழுதாமல், காலத்துக்கும் அறத்துக்கும் ஏற்ற வகையில் தணிக்கையின்றி எழுதத் துணிந்தேன். இதுவொரு சவாலான பயணம் என்பதை அறிவேன். இதுவொரு ஆபத்தான தீர்மானம் என்பதை அறிவேன். ஆனாலும் என் சௌகரியங்களுக்கு அப்பால், என் பாதுகாப்புகளுக்கு அப்பால், எனக்கும் அப்பால், தாய் நிலத்துக்காகவும் விடுலை அறத்துக்காகவும் வாழவும் எழுதவும் வேண்டும் என்பதுவே என் ஆத்மார்த்தமான வாழ்வின் லட்சியம்.

மௌனிகளாய் இருப்போருக்காக மாத்திரமின்றி எங்கள் கதைகளைத் திரிப்போருக்கு எதிராயும் என் புனைவின் குரலைத் தருகிற இப்பயணம் துப்பாக்கியின் குழல்மீதுதான் நிகழ்கிறது. ஏனெனில் நம் தேசத்தையும் நம் தாகத்தையும் எழுத்தில் படைத்துக்கொண்டே இருக்க வேண்டும் என்பது என் இடையறாத போராட்டம். 2009க்குப் பிந்தைய சூழலில் எத்தனையோ உயிர் அச்சுறுத்தல்கள், நிந்தனைகள், இராணுவ விசாரணைகளுக்குப் பிறகும் சில சமயங்களில் கொந்தளிப்போடும் சில சமயங்களில்

மௌனத்தோடும் நிர்ப்பந்திக்கப்பட்ட வாழ்வை எழுத்தால் மாத்திரமே கடந்துவருகிறேன்.

எதிரில் துப்பாக்கி ஏந்திய இராணுவம் கண்காணிக்கும் தருணங்களில்தான் கிளிநொச்சி நகரப் பூங்காவிலிருந்து 'பயங்கரவாதி' கதையின் முதல் பக்கங்களை எழுதத் துவங்கினேன். அதே நகரத்தில் அமர்ந்தபடியே இறுதிப் பக்கங்கள்வரை தினமும் எழுதி முடித்தேன். வாழ்வையும் எழுத்தையும் போராட்டமாக்க வேண்டும் என்பதை காலம் கற்றுத் தந்திருக்கிறது. கவிதைகளுக்காகவும் எழுத்துக்களுக்காகவும் தேடப்படும் காலத்தில் எழுத்தை ஒரு சுவாசமாக மாத்திரமின்றி ஆயுதமாகவும் பற்றிக்கொள்ளவேண்டிய நிர்பந்தம் கைகளில் தரப்பட்டிருக்கிறது.

என் எழுத்துப் பயணத்தில் துணை நிற்கும் என் சக பயணிகளான கவிஞர்கள், எழுத்தாளர்கள், கலைஞர்கள், திரைத்துறையினர், மக்கள் பிரதிநிதிகள், மனித உரிமைச் செயற்பாட்டாளர்கள், என்மீது எப்போதும் அக்கறை கொண்டு நேசிக்கும் நண்பர்கள் என அனைவரையும் அன்போடு நினைவுகொள்கிறேன். உலகமெங்கும் இருந்து பேராதரவு தருகின்ற வாசகப் பெருமக்களின் கரங்களை அன்போடு பற்றுகிறேன். என் எழுத்திலும் நலனிலும் அக்கறை கொண்ட அத்தனை நண்பர்களையும் இக்கணத்தில் நினைத்துக்கொள்கிறேன்.

'பயங்கரவாதி' நாவல் தொடர்பான கருத்துகளையும் உணர்வுகளையும் பரிமாறி இந் நாவலை எழுதுகின்ற காலத்தில் துணை நின்று ஓர் உதவியாளராக ஒத்தாசைகளைப் புரிந்த தம்பி க. செந்தூரனுக்கு என் அன்பும் நன்றியும். அத்துடன் இக் காலத்தில் 'பயங்கரவாதி' நாவல் பற்றிய கருத்தாடலில் ஈடுபட்ட தம்பி த.செல்வாவை நினைவுகொள்கிறேன். இந்நாவலில் திருகோணமலை பிரதேச மொழியில் சில பகுதிகளை எழுதத் துணைபுரிந்த கவிஞர் சம்பூர் ப.சுயந்தன் மற்றும் சிங்கள மொழியில் நாவல் வசனங்களை எழுத உதவி புரிந்த சிங்களக் கவிஞர் வோஜித கருணாநாயக்கா ஆகியோரையும் நன்றியுடன் நினைவுகொள்கிறேன்.

‘நடுகல்’ நாவலைப் பதிப்பித்தமையின் வாயிலாக பெரும் பங்களிப்பை செய்த அன்பிற்குரிய நண்பர் வேடியப்பனுடன் இணைந்து ‘டிஸ்கவரி பதிப்பகம்’ வாயிலாக ‘பயங்கரவாதி’யை பதிப்பிப்பது நிறைவையும் உற்சாகத்தையும் தருகிறது. ‘பயங்கரவாதி’ நாவலுக்காக தாக்கபூர்வமான அட்டைப்படத்தை வடிவமைத்த ஓவியர் மணிகண்டனுக்கு என் அன்பும் நன்றியும்.

‘நடுகல்’ நாவலுக்கு வாசகர்கள் அளித்த பேராதரவு என்பது மலைக்காடுகள் போன்றவை. நாவலின் இலட்சியத்தை, நோக்கை, அதன் மாந்தவர்களின் கனவைப் புரிந்து ஆதரவு அளித்த அத்தனை உள்ளங்களுக்கும் என் பேரன்பு. தமிழ்நாட்டில் ‘நடுகல்’ நாவலைக் கொண்டு சேர்ப்பதில் உறுதுணை புரிந்த அகரமுதல்வன் மற்றும் வாசுமுருகவேலை நன்றியுடன் நினைவுகொள்கிறேன். அத்துடன் ‘நடுகல்’ பயணத்தில் உதவிய அன்பான எழுத்தாளர்கள் தமிழ்நதி, சயந்தன், அ.ரவி, இயக்குனர் ரஞ் சித் ஜோசேப், குணா ஆறுமுகராஜா, ‘ஈழம்நியூஸ்’ தீசன், நோர்வே வசீகரன் முதலியோருக்கும் நடுகல் நாவலை சிங்களத்தில் மொழியாக்கிய சிங்கள எழுத்தாளர் ஜீ.ஜீ.சரத் ஆனந்தா அவர்களுக்கும் நன்றியைப் பகிர்கிறேன்.

‘பயங்கரவாதி’ நாவலிலும் என் கதையும், என் சக மனிதர்களின் கதையும் கலந்திருக்கிறது. நான் மேற்கொண்ட கொடும் பயணங்களும் கடூர நகரங்களின் வாழ்க்கையும் இந்த நாவலை எழுதித் தீர்க்க வேண்டும் என்ற பெருந் தாகத்தை உண்டு பண்ணியது. தேடப்பட்டவனாக, அச்சுறுத்தப்பட்டவனாக, பயங்கரவாதியாக கடந்த பொழுதுகளும் தெருக்களும் இராத்திரிகளும் இந்த நாவலின் களங்களாக நீள்கின்றன. வாழ்வுடன் கல்வியும் மறுக்கப்பட்டு ஒடுக்கப்பட்டு இனவழிப்பு செய்யப்பட்ட ஒரு மாணவனின் குரலே ‘பயங்கரவாதி’.

ஈழ மண்ணில் கல்விக்காகவும் உரிமைக்காகவும் மாண்டுபோன மாணவர்களின் கனவு மெய்ப்படட்டும்.

தீபச்செல்வன்

13.09.2021 திருவையாறு, கிளிநொச்சி, ஈழம்

1

"முகமாலை போக்குவரத்துக் கண்காணிப்பு நிலையம் வந்திட்டுது..."

"......"

"எல்லாரும் இறங்குங்கோ..."

பேருந்து நடத்துனரின் விசிலில், கண்ணயர்ந்தவர்கள் பொள்ளென முழித்தனர்.

சாளரத்தைக் கிழித்து நுழைந்த சூரிய ஒளியின் கரம் முகத்தைத் தட்டித் துயில் எழுப்பியது. பனைகளின் முணுமுணுப்பு ஒரு பாடலாய் காதுகளைத் தழுவியது. ஒரு மாற்றுத் திறனாளியின் எழுகையைப்போல நெம்பி வளையும் பனைகளில் எறிகணை துளைத்த ஓட்டைகளில் ஒளி தெறித்து நிரம்பியது. அதிலிருந்த புலுனியொன்று புன்னகை விழிகளிற் ததும்பி வழிய இவனைப் பார்த்திற்று. கைகளை முறித்து எழுந்தான் மாறன்.

யாழிலிருந்து வந்த சனங்களை ஏற்றிய ஒரு பேருந்து கிளிநொச்சிப் பக்கமாய் விரைய, மஞ் சளில் சிவப்புக் கோடுகள் விழுந்த தமிழீழப் போக்குவரத்துக்கழகப் பேருந்தால் இறங்கினான் மாறன். கால்களைத் தழுவியது புழுதி.

வடலிகளுக்குள் ஒரு போராளி தண்ணீர்க் குடுவையைத் திறந்து குடித்தபடி களமுனையை நோக்கியிருந்தான் தாகத்துடன். உணவுப் பொட்டலங்களை ஏற்றிய போராளி வண்டி உள் வீதியில் புழுதி கிளப்பியபடி சடக்கெனச் சென்றது.

வெண் வானத்தில் தொங்கும் நீல மேகத்திரள்களை முத்தமிட்டபடி புலிக்கொடி ஒன்று

அசைந்துறுமியது. ஓலைகள் வேய்ந்து பனைமட்டைகளால் சாளரங்கள் பின்னப்பட்ட போக்குவரத்துக் கண்காணிப்பு நிலையம் துடிதுடிப்பாயிருந்தது.

வீதியிலிருந்து பிரிந்துசெல்லும் நடைபாதையில் வெண்மணல் செருப்புக்குள் நுழைந்து கால்களைக் கூச, நடக்கத் துவங்கினான் மாறன். இரண்டு பக்கங்களிலும் மலர்ச்சியோடிருந்த நந்தியாவட்டைப் பூக்கள் சிரிக்குமாப்போல் இருந்தன. உடுப்புப்பையின் முன் பக்க பொக்கற்றுக்குள் கையை விட்டு தமிழீழத் தேசிய அடையாள அட்டையையும் போக்குவரத்து அனுமதியட்டையையும் எடுத்தான்.

மாட்டுத்தாள் பேப்பரில் நீல நிறத்தில் புலிச் சின்னம். 'தமிழீழ ஆயப் பகுதி' என எழுதப்பட்ட குடியகல்வு படிவத்தை முதற் கருமபீடத்தில் பெற்றான் மாறன்.

"வணக்கம் தம்பி!"

"......"

"இஞ்சாலை வாங்கோ..."

போக்குவரத்துப் பிரிவுப் பணியாளர் புன்னகையுடன் அழைக்க, மாறன் தனது தமிழீழ அடையாள அட்டையை நீட்டினான்.

நெற்றியை மூடிய கேசங்கள் உற்சாகத்தில் பறந்தன. படிப்பின் தாகமெடுத்த பவித்திரமான விழிகள். திவ்வியமான புன்னகை புரளும் உதடுகள். ஆண்மை வியர்வையாய் கன்னங்களில் அரும்பிய தாடி. வலிமை சுடரும் அரும்புமீசை.

"என்ரை பெயர் மாறன்."

"......"

"இருக்கிற இடம், அறிவுச்சோலை, கிளிநொச்சி..."

"......"

"படிக்கிறதுக்குப் போறன்."

"......"

"யாழ்ப்பாணப் பல்கலைக்கழகம்..."

"......"

"இரண்டாயிரத்து அஞ்சாம் ஆண்டு அணி..."

"......"

"கலைப்பீடம்."

மூன்றாம் கருமபீடத்தில் குடியகல்வுப் படிவத்தை நீட்டினான்.

"இது வெளிநாட்டுப் பிரஜைகளுக்கும், ஸ்ரீலங்கா பிரஜைகளுக்கும்தான்."

படிவத்தை மடித்து உடுப்புப்பையின் பொக்கற்றுக்குள் சொருகினான்.

போக்குவரத்துக் கண்காணிப்பு நிலையத்தை விட்டகலவும் கால்கள் அடியெடுக்க மறுத்தன. மாறனின் முகத்தில் மெள்ளமாக பதற்றம் விளையத் துவங்கியது. கண்களை இராணுவக் கட்டுப்பாட்டுப் பகுதிக்கு எறிந்தபடி ஒரு கணம் மெழுகாய் உறைந்து நின்றான். பீதியோ மனதில் அமிலமாய் பெருகியது.

முதன்முதலாய் இராணுவத்தின் கட்டுப்பாட்டுப் பகுதிக்குச் செல்வதால் அவனுக்கு வேர்த்து விறுவிறுப்பதை இன்னொரு போக்குவரத்துப் பணியாளர் உணர்ந்துகொண்டார் போலும். "நீங்கள் இப்ப வெளிக்கிடலாம்..." தமிழீழ அடையாள அட்டையைப் பெற்று பொக்கற்றுக்குள் சொருகினான் மாறன்.

"உங்கடை பல்கலைக்கழகப் படிப்புச் சிறக்க எங்கடை வாழ்த்துகள்.."

கைகூப்பி வாழ்த்தும் பணியாளரிடமிருந்து உதட்டில் மறைந்தபடியிருக்கும் புன்னகையால் விடைபெற்று மெள்ளமாக அடியெடுத்து வைத்தான் மாறன்.

போராளிகளின் கட்டுப்பாட்டுப் பிரிவுக்கும் இராணுவத்தின் கட்டுப்பாட்டுப் பிரிவுக்கும் இடையில் மலைபோல பெரிய சிவந்த மண் அணையொன்று. அருகே, துப்பாக்கியை ஏந்தியபடி தடுப்பணையை நோக்கியிருக்கும் போராளியின் கண்களில் தேசத்தின் தாக ஒளியைக் கண்டான்.

இராணுவத்தின் கட்டுப்பாட்டுப் பகுதியை நோக்கி தொடர்ந்து காலடிகளைப் பதித்தான் மாறன். தூரத்தில் தூலமாகத் தெரிந்தது இராணுவத்தின் நடமாட்டம். 'திரும்பிப் போவமே..' மீண்டும் நடுக்கத்தில் கால்கள் பின்னின.

பெருவிரல்களால் நிலத்தை அணைத்தான்.

இராணுவச் சோதனைச் சாவடி நெருங்கிற்று. எங்கும் பச்சை உடைகள். தடுப்பாக அமைக்கப்பட்ட தகர வேலிகளும் பச்சை.

"கொஹெத யன்னெ?"

விளங்காமல் பேந்தப் பேந்த முழித்தான் மாறன்.

"அங்கே போறது... ஹரி..."

ஆமிக்காரன் விரல்களை நீட்டி கண்கள் வெளித் தள்ள திசைகாட்டினான். இயக்க கட்டுப்பாட்டில் இருந்து வரும் ஒவ்வொருவரும் தனித்தனியான கூடுகளுக்குள் அழைத்து விசாரணை செய்யப்பட, மாறனும் ஒரு பச்சைத் தகரக் கூட்டுக்குள் தள்ளப்பட்டான். மேசையில் இராணுவ அதிகாரி உதயங்க விசாரணையின் வெறிக் கண்களுடன் இருக்க அவனைச் சூழ்ந்த சிப்பாய்களின் முகங்கள் அகோரத்தைப் பீச்சின. மாறனுக்குக் கண்கள் இருண்டு வெளித்தன.

"ஐசி தெண்ட...?"

அவன், பதற்றத்துடன் பொக்கற்றுக்குள் கையை விட்டுத் தேடினான். கையிற் கிடைத்ததுவோ தமிழீழ அடையாள அட்டை.

உதயங்க அதனை தட்டிப் பறித்துக்கொண்டான்.

"ஓயா தமிழ் ஈழமேத?"

உதயங்கவின் முகம் மாறியது.

நாக்கை மடித்து பற்களைக் கடித்தபடி நெருங்கினான். தமிழீழ அடையாள அட்டையைத் திருப்பித் திருப்பிப் பார்த்தான்.

"ஒவ் ஓயா தமிழ் ஈழம் புரவெசியெக் கியன்னே?"

சூழ நின்ற சிப்பாய்கள் பெரிதாய் சிரித்துக்கொண்டனர்.

"யாப்னா எங்க போறது..?

உதயங்கவின் கண்கள் சுழன்று வட்டமடித்தன.

"க... ம்... ப... ஸ்..."

மாறனின் சொல் உடைந்து கொட்டுண்டது.

முதுகில் கொழுவியிருந்த பையைக் கழற்றுமாறு கண்களால் மிரட்டினான் உதயங்க. உடுப்புப் பையை பறித்து கவிழ்த்துக்

கொட்டினான் ஒரு சிப்பாய். புத்தகங்களும் பேனாக்களும் உடைகளும் நிலத்தில் பரவுண்டன.

"கம்பசுக்குப் படிக்கப் போறது எண்டு கதை விடுறது..?"

"......"

"அங்க போய் தமிழீழம் கேக்கிறது!"

உதயங்க எழுந்து கையை ஓங்கினான். மாறன் கண்களை மூடி நடுங்கினான்.

தமிழ் வாசிக்கத் தெரிந்த சிப்பாயை உதயங்க அழைக்க, அவனும் பொருக்கென உள் நுழைந்து ஒரு சல்யூட் அடித்து நின்றான். புத்தகங்களை எடுத்துப் பார்த்தான். ஒவ்வொரு புத்தகங்களாகப் பார்த்துவிட்டுத் தூக்கிப் போட்டுக் கொண்டிருந்தான் சிப்பாய். 'ஈழத்து இலக்கிய வரலாறு' அவன் கண்களில் சந்தேகம் வியர்த்திற்று.

"ஈழ லிக்டேஜர் ஹிஸ்டி..."

புத்தகத்தை எடுத்து உதயங்கவுக்கு நீட்டினான்.

"இது எல்டிடிஈ புக்த?"

மாறனுக்கு வேர்த்தது. சட்டை ஈரமாகி நிலத்தில் வேர்வை உதிர்ந்தது.

"இது படிக்கிற புத்தகம்..."

மாறன் வெலவெலத்துப் போனான்.

"எல்டிடிஈ ஈழம் புடிக்கிறது... நீ ஈழம் படிக்கிறது"

மாறனுக்கு தலைக்குள் மின்னலடித்தது.

"இலங்கை இலக்கிய வரலாறு என்றதைத்தான்..."

"......"

"ஈழ இலக்கிய வரலாறு எண்டு சொல்றது."

மாறன் சொல்வதை அந்தச் சிப்பாய் சிங்களத்தில் மொழி பெயர்த்தான். ஒப்புக்கொள்ளாமல் சிறிது நேரம் புத்தகத்தை வெருண்டு பார்த்த உதயங்க எழுந்து வெளியில் சென்றான்.

"ஆமிப் பெரியவர் வந்து சொன்னா... தான்.. விடுறதுஉஉஉஉஉஉ..."

மாறன் தகரக்கூட்டுக்குள் இருத்தப்பட்டான். 'பேசாமல் வராமல் விட்டிருக்கலாம். இல்லாட்டில் இந்தப் புத்தகத்தையாவது வைச்சிட்டு வந்திருக்கலாம்...' நொந்தபடி இருந்தான். 'நான் படிக்கத்தானே வந்தனான்... இது படிக்கிற புத்தகம்தானே...' நேரம் போகப் போக மாறனுக்கு சினம் பெருகியது.

நெடுத்தநேரத்தின் பிறகு வந்தான் உதயங்க. தரையில் இருத்தப்பட்ட மாறனை எழுந்து வரும்படி சைகை செய்தான். மாறனின் கண்கள் பதறித் துடித்தன. ஒரு பேனாவை எடுத்து ஈழ என்பதை அழித்து அதன் மேலாக ஸ்ரீலங்கா என எழுதிவிட்டு நீட்டினான் உதயங்க.

"கம்பஸ் பொடியள் ஒக்கம எல்டிடிஈ..."

"......"

"மம ஒக்கம அறியும்.."

"......"

ஒழுங்கா இருக்கிறது இல்லே... சூடுதான்.. ஹரித?"

"......"

பதிலற்று குனிந்தபடி நடக்கத் துவங்கினான் மாறன்.

'பல்கலைக்கழகப் பயணத்தின்ரை முதல்நாள் துவக்கமே இப்பிடி இருக்குது!' மாறனுக்குக் கிலி பெருகியது. யாழ்ப்பாணத்தையும் பல்கலைக்கழகத்தையும் நினைக்க அடிவயிற்றுக்குள் நெருப்பெரிந்தது.

கால்கள் நடுக்கமெடுத்து மெள்ளமாகத் திரும்பின.

"படிப்புக்காக எவ்வளவு கஷ்டத்தைப் பட்டாச்சு..."

"......"

"நாங்கள் படிக்க வேணும் என்றதுதானே அவரின்ரை பெரிய கனவு."

"......"

'ஊழி பெயரினும் ஊக்கமது கைவிடேல்!' அவன் மனசு உறுதியெடுத்தது. கால்கள் நேராய் நகரத் துவங்கின.

"என்ன வந்தாலும் பரவாயில்லை... ஒரு கை பார்ப்பம்!"

தலையை நிமிர்த்தி உறுதி பூண்டான் மாறன். யாழ்ப்பாணப் பேருந்தை நோக்கி நடந்தான். ஏறி இருக்கையில் அமர்ந்து கொண்டான்.

கண்படும் திசையெல்லாம் இராணுவ முகாம்களும் டாங்கிகளும் துருத்திக்கொண்டு நின்றன. இராணுவத்தை நிரப்பிய பவுல் வண்டியொன்று கதுமென எதிரில் வந்தது. சைக்கிளில் சில சிப்பாய்கள் ரோந்து சென்றனர். முழத்துக்கு முழம் காவலரண். அடிக்கு அடி இராணுவச் சிப்பாய்கள்.

ஊரை மேய்ந்தபடி இருந்தது இராணுவம்.

"கொடிகாமம்... சாவகச்சேரி... கைதடி... நாவற்குழி..."

பேருந்து நடத்துனரின் குரல், பாடலை மேவிக் கேட்டது.

கண்ணயர்ந்தவனின் முகத்தில் செம்மணிக் காற்று தழுவியது. கண்களை செம்மணி வெளியில் எறிந்தான். பூக்கள் புதையுண்ட வெளியில் குருதிக் கசிவுகள். பள்ளிச் சீருடைகள் நிலத்தில் முளைத்திருப்பதைப் போலிருந்தன.

பேருந்து யாழ் நகரத் தரப்பிடத்தில் நுழைந்தது.

இராணுவக் கரங்களில் சிக்கிய யாழ் நகரத்தில் இறங்கவும் அவனுடல் கூசியது. நகரம் முழுவதும் பச்சை உடைகள். நகரம் முழுவதும் காவலரண்கள். நகரம் முழுவதும் இராணுவ முகாங்கள். அதற்குள் வந்து திரும்புகிற சனங்கள்.

"இந்த சனங்களும் ஏதோ ஒரு நம்பிக்கையோடைதானே இருக்குதுகள்.."

கனம் முட்டிய பெருமூச்சுடன் இறங்கி நடந்தான் மாறன்.

*

2

கிளைபரப்பி விரிந்த வாகை மரங்களில் தங்கச் சூரியனின் பொன்னொளி மிலங்கியது. இலைகளின் இடுக்குகளால் ஒளி மழை பெய்தது. வேம்பில் செண்பக மலர் ஒன்று பூத்திருப்பதைப்போல செண்பகப் பறவை சிறகை அசைத்திற்று. வேம்பின் காற்று இவன் கன்னங்களை வருட, கொண்டல் பூக்கள் கொட்டிய பல்கலைக்கழக வாயிலில் மாறன் முதலடியைத் பதித்தான்.

அழகியின் சிலையைப்போல நளினத்துடன் இருந்தது இராமநாதன் கட்டடம். அதன் மாடங்களின் மூலைகளில் மரக்கலசங்கள். ஒரு தேரின் வடிவமைப்பில் இருந்தது கட்டடத்தின் முகம். வாகையின் வாசனை அலையாய் வீசியது.

‘தலைமுடி ஒட்ட நறுக்கப்பட்டு, மீசை மழிக்கப்பட்டு, பயம் கசியும் முகங்களும் தளதளர்த்த ஜீன்ஸ்சும் சட்டைகளுமாய் பல்கலைக்கழக பிரதான வாயிலின் வழியே வெருண்டபடி செல்பவர்களைப் பார்க்க... முதலாம் வருட மாணவர்கள் என்பதைச் சொல்லித் தெரியவேண்டியதில்லை’ மாறன் நினைத்தபடி நடந்தான்.

“நீங்கள் பெஸ்டியர்தானே..?”

“ஓம்...”

பயந்த முகத்துடன் ஒருவன் அருகில் ஒட்டியபடி வந்தான்.

“சிநேகிதம், அங்காலை பாக்காதேங்கோ..!”

“......”

“சீனியர் கூப்பிடுவாங்கள்...”

"......"

"பேசாமல் நேர பாத்துக்கொண்டு நடவுங்கோ."

"......"

ஒரு இராணுவக் காவலரணைத் தாண்டிச் செல்கிற பதற்றம் அவன் முகத்தில்.

"கைலாசபதி ஒடிட்டோரியத்துக்குள்ள போட்டம் எண்டால் சரி."

சிரேஷ்ட மாணவர்களிடம் இருந்து தப்பித்துக்கொள்ள வழி சொல்லுகின்ற அவனை மாறன் உற்றுப் பார்த்தான். 'எப்போதோ பார்த்த முகம்' போல இருந்தது. வெளியில் காட்டிக்கொள்ளாத பயம் சற்று தணிந்தது போலும். இராமநாதன் கட்டடத்தைக் கடந்தவர்கள், இப்போது ஒருவரை ஒருவர் முகம் பார்த்து அறிமுகமாகிக் கொண்டனர்.

"நீங்கள் எவ்வடம்?"

அவன் குரலில் தோழமை நிறைந்திருந்தது.

"கிளிநொச்சி..." ஒரு மெல்லிய புன்னகையுடன் பதிலிட்டான் மாறன்.

"அப்பிடியோ.. நான் யாழ்ப்பாணம்."

மாறனுக்கு, அவன் குரல் எப்போதோ பழகிய நண்பனின் குரலாய் நெருக்கத்தை உணர்த்திற்று.

"உங்கடை பேர் என்ன?"

"மாறன்..."

மாறனின் சீர்மையான பேச்சு அவனுக்குப் பிடித்துப் போயிருந்தது.

"என்ரை பேர் சுதர்சன்."

சிங்கப் பற்கள் வெளித்தள்ள முகம் பார்த்துச் சிரித்தான் சுதர்சன்.

"டேய் என்னடா... இரண்டு பேருக்கும் கதை..."

கலைப்பீடாதிபதி அலுவலகத்திற்கு அருகாக இருந்த கல்லிருக்கையில் இருந்தபடி இதயராஜ் குரல் கொடுக்கவும் திடுக்கிட்டான் சுதர்சன்.

"சத்தம் போடாமல், பேசாமல் வரிசையாகப் போங்கடா!"

"......"

“என்னடா கடைக்கண் பார்வையும் ஏளனச் சிரிப்பும்?”

சுதர்சனைப் பார்த்து சக்கரவர்த்தி சொல்ல, இவனும் முகத்தை திருத்திக்கொள்வதுபோல் வைத்துக்கொண்டு நடந்தான்.

பல்கலைக்கழக நுழைவின் முதல் நாள் நிகழ்வு துவங்கியது. மேளச்சத்தமும் நாதஸ்வரமும் முழங்கத் துணைவேந்தர் கார்த்திகேயன் மங்கள விளக்கேற்றினார். மாணவர்கள் அழைக்கப்பட்டு கைலாசபதி அரங்கின் இருக்கைகளில் அமர்த்தப்பட்டனர்.

நிகழ்வுக்கு பேராசிரியர் மகேந்திரன் தலைமை தாங்கினார்.

எல்லாம் புதுமுகங்கள். சுதர்சன் அருகில் இருப்பது மாறனுக்கு ஓர் ஆறுதலாகிற்று. மாறனுடன் எதையோ கதைக்க அந்தரப்பட்டான் சுதர்சன். “பல்கலைக்கழகத்தின் நூலகத்தில்தான் மாணவர்கள் தங்கள் நேரங்களை செலவழிக்க வேண்டுமே ஒழிய, கல்லிருக்கைகளில் இருந்து காலத்தை உரைத்துக் கரைத்துவிடக்கூடாது” என்று துணைவேந்தர் சொல்லவும் அரங்கத்தில் ஒரே சிரிப்பு.

பத்து நாட்களுக்கு அறிமுக நிகழ்வு நடக்கும் என்றும் அதன் மூலமாக மாணவர்களுக்கு அனைத்து வழிகாட்டல்களும் கிடைக்குமென துணைவேந்தர் சொல்லவும் இறுதியில் மார்சல் ஒலிவாங்கியை வாங்கிக்கொண்டு, சிறிதுநேரம் சத்தம் வராத வகையில் சிரித்துவிட்டு முறைத்தார்.

“இஞ்ச ராக்கிங் இல்லை...”

“......”

“யாராவது பாதிக்கப்பட்டால் என்ரை அலுவலகத்துக்கு உடன வாங்கோ...”

சொல்லிவிட்டு சிவத்த வாய் விரிய மீண்டும் சத்தமற்ற ஒரு சிரிப்பும் அந்தச் சிரிப்பை ஒட்டியே முறாய்ப்புமாய் முகத்தை மாற்றினார்.

“இவரின்ரை உடுப்பை பாக்க பொலிஸ் மாதிரியும் கிடக்குது..”

மாறனுக்கு மெள்ளமாகச் சொன்னான் சுதர்சன்.

“மார்சல் என்றால் கம்பஸ் பொலிஸ்தான்..”

சிரிப்பை நிறுத்திக்கொண்ட மார்சல் ஒரு பார்வையால் அரங்கை அமைதிப்படுத்தவும் மதிய இடைவேளை அறிவிக்கப்பட்டது.

*

மீண்டும் மாணவர்கள் கைலாசபதி அரங்கில் ஒன்று கூடினர்.

மாறன் முன்னும் பின்னுமாக தலையைத் திருப்பி அமர்ந்திருப்பவர்களிடம் அறிமுகமாகிக் கொண்டான். எல்லோரும் மெல்ல பயம் நீங்கியவர்களாய் அமுங்கிய குரலில் ஒருவரை ஒருவர் பார்த்து விசாரிக்கத் துவங்கினர்.

பிற்பகலின் முதல் நிகழ்வாக சிரேஷ்ட மாணவர்களுடன் கலந்துரையாடல் நடக்கப்போவதாக மாணவர் ஒன்றியத் தலைவர் குமணன் அறிவித்தான்.

வெள்ளை மேல் சட்டை. சப்பாத்து அணிந்த கால்கள். சீராக ஒட்ட வெட்டப்பட்ட முடி. அழகிய மீசை. நிமிர்ந்த மார்பும், உயர்ந்த தோள்களுமாய் குமணன் ஒரு போராளியைப் போல இராணுவச் சீர்மை கொண்டிருந்தான்.

சிரேஷ்ட மாணவர்கள் அரங்கினுள் திபுதிபுவென நுழைந்து அமர்ந்தனர்.

"எந்தப் பிரச்சினையளும் இல்லாமல் அமைதியாக கதையுங்கோ..."

குமணண் வெளியேறவும், சிரேஷ்ட மாணவர்கள் வாலாட்டத் துவங்கினர்.

"எல்லாரும் எழும்பு..!"

"......"

"பொடியளும் பொட்டையளும் மாறி மாறி இரு..."

எல்லாரும் சோடிகளாகப்பட்டனர். புதிய ஒழுங்கில் சுதர்சன் வேறொரு பக்கமாக இருக்க, மாறன் அவனைத் தேடினான். அவன் கண்ணுக்கு எட்டிய தூரத்தில் இல்லை. மாறனுக்குப் பக்கத்துக் கதிரையில் இருத்தப்பட்டவள், நடுங்கிக் கொண்டிருந்தாள். மாறனுக்கு என்ன செய்வதெனத் தெரியாது அவளைப் பரிதாபமாகப் பார்த்தான்.

அவளுக்கு அடுத்து இருந்த துருவனை அழைத்தான்.

"நீங்கள் எந்த இடம்?"

"நான் திருகோணமலை... சம்பூர்..."

துருவன் கை கொடுத்து அறிமுகமாகிக் கொண்டான்.

"உந்தப் பிள்ளையோடை கதைச்சு அவளை மடக்கச் சொன்னால், நீ அவனோடை என்னடா கதைக்கிறாய்..."

மாறனின் காதை முறுக்கினான் சக்கரவர்த்தி. "அய்யோ நோகுதண்ணை..." மாறன் அவனிடமிருந்து காதை மெல்ல வாங்கிக் கொண்டான்.

"சரி.. உவனுக்கு எத்தினை மாக்ஸ் போடுவாய்..."

நடுங்கிக்கொண்டிருந்தவளைப் பார்த்துக் கேட்டான் சக்கரவர்த்தி. அவள் கீழே பார்த்தபடி பதில் சொல்ல மாட்டேன் என அழுங்குப் பிடியில் இருந்தாள்.

சக்கரவர்த்தி விடுவதாயில்லை.

"என்னை லவ் பண்ணுறியா..?"

அவள் தலையைக் குனிந்து கண்களைக் கசக்கியபடி அழத் துவங்கினாள்.

"அம்மா ராசாத்தி, தெரியாமல் கேட்டுப் போட்டன்... என்னைவிட இவன்தான் வடிவாய் இருக்கிறான். பேசாமல் இவனை லவ் பண்ணு.."

சக்கரவர்த்தி ஆளைவிடு என்றால்போல இடத்தை விட்டு நழுவினான்.

அவள் மெள்ளமாக கண்களை நிமிர்த்தினாள். விழிமடல் சிவந்திற்று.

மாறனை ஓர் ஆசுவாசத்துடன் பார்த்தாள்.

தன் பார்வை அவளுக்கு சிறிதேனும் தைரியத்தைக் கொடுத்திருக்க வேண்டும் என நினைத்துக்கொண்டான் மாறன். சின்னப்பூக்கள் நெய்யப்பட்ட நீலநிறக் கைக்குட்டையினால் கண்களை துடைத்துக்கொண்டு நிலத்தை நோக்கி இருந்தாள். அவள் இருந்த இடத்தில் துருவனை வந்திருக்கச் சொன்னான் மாறன். அவள் இன்னொருத்திக்குப் பக்கத்தில் இருக்கவும் அவளுக்கு சற்றுக் கலக்கம் நீங்கியது. ஆசுவாசத்தில் அவளுடல் மெல்லக் குளிர்ந்திற்று.

துருவனுடன் பேசும் மாறனை, அவனுக்குத் தெரியாமலே கடைக்கண்ணால் பார்த்தாள். அவனறியாமலே நன்றிகூறுமாப்போல் சின்ன அசைவு... கண்களில்.

*

3

கட்டடங்களால் நிறைந்துவிட்ட யாழ் நகரில் இன்னமும் கிராமத்தின் வாசம் நீங்காமல் இருக்கும் பல்கலைக்கழக வாகை மரங்களில் வந்தமரும் குயில்களுக்குக் குறைவே இல்லையென மாறன் எண்ணிக்கொண்டான். கொண்டலில் இருந்த ஒரு சாம்பல் வாலாட்டிக் குருவியொன்று வாலை ஆட்டி விழிகளைத் தாழ்த்தி நிமிர்த்திற்று.

குயிலொன்றின் கூவல், வாகை மரம் பொழியும் குளிர்வுடன் அவன் காதில் சில்லென்ற நதியாய் ஈரமாகியது. சிறிது நேரம் கதை பறைந்து சிரித்தாடியவர்கள், முதல் நாள் விரிவுரைக்காய் தத்தம் துறைகளை நோக்கி நகரத் துவங்கினர்.

மாறன் தமிழ்த்துறையைத் தேடிக் கொண்டிருந்தான்.

"தமிழ் டிப்பாட்மென்ட் எங்கை இருக்குது சிநேகிதம்?"

சமர்க்களத்தில் குழந்தையை துலைத்தவனாட்டம் வந்தான் துருவன்.

"எனக்கும் தெரியேல்லை..."

"......"

துறைகளைத் தேடி மாணவர்கள் திரிந்தனர்.

"நான் ஆக்கியோலொஜி டிப்பாட்மென்ட்டை தேடுறன்."

"அது அந்த பில்டிங்கில இரண்டாவது மாடி.."

மாறன் வழிகாட்ட... துருவன் முதல் விரிவுரைக்கு பொள்ளென நடந்தான்.

“தமிழ்த்துறையை தேடுறியளோ..?”

அமுங்கிய குரல் கேட்கவும் திரும்பினான் மாறன். கைலாசபதி அரங்கில் முதல் நாள் இவனுக்கு அருகில் இருந்தவள். அவளின் தொண்டைக்குழியில் இன்னும் நடுக்கம் தீரவில்லை. “கைலாசபதி ஓடிட்டோரியத்துக்குப் பின்னாலை இருக்குது...” கைகளை நீட்டி வழிகாட்டினாள். அவள் பிஞ்சு விரல்கள் நந்தியாவட்டைப் பூக்களைப்போல இவனை இழுத்தன.

கறுத்தடர்ந்த இமைகள் செவ்வரத்தம் மலர் இதழ் ஓரங்களாய் விரித்திருந்தன. நெற்றியில் இரண்டொரு கேசங்கள் மெல்லிதாய் அசைந்தபடியிருந்தன. வளைந்து நளினம் சிமிட்டும் விழிகளில் ஒரு படபடப்பு. வார்த்தைகள் நசியும் சிவந்த நளின உதடு. இத்தனை நாளாய் அவன் பார்த்திராத ஒரு முகம். பேச வேண்டும்போலத் தோன்றும் குரல். பார்த்தபடியிருக்கத் தூண்டும் பார்வை. கண்களில் ஒரு மாம்பழக் குருவியின் சிறகசைப்பு.

“நீங்களும் தமிழா?”

“நான் தமிழ்தான்.”

அவள் முன்னால் நகரத் துவங்கினாள்.

“அது தெரியும்..”

“அப்ப..?”

“உங்கடை பேர் என்ன..?”

“......”

அவளின் பெயர் மௌனம் என்றால்போல் எதுவும் பறையாமல் படிகளில் ஏறத் துவங்கினாள். அவள் முகத்தில் நிரந்தரமாகத் தங்கிவிட்ட ஒரு மெல்லிய தெய்வீகச் சிரிப்பு அவளின் பேரழகின் ஒரு துளியை அவனுக்கு உணர்த்தியிருக்க வேண்டும். தாயாட்டின் பின்னால் துள்ளிக் குதித்து ஓடும் ஆட்டுக்குட்டிபோல அவளுக்குப் பின்னால் ஓடினான். படிகளில் தடுமாறின மாறனின் கால்கள்.

அவள் கன்னங்களில் தினுசான மகிழ்ச்சியுடன் ‘கவனம்’ என்றாற்போல திரும்பிப் பார்த்தாள். வானிலிருந்து ஒரு அதியசத்துளி விழுந்தாற்போல் அந்தப் பார்வையை ஏந்தின மாறனின் கண்கள்.

முதல் விரிவுரையைத் தொடங்கினார் பேராசிரியர் வேலுப்பிள்ளை.

ஒவ்வொருவராக அறிமுகம் செய்யும்படி கேட்க, எல்லாரும் பேரையும் ஊரையும், படித்த பள்ளிக்கூடத்தையும் சொல்லிக் கொண்டனர். அவளின் பெயரை அறிந்துவிட வேண்டும் என்ற தவிப்பில் கதிரையில் இருக்க முடியாமல் முனையில் தள்ளுண்டு குறுகுறுத்தான் மாறன். வேறெந்தப் பெயர்களும் அவனுக்குக் கேட்கவேயில்லை. கொஞ்சம் வேகமாக மற்றவர்கள் பெயரைச் சொன்னால் என்ன? அவசரக்குடுக்கை ஆகினான். சிறுநீர் முட்டியவனாக அந்தரப்பட்டான். இன்னும் இரண்டு பேருக்குப் பிறகு அவளின் முறை வரும்.

அவன் நெஞ்சறைகள் படபடத்தன.

அவள் எழுந்தாள்.

சில செக்கன்கள் அவளுக்கு வார்த்தை வரவில்லை.

இவன் கண்கள் அவளில் குவிந்தன.

அவள் தொண்டைக்குழி படபடப்பில் துடித்தது.

"நான் மலரினி!"

"......"

"இடம்... சங்கிலியன்புரம்..."

"......"

"பள்ளிக்கூடம்... சங்கிலியன் வித்தியாயலம்."

அந்தப் பெயர் அவளுக்கு மாத்திரம்தான் பொருத்தம். வெண் நெருஞ்சி மலரைப்போல் இருந்தாள். பெயரை அறிந்ததே அவனுக்குப் பெரும் புளுகமாயிருந்தது.

'சங்ககாலத்தில் வீரப்பாடல்கள்' என்ற தலைப்பில் முதல் விரிவுரை நிகழ்ந்தது. 'கைலாசபதியின் பார்வையில் சங்ககால வீரயுகப் பாடல்கள்' என்ற தலைப்பில் கட்டுரை ஒன்றை சமர்பிக்க வேண்டும்" என்றார் பேராசிரியர் வேலுப்பிள்ளை.

"பிள்ளையள்! நல்லாப் படியுங்கோ... முதல் வருசத்திலை தமிழிலை எல்லாப் பாடத்திலையும் 'பீ'–க்கு மேலை எடுத்தால்தான் தமிழ் சிறப்புக்கலை பட்டம் செய்யலாம்... விளையாடாமல் படிக்க வேண்டும்."

எல்லாருடைய வாயும் பேசுவதுதான். ஆனால், வேலுப்பிள்ளை பேராசிரியரின் வாய் வளைந்து நெளிந்து சொற்கள் எல்லாம் செய்கை செய்வதுபோலச் சுவைபடச் சலனம் செய்வதைப் பார்க்க மாறனுக்கு வியப்பாய் இருந்தது.

"இந்த செமஸ்டாரிலை நான் சங்க இலக்கியமும் ஈழத்து இலக்கிய வரலாறும் உங்களுக்கு எடுப்பன்..."

மாறன் சட்டென தடுமாற, புத்தகங்கள் கைதவறி விழுந்தன. நினைவு குலைந்தது. உதயங்கவின் வார்த்தைகள் சிதறி விழுந்த புத்தகத்திலிருந்து உதிர்ந்து கிடந்தன.

'எல்டிடிஈ ஈழம் பிடிக்கிறது... நீ ஈழம் படிக்கிறது!'

உதயங்க கண்களை மிரட்டி அச்சுறுத்தினான்.

மாறன் உடல் நடுங்கி வெலவெலத்துப் போனான். கண்கள் இருண்டன.

* * *

அடுத்த விரிவுரைக்கு சுதர்சனும் தமிழ்த்துறைக்கு வந்துவிட்டான்.

"அங்கை ஜியோக்கிரபியிலை கூட்டம் நிரம்பி வழியுது.. சரிவராதுபோல..!"

".....”

"தமிழ் என்றால் கைவிடாது என்று குமணன் அண்ணா சொன்னவர்."

".....”

"அதான் வந்திட்டன்."

அவனைக் கண்டதும் மாறனின் முகத்தில் பெருமகிழ்ச்சி.

"நல்லது மச்சான்..."

".....”

"நாங்கள் சேந்து படிக்கலாம்..."

".....”

"நீ வந்தது எனக்கும் சந்தோசமாய் இருக்கடா.!"

மாறன், சுதர்சனின் கரங்களைப் பற்றினான்.

"நீங்கள் கொஸ்டலிலையா நிக்கிறீங்கள்..?"

"இல்லை... சிவன் அம்மன் வீதியிலை கஸ்பஸ் அம்மம்மாவின்ரை ரூமிலை..."

"நானும் வந்து உங்களோடை நிக்கலாமே..."

"அதுக்கென்ன..?"

"ஒவ்வொருநாளும் வீட்டை போய்வர கஷ்டம்..."

"இனி அது உங்கடை அறை..."

சுதர்சன், மாறனின் பாடக்குறிப்புக்களை வாங்கிப் பார்த்தான்.

"ஏதே ஒப்படை போட்டவராம் சேர்..."

"......"

"எழுதிட்டியே நீ..."

"அதான் புத்தகம் தேட லைபிரரிக்குப் போறன்."

"......"

"நீயும் வாவன்..."

சுதர்சனின் தோள்களில் கைகளைப் போட்டுக்கொண்டான் மாறன். எதிரில் இதயராஜ் வரவும், கைகளை எடுத்துக்கொண்டு ஒன்றன் பின் ஒன்றாக 'நல்ல பிள்ளைகளாக' வரிசையாக நடக்கத் துவங்கினர்.

"உன்னை நேற்று வந்து சந்திக்கச் சொன்னான்...ஏன்டா வரேல்லை.."

இதயராஜ் நெருங்கி வந்து சுதர்சனுக்கு கைகளை ஓங்கினான்.

"அங்காலை மார்ஷல் நிண்டு பாக்கிறார்.. பேசாமல் இரடா..."

தடுத்தான் சக்கரவர்த்தி. "நீங்கள் போங்கடா..." கைகளை அசைத்து சக்கரவர்த்தி அனுப்பினான். இருவரும் ஒரு கல்லிருக்கையில் போய் அமர்ந்தனர்.

பூஞ்சோலைகளின் நடுவே வித்தியானந்தன் நூலகம். முகப்பில் வித்தியானத்தின் படமொன்று. முன்னால் ஒரு சரஸ்வதி சிலை. ஒரு பெரிய சதுரப்பெட்டியின்மேல் அதற்குச் சிறியதான நான்கு சதுரப்பெட்டிகளை ஒன்றன்மேல் ஒன்றாக அடுக்கியதுபோன்ற திருத்தமான கட்டடம். அந்த அழகான நூலகம் மாறனை அழைக்குமாப் போலிருந்தது. அவன் கண்கள் புத்தகங்களைப்போல ஒளிர்ந்தன.

நூலகத்தை மேலும் கீழுமாய் பார்த்தான் சுதர்சன்.

அவன் கண்களில் மெல்லிய பயம் தொற்றிற்று.

"என்ன மச்சான் வரக்கூடாத இடத்துக்கு வந்தமாதிரி பாக்கிறாய்..?"

"தமிழ் ஸ்பெஷல் செய்யிறதெண்டால் புத்தகங்கள் நிரம்ப வாசிக்க வேணுமோடா?"

"என்ன பாடம் செய்தாலும் புத்தக வாசிப்பு வேணும் தானேயடா..?"

"காவடிப்பாரம் சுமக்கிறவனுக்குத்தான் தெரியும்!"

"சரி... வா... இனி என்ன? காவடியைத் தூக்கினால் ஆடத்தானே வேணும்."

சிரித்தபடி சென்றவர்களை நோக்கி... 'சத்தம் போடாமல் செல்லுக' என்பதுபோல் நூலகப் பணியாளர் சைகை செய்தார்.

மலரினிக்கு முன்னால் புத்தகங்கள் பரவுண்டிருந்தன. மயிலிறகு விரல்களால் பக்கங்களைப் பிரித்து வைத்துக் குறிப்புக்களை எழுதிக்கொண்டிருந்தாள்.

"வா மச்சான்... அந்தப் பக்கம்தான் தமிழ்ப் புத்தகங்கள் இருக்குது."

"அங்கை போய் என்ன செய்யிறது.."

"......"

"முழுப் புத்தகமும் இஞ்சை கிடக்குது பார்.."

சுதர்சனுக்குக் கண்காட்டினான் மாறன்.

"நீங்களும் எடுத்து குறிச்சுக்கொள்ளுங்கோ..."

படபடத்த அவளின் குரல் இன்று சற்று தெளிந்தாற் போலிருந்தது.

மேசையின் எதிரில் இருக்கும் மலரினியின் கண்களின் ஒளி இவனை இழுத்தது. அந்தக் கண்களை உற்றுப் பாக்கவும் இயலாமல் இவன் கண்கள் ததும்பின. இவனின் பார்வையுணர்ந்த அவள் விழிகள் கூச்சத்தில் படபடத்து நடுங்கின.

நேற்றுப் படிச்ச 'ஞாயும் யாயும் யாராகிரோ...' குறுந்தொகைப் பாடலை எடுத்து மாறன் பொருளுரைத்ததுவிட்டு "இது

சரிதானே மச்சான்...” என்றவும், ஏதோ சம்பந்தம் இல்லாததைப் போல இருந்தது சுதர்சனுக்கு.

“செம்புலப்பெயல் நீர் போல அன்புடை நெஞ்சங்கள் தாம் கலந்தனவே...”

சத்தமாகப் படித்தான் மாறன். சுதர்சனின் கண்கள் வியப்பில் உழன்றன.

“எனக்கு விளங்கிற்றுது மச்சான்...”

“......”

“ஒரே கண்ணெறியலாய் கிடக்குது...”

“......”

“இது எப்பவிலை இருந்து...”

“......”

“மலிஞ்சால் சந்தைக்கு வரும்தானே?”

சுதர்சன் சொல்லவும் மாறனின் புருவங்கள் நெளிந்து மூச்செறிந்தன.

“வீரயுகப் பாடல்கள் இண்டைக்கு காதல் பாடல்கள் ஆகிற்றுது...”

சொல்லிக்கொண்டே சுதர்சன் இடத்தை விட்டு அகன்றான்.

மலரினியின் பார்வையின் அர்த்தம் இவனுக்கு நெடுங்கதைகளைச் சொல்லின. அந்த உதட்டின் கோடுகளிருந்து எண்ணற்ற வார்த்தைகளைப் பிரித்தெடுத்தான். அவள் கண்கள் தன்னை மாத்திரமே பார்ப்பதுபோலிருந்தது. அவள் சென்றுவிட்ட பிறகும் நூலக மேசையில் அவள் விரித்த புத்தகங்கள் காற்றில் பறந்து இவனிடம் கதை பேசின.

அவள் தனது மோட்டார் வண்டியை முறுக்கிக்கொண்டு புறப்பட்டாள். மாறன் பின்தொடர்வதைப் பார்க்க வேண்டும் என்று அவளுக்குத் தோன்றிருக்க வேண்டும். வண்டியும் கொஞ்சம் வேகமாக நகர்ந்துவிட்டது. போகப் போக அவள் புள்ளியாய் மறைந்தபோதும் இவன் இதயத்தில் பெருகினாள்.

தன்னை அயர்த்து நடந்தவனை பரமேஸ்வராச் சந்தியில் ஒரு சிப்பாய் இடைமறித்தான். முகமாலையில் பார்த்த ஆமிக்காரனில் ஒருவன். மாறன் சட்டனெ அதிர்ந்தான். கண்கள் திடுக்கிட்டன.

"ஈழம் புடிக்கிறது இல்லே... ஈழம் படிக்கிறது... இல்லே?"

"......"

"ஹரித..."

துவக்கை நெற்றில் வைத்துவிட்டு எடுத்தான்.

மாறனுக்கு உடல் மயிர்க்கூச்செறிந்தது. மனம் நடுக்கியது. அவன் தலையைக் குனிந்தபடி நடந்தான். அந்தச் சிப்பாய் மாறனை பார்த்துக்கொண்டே நின்றான்.

*

நிலவு மொட்டைமாடிக்கு ஒளியூட்டியது. கீழே பார்க்கும் இடமெல்லாம் மின் விளக்குகள். இடையிடை தெரியும் இருட்டு. இவன் மனதில் பேரலை வீசியது. குட்டி ஈன்ற பூனையாய் நடந்து திரிந்தவனின் தோள்களைத் தட்டினான் சுதர்சன்.

"என்ன மச்சான்... இஞ்சை நிண்டு யோசிக்கிறாய்?"

"அவள் ஒண்டும் சொல்லேல்லை... அதான்."

ஒரு குழந்தையைப்போல விசும்பினான்.

"எல்லாம் நல்லா நடக்கும்.."

"......"

"வா சாப்பிடுவம்..."

கையைப் பிடித்து இழுத்தான் சுதர்சன்.

"ஆரியக் கூத்தாடினாலும் காரியத்திலை கண்ணாய் இருப்பாய் என்ன?..."

மாறன் வருவதாயில்லை. சுதர்சன் பசியில் வயிற்றை த்தடவினான்.

"நான் இண்டைக்கு விரதம்... நீ போய் சாப்பிடு..."

"காட்டுப்பூனைக்கு சிவராத்திரி விரதமா.."

சுதர்சன் சிரித்துக்கொண்டே மொட்டைமாடியில் ஓடினான்.

*

அவளும் அதே நிலவில் காய்ந்தபடி இருந்தாள்.

சாப்பிட்டுப் படுத்தவன், கைதொலைபேசியை எடுத்துக் கிளறினான். அவளுக்கு குறுஞ்செய்தி ஒன்றை அனுப்பினான்.

“சாப்பிட்டாச்சா..?”

“ம்...”

“என்ன செய்யுறீங்கள்..?”

“படிக்கிறன்... நீங்கள்?”

“நானும்...”

‘எறும்பு ஊர கல்லுந் தேயும்’ என்ற நப்பாசை மாறனுக்கு. நிலவு தள்ளிச் செல்லுமாற்போலிருந்தது. காதலிப்பவர்கள், சில சமயங்களில் இரவை ஒரு கொண்டாட்டமாகவும் சில சமயங்களில் ஓர் உத்தரிப்பாகவும் பாடுவதை மாறன் இப்போதுதான் உணர்ந்துகொண்டான் போலும். அது உத்தரிப்பல்ல. அது உன்மத்தமான சுகமும்தான். அவனுடல் மெள்ளமாகச் சிலிர்த்தெழுந்தது.

படுக்கையிற் புரண்டான்.

‘ஆழி கொதித்தால் விளாவ நீர் ஏது?’ மலரினியும் இவன் நினைவுகளால் உத்தரித்தாள். இதுவரை தெரிந்திராத உணர்வொன்று அவளை இருளில் இழுத்துச் சென்றது. தலையணையில் கண்களைப் புதைத்த பிறகும் அவனின் அரும்பிய மீசையும் தீஞ்சுடரில் நனைந்த கண்களும் அவளை நெருங்கின. கறுத்துச் சடைத்த சுருள் முடியும் அவன் கன்னங்களில் மெல்ல அரும்பிப் பரவிய இளம்தாடியும் அவளுக்குள் புதைந்திருந்த ரகசியங்களைக் கிளறின. பேராண்மையின் வசீகரம் பூத்த சிரத்தை முகம் அவள் நெஞ்சுக்குள் பொருமியது. அதிகம் பேசாமல் நாடியைப் பதித்துப் பார்த்து அவளை மருட்டுகிற உலோகக் குண்டுகளாய் உருளும் கரு விழிகள் இரவு முழுதும் உலைத்திற்று.

*

4

முதலாம் வருட மாணவர்ளுக்கான வரவேற்பு விழாவுக்காக பல்கலைக்கழக வளாகம் விழாக் கோலம் பூண்டிருந்தது. அது நாள் வரையில் சிரேஷ்ட மாணவர்களுக்கும் முதலாம் வருட கனிஷ்ட மாணவர்களுக்கும் இடையில் நடந்த யுத்தம் முடிவுக்கு வந்தது. 'இயக்கமும் ஆமியுமாய் இருந்த வர்கள், ஓர் இயக்கப் படையணி ஆகிவிட்டனர்' நினைக்க மாறனுக்கு சிரிப்பும் வந்தது.

சிரேஷ்ட மாணவர்கள் பேரன்பை வெளிப்படுத்தும் விதமாய் 'முதலாம் வருட மாணவர்களை அன்புடன் வரவேற்கிறோம்...' காதல் மொழியில் பதாகைகளைக் கையால் எழுதி அதில் இதயங்களையும் வரைந்திருந்தனர்.

மாறன் பார்த்துக்கொண்டே வளாகத்தில் நுழைந்தான்.

வளாகம் எங்கும் மாணவர்கள் புகைப்படம் பிடித்துக்கொண்டிருந்தனர்.

"மாறா எங்கை புதினம் பாத்துக்கொண்டு போறாய்.."

"......"

"தமிழ் டிப்பாட்மென்ட்காரரர் ஒரு படம் எடுப்பம் வா..."

மாறனைத் தோளில் தட்டி இழுத்தான் சுதர்சன்.

திரும்பியவனின் கண்கள் நம்ப முடியாத திகைப் போடும் அதியத்தோடும் மருண்டன. மலரினியும் இவனை தேடியதை ஒரு பார்த்தபடி நின்றாள்.

பச்சைச் சேலையில் சின்னச் சின்னதாக பொன்னிற மலர்கள் விழி திறந்திருக்க... அவள் முகம் ஒரு மலராய்ப் பூத்திருந்தது. தேகம் பளிச்சென மிலங்கியது. மாறன், வைத்த கண் வாங்காமல் பார்த்திருக்கப் பதிவானது புகைப்படம்.

மாணவர் பொது அரங்கம் கலை நிகழ்ச்சிகளால் அதிர்ந்து கொண்டிருந்தது. பாடல்கள், கவிதைகள் எல்லாம் அரங்கேறின. இதுநாள்வரை தெரியாத முகங்கள் எல்லாம் மாறனுடன் அறிமுகமாகிக்கொண்டன.

அந்த நிகழ்வில் மாறன் ஒரு கவிதையை*9+/ப் படிப்பதாயிருந்தது.

"நீ பேசாது போன பின்னேரம்
எனது சொற்கள் செத்துக் கிடந்தன
தூரத்தில் போனபிறகாவது
திரும்பிப்பார்ப்பாய்
என பார்த்துக்கொண்டிருந்தேன்
உனது உருவம்
புள்ளியாய் சிறுத்து
கரைந்துவிட
எனக்குள்
நீ நிரம்பியிருந்தாய்
என்னதான் பேசுவாய்
நான்தான்
என்ன கேட்கப்போகிறேன்
நெருங்கிவரும் பொழுது
தவிக்கிற நமது இருதயங்கள்
எப்பொழுது வெளித்தெரியும்
நீயும் நானும்
சொல்ல முடியாத உணர்வால்
துடிக்கிறதை
நிலவு பார்க்கிறது
பிரிந்ததுமில்லை
சேர்ந்ததுமில்லை
யாருக்கும் தெரியாது
நாமும் அறியாமலிருந்தோம்
ஒரு நாள் பின்னேரம்
உனது வீட்டில்

தீபச்செல்வன் | 31

நாம் அருந்திய
தேநீர்க் கோப்பைகளினுள்
இணைந்து கிடந்தன
நமது இருதயங்கள்."

ஒரு பச்சைச் சேட். தடித்த கறுப்பில் மெல்லிய மீசை. கன்னங்களில் கறுப்புப் பனித்துளிகளாய் தாடி. ஆண்மை வழியும் வாசிப்பின் குரலில் எல்லோருடைய கண்களும் அவன்மீதான். அவன் உலோகக் கரு விழிகள் மாத்திரம் அவளையே நோக்கிப் படித்து உருண்டன. கவிதையைப் படித்துவிட்டு மேடையை விட்டு இறங்கியவனை வைத்த விழி எடுக்காமல் பார்த்திருந்தாள் மலரினி.

"உங்கடை கவிதை நல்லாயிருக்குது..."

அருகில் அமர்ந்தான் மாறன்.

"அது என்னைத் திரும்பிப் பாக்காமல் போன என்ரை ஆளைப் பற்றின கவிதை..." மாறனின் கதைக்கு அவள் ஒரு வெட்கத்தைப் பதிலிட்டாள்.

"வலு கலாதியாய் இருக்கிற மாதிரிக் கிடக்குது..." துருவனை அழைத்தபடி அருகில் வந்தமர்ந்தான் சுதர்சன்.

"மச்சான் இவன் துருவன், ஆக்கிலோஜி டிப்பாட்மென்ட்... ரூம் தேடுறான்... எங்கடை ரூமிலை சேப்பமா?..."

துருவனை அறிமுகப்படுத்தினான் சுதர்சன்.

சரியான கட்டையன். திருப்ப முடியாத கட்டைக் கழுத்து. கண்கள் வரை பரவிய வெள்ளந்தியான சிரிப்பு. நெற்றியில் ஒரு பக்கமாக சுழி. முன்னால் நிமிர்ந்த கேசங்கள். தோழமை பெருகிய வெகுளி முகம்.

"இவரை எனக்கு தெரியும் ..."

துருவனின் கைகளைப் பற்றினான் மாறன்.

"ஓம்... நாங்க ரெண்டு மூன்று தரம் சந்திச்சு கதச்சனாங்க..."

ஒரு அகதிக்கு அடைக்கலம் கிடைத்த மகிழ்ச்சி துருவனின் முகத்தில்.

"நீங்கள் மாறனோடையா இருக்குறீங்கள்.."

"ஓமோம்... தாமரைக்குப் பக்கத்திலை இருக்கிற தவளை மாதிரி தான்..."

“பூவோடை சேந்தா நாரும் மணக்கும்தானே...”

“ஏழரைச் சனியன் மாதிரி, நான் மாறனைப் பிடிச்ச நாலரைச் சனியன்...”

சுதர்சனின் கைகளைப் பற்றிச் சிரித்தான் துருவன்.

“பரமேஸ்வரா சந்தி கழிய, முதல் தெருவிலை... சிவன் அம்மன் கோயில் வீதியிலை எங்கடை ரூம் இருக்குது...”

“......”

“இண்டைக்கே ரூமுக்கு வாங்கோ...” மாறன் அழைக்கவும் துருவன் முகம் எங்கும் வெள்ளந்தியான புன்னகை பெருகி வழிந்திற்று.

சுதர்சன் இன்னொரு கதிரை நோக்கி நகரத் துவங்க, மாறனும் துருவனும் மேடையில் நடக்கும் சிரேஷ்ட மாணவர்களின் ஆட்டம் பாட்டத்தை கவனிக்கத் துவங்கினர்.

அடுத்து முதலாம் வருட மாணவி மலரினியின் நடனம். அறிவிக்கப்பட்டதும் அமைதியானது அரங்கம். திரைவிலக மேடையில் மலர்ந்திருந்தாள் மலரினி.

மலரொன்று அசைந்து நடனம் ஆடுவதைக் கண்டான் மாறன். “தென்னங் கீற்றில் தென்றல் வந்து மோதும் எம் தேசம் எங்கும் குண்டு வந்து வீழும்...” ஒரு தேசத்தின் தேவதையாக தேசத்துயரை தன் முகத்தின் நளினங்களால், விரலின் பாவங்களால் அளிக்கை செய்கையில் அவள் பாதங்களுக்குள் இழுபட்டான்.

தன்னை மாத்திரமே பார்ப்பது போலிருந்தது மாறனுக்கு. வீரத்திற்காய் துறக்கும் காதலும் வீரத்திலும் விலகாத காதலுமாக அந்தப் பாடலுக்கு அவள் நடனமாடி முடிக்கையில் அரங்கம் வீர மகிழ்ச்சியில் அதிர்ந்திற்று.

மாறனின் உடல் சிலிர்த்தது.

உணவு நேரம் அறிவிக்கப்பட்டது.

“உங்கை பொடியளும் பொடியளும் இருந்து சாப்பிடுறதை கண்டால் வெளுப்பன்...”

“......”

“எல்லாம் சோடி சோடியாய்தான் இருந்து சாப்பிடோனும்...”

ஒலிவாங்கியை எடுத்து இருதயராஜ் கண்டிப்புடன் அறிவித்தான்.

ஒப்பனையை நீக்கிவிட்டு அமர்ந்திருந்த மலரினிக்குப் பக்கத்தில் ஒரு இருக்கை வெறுமையாய் இருந்தது. யார் வந்து அமரப் போகிறார்களோ என அவள் பதற்றத்தில் நடுங்கிக் கொண்டிருந்தாள். அதில் மாறன் போய் அமர்ந்து கொள்ளவும் அவளுக்கு ஆறுதலில் முகம் மலர்ந்தது.

அழகை பெருக்கவே ஒப்பனை. ஆனால் ஒப்பனை கலைத்து அரிதாரம் துடைத்தவளில் இன்னும் அழகு பெருகியிருந்தது. 'நினைப்பதை எல்லாம் சொல்ல முடியுமா?' மாறனுக்கு பெருமூச்சு. தன் பிஞ்சு விரல்களால் கிள்ளிக் குனிந்து சோற்றைப் பிசைந்தவள் விழிகளை உயர்த்திப் பார்த்தாள்.

அவள் உணவுக் கோப்பை முழுதும் வெட்கம்தான் நிறைந்து கிடந்தது.

"மேடையில் 'அந்த மாதிரி' டான்ஸ் ஆடுறியள்..."

"......"

"சாப்பிடத்தான் வெட்கமோ.."

அதற்கும் வெட்கம்தான் பதிலாக வந்தது.

தென்னம் பூவிதழ்களைப் போலிருக்கும் பிஞ்சு விரல்களைப் பற்றிக் கொள்ள வேண்டும் போலிருந்தது அவனுக்கு. சாயம் துடைக்கப்பட்டு பூத்திருக்கும் அவளுதடுகள் இவன் தொண்டைக் குழியை உலர்த்தியது. கொஞ்சம் கிட்டவாக இருந்தான். அவள் வாசம் கண்களைச் சொருகியது.

"நீங்களும் சாப்பிடலாமே..."

அவனுக்கு சாப்பிடாமலே வயிறு நிறைந்துபோயிற்று.

*

5

நாவலர் வாசிகசாலையின் மேலால் குடையென விரிந்த நாவல் மரம், உடலை முறிப்பதுபோல அசைந்தது. அதிலிருந்த கிளி ஒன்று பழத்தைச் சுவைத்துக் கொட்டையை துப்ப அது மாறனின் மேல் சட்டையில் விழுந்தது. நிமிர்ந்து அதைப் பார்த்தான். வருத்தம் கேட்பதைப் போலத் தலையை உருட்டியது கிளி.

சைக்கிளை நிறுத்தினான் மாறன்.

வாசிகசாலையின் சரிந்த மேசையில் நின்றபடி வாசிப்பதற்கு ஏதுவாக வரிசையில் பத்திரிகைகளை வைத்து இரும்புப் பிடியால் பூட்டு இடப்பட்டிருந்தது. "இலங்கை அரசு இதய சுத்தியுடன் சமாதானப் பேச்சக்களில் பங்குகெடுத்தால் எமது கோரிக்கைகளை ஏற்க முடியும்.." நோர்வே சமாதானத் தூதுவர் எரிக்சொல்ஹெய்முடனான சந்திப்பில் தலைவர் பிரபாகரன் சுட்டிக்காட்டினார். அனைத்து நாளிதழ்களிலும் தலைப்புச் செய்தியாயிருந்தது.

வீரப் புன்னகை பூத்திருந்த முகத்துடன் தலைவர் பிரபாகரன் சமாதானத் தூதுவருக்கு கைலாகு கொடுக்கும் படங்களும் நாளிதழின் முகப்பில் கம்பீரமாயிருப்பதை பார்க்கும் முதியவர்களின் கண்களில் பெருமை மிளிர்ந்தது.

மாறன் முகப்பைப் படித்துவிட்டு அடுத்த பக்கங்களைத் தட்டினான்.

அவசரமாக அங்கு வந்த துருவன், மாறனை வெளியில் வருமாறு சைகை செய்து பரபரத்தான்.

"மச்சான் உன்ன உடனடியாக செஞ்சிலுவைச் சங்கத்துக்கு வரட்டாம்..."

"......"

"ஒரு கடிதம் வந்திருக்கு..."

அந்த கடிதத்தை வாங்கிப் படித்தவன். துருவனையும் அழைத்துக் கொண்டு யாழ் செஞ்சிலுவை சங்கத்தை நோக்கி சைக்கிளை மிதித்தான்.

*

நிலவொளி வெண் மணலில் தெறித்தது. பனையின் நிழல் பூக்களைப் போல மண்ணில் கொட்டியிருக்க, தென்னங் கீற்றின் சலசலப்பு அலையைப் போல் மெல்ல மெல்ல வீசியது. சிறுவன் குளத்தில் மேலுடலைக் கழுவினான் சோழன். நிலவொளியில் அவனுடல் தங்கமாய் மினுங்கியது. இரண்டு கைகளும் முறுக்கேற வாளிகளில் அள்ளி வந்த தண்ணீரை மரக்கட்டையில் வைத்தான்.

மாறனின் நெற்றியில் முத்தமிட்டான் சோழன்.

"அப்பா கடலுக்குப் போகப் போறன்..."

பிறந்து ஐந்து மாதங்களேயான தன் குழந்தையிடம் விடைபெற்றான்.

பரணியில் கிடந்த வலைகளை எடுத்து தயாராக வைத்துக் கொண்டான். குப்பிவிளக்கின் ஒளியில் மிலங்கும் பித்தளைச் செம்பில் சுடுநீரை எடுத்து முத்துவின் தலைமாட்டில் வைத்தான்.

"கதவை சாத்திப்போட்டுப் படுபிள்ளை..."

சோழனின் காலடியைக் கொண்டு அவன் கடலுக்குப் புறப்படுவதை உணர்ந்த முத்து, "ஓம்.. போயிற்று... வாங்கோ... அப்பா..." மெள்ளமாக அனுங்கியபடி கண்களைச் சொருகி மாறனை அணைத்துக் கொண்டாள்.

சிறுவன் குளத்து அணைக்கட்டால் நாலைந்து எட்டு வைத்தால் கொக்கிளாய் முகத்துவாரம். குள அணை கழிய வரும் வீதியின் கிழக்குப் பக்கமாக வயல் வெளியில் நெற்பயிர்கள் முற்றி தங்கம் போல் பளபளத்தன. "சிவம் நாளைக்கு வயல் அறுக்க வேணும் எண்டவன். நாளைக்கு ஒரு பகற்கூலியும் கிடைக்கும்..." மனக்கணக்கு போட்டான் சோழன்.

உழைத்து முறுக்கேறிய அவனின் கறுத்த மேலுடல் ஒரு மன்னனின் சிலையைப் போல வெண்மையாய் ஒளிர்ந்தது. இடது பக்க தோளில் இருந்த வலையை வலது பக்கமாக மாற்றி முருகன் கோயிலை கடக்கவும், சிவம் வந்து குரல் கொடுத்தான்.

“நிலவுக்கு நல்ல கரவலை கிடைக்கும்..” சிவத்தைக் கண்டதும் சோழனுக்கு இன்னும் குதூகலமாயிருந்தது.

“பொடியனுக்குப் பேர் வைச்சிட்டியே?”

“நேற்றுத்தான் போய்க் கச்சேரியிலை பதிஞ்சனான்...”

“......”

“பேர் மாறன்...”

“......”

“எப்பிடி இருக்குது பேர்..”

சோழனின் முகம் முழுதும் புத்திர மகிழ்ச்சி.

“மாறா எண்டும் கூப்பிடலாம்...”

“......”

“பேர், வலு திறமாய்த்தான் இருக்குது..”

சிவத்தின் சிரிப்பு நிலவில் மினுங்கியது.

முருகன் கோயில் திருநீற்றை சிவத்திற்கும் பூசி கண்களை மூடி முருகனை வேண்டிக் கொண்டான்.

“பொடியனுக்கெண்டு கனக்கவாய் உழைச்சு சேர்க்க வேணும்... அவனைப் படிப்பிச்சு பெரிய ஆளாய் ஆக்க வேணும்... உந்த மணல் கொட்டிலிலை அவன்ட காலம் கழிஞ்சு போயிரக் கூடாது... என்ரை மேனை உய்விக்கிறதுதான் இனி என்ரை கடமை கண்டியோ முருகா!”

சோழன் உணர்வுவயப்படுவது சிவத்திற்குப் புதிதாயிருந்தது.

“என்ன சோழா... இதெல்லாம் பெரிய விசயமில்லை..”

“......”

“ஒண்டுக்கும் யோசிக்காதை...”

“......”

“இனி உனக்கு நல்ல காலம்தான்...”

“......”

“முதலிலை வெளிக்கிடுவம்...”

“......”

“கொக்கிளாய் முருகன் எங்கைளைக் கைவிடுவாரே?”

முகத்துவாரத்தின் அலையோசை சோழனுக்கு உற்சாகத்தைப் பெருக்கியது.

கடலலை கால்களை தழுவவும் அவனுள் மகிழ்ச்சி திளைத்தது. படகை அவிழ்த்து அதிலேறி வலைகளை விரித்துக் கொண்டான்.

முகத்துவாரத்தில் இருந்து பார்க்க, தென்னைமரவாடியின் வெளிச்சம் தெரிந்தது. தொழிலுக்குச் செல்லும் பொழுதுகளில் எல்லாம் அவன் பார்வை அந்த வெளிச்சங்கள் மீதொருமுறை விழும், இன்று போல்.

தென்னைமரவாடிக்கும் கொக்கிளாயிற்கும் இடையில் ஒரு சிறுகடல் பிரித்தாலும் அவர்களுக்குள் நெடுத்த பந்தம் ஒன்று தொன்று தொட்டிருந்தது. இரண்டு பக்கத்திலும் மாறி மாறி பெண் எடுப்பதும் பெண் கொடுப்பதும் வழக்கமாகிற்று. தென்னைமரவாடி அம்மன் கோயில் திருவிழா என்றால் கொக்கிளாயிலிருந்து படகுகள் புறப்படும்.

அப்படியொரு திருவிழாவில்தான் முத்துவை சோழன் கண்டான். அந்தத் திருவிழாவின் ஒவ்வொருமுறையும் அந்தக் கிராமத்தின் வரலாற்றை வில்லுப்பாட்டாகச் சொல்வதை சோழன் ரசித்துப் பார்ப்பான். தென்னவன் என்ற சோழ மன்னன் ஆட்சி செய்தமையால் ‘தென்னவன் மரபு அடி’ தென்னைமரவாடியாக வந்தது என்றும் இக் கிராமத்தவர்கள், சோழர்களின் வம்சத்தினர் என்று சொல்வதைக் கேட்க இவனின் உயர்ந்த கருந்தோள்கள் முறுக்கெடுக்கும். ‘நானோர் ஈழச் சோழன்...’ அவனுக்குள் பெருமை சுடரும்.

வில்லுப்பாட்டை ரசித்தவன் முத்துவில் விடாப் பார்வை கொண்டிருந்தான். திருவிழா முழுவதும் முத்துவின் பின்னால் திரித்தான். அவள் படகெடுத்து சென்றாள். இவனும் ஒரு நாள் படகெடுத்து கொக்கிளாயிற்கு வந்து சேர்ந்தான்.

அந்தக் கடற்கரையில் வலையை வீசும்போதெல்லாம் இந்தக் கதை மனக்கடலில் அகப்படும் கனவு மீன்களைப் போல அள்ளுண்டு வரும். இன்றைக்கு அனுங்கிக் கிடக்கும் முத்துவும் அவள் நெஞ்சத்தில் சுருண்டு கிடக்கும் மாறனும் நினைவில் வந்து மிதந்தனர்.

திடீரென தென்னைமரவாடிப் பக்கமாய் பெரும் வெளிச்சம்.

“சிவம்... என்ன நெருப்பெரியிற மாதிரி கிடக்குது...”

சோழன் திகைப்போடு பார்த்தான்.

"ஓமடா... ஐயோ.... வீடுகள் எல்லாம் பத்தி எரியுது..."

சொல்லி முடிப்பதற்குள் திபுதிபுவென ஒரு கும்பல் வந்து குவிந்தது.

கையில் வாள்கள், கொட்டான்கள், குண்டுகள். இராணுவச் சீருடையிலும் சிவில் உடைகளிலுமாக இருந்த அந்தக் கும்பல் யாரென ஊகிப்பதற்கு முன்னரே சிவத்தின் கழுத்தில் ஒரு வெட்டு விழுந்தது.

அவன் குருதி கடலில் கலந்து சிவக்க தொப்பென விழுந்தான்.

"ஒக்கொம மரலா தாமு.."

பேய்க்குரல்கள் மீனவர்களைப் பாய்ந்து வேட்டை ஆடத் துவங்கியது.

"அய்யோ சிவம் அண்ணை..."

சோழன் குரல் எடுக்கவும் அவன் தலையில் ஒரு பெருத்த கொட்டான் விழுந்தது. அவன் நினைவிழந்து கடலில் விழுந்தான். முத்துவும் மாறனும் அவன் நினைவில் துருத்த, கண்கள் சொருகின.

ஆங்காங்கே வெடியோசைகள் கேட்டன.

சிறுவன்குளத்துப் பக்கமாய் ஒரு கும்பல் நுழையத் துவங்கியது. கிராமம் எங்கும் கொலைவெறிக் குரல்கள் பாய்ந்தன. அப்பாவிகளின் கூக்குரல்களும் குழந்தைகளின் அழுகுரல்களும் கேட்பதும் சட்டென தீர்வதுமாய் இருந்தன. கிராமத்தில் ஏதோ நிகழ்கிறதென ஊகித்த முத்து மாறனை ஒரு துணியில் சுத்திக் கொண்டு வீட்டுக்குப் பின் பக்கமாக சிறுவன் குளத்தின் அணைக்கட்டு வழியே ஓடினாள்.

காடைக் கும்பலின் குதிப்பால் நிலம் அதிர்ந்தது.

ஒரு பற்றைக்குள் மாறனை கிடத்திவிட்டு திரும்பியவளின் தலையில் ஒரு கொட்டான் பொத் என விழுந்தது. குளக்கட்டில் இருந்து உருண்டு குளத்தினுள் விழுந்தாள். சிறுவன் குளம் அவள் குருதியால் நிறைந்திற்று.

அன்றும் வெளிர்ந்த சூரியனுடன் பொழுது விடிந்தது தான்.

கொக்கிளாய் முகத்துவாரக் கடற்கரையில் மனித உறுப்புக்களும் சடலங்களும் கரையொதுங்கியிருந்தன. சோழனின்

மார்பை காடையரின் வாளொன்று கிழித்திருக்க வேண்டும். பிளக்கப்பட்ட அந்த மார்பிலும் முத்து, மாறனின் நினைவுகள் தான் வெளித்தள்ளிக் கிடந்தன. கடலே சிவத்திருந்தது. காடையர்கள் வெறியாட்டத்தினால் ஊரைக் கைப்பற்றியிருந்தனர்.

கிழக்கின் முகம் கறுத்திருந்தது.

பறவைகளின் துயில் கலைக்கும் ஒலியற்ற வெற்றுக் காலை அதுவாயிருந்தது.

கொக்கிளாய் மற்றும் தென்னைமரவாடிக் கிராமங்களில் நடந்த கலவரத்தில் பரஸ்பரப் கொலைகள் என்று செய்தி எழுதப்பட்ட பத்திரிகையை பார்த்து சினந்து கொண்டார் முத்துவின் தந்தை அரியத்தார். வவுனியா வைத்தியசாலையில் காயத்திலிருந்து மீள்பவர்கள், வெளியேறினர்.

ஒருவன் நினைவு திரும்பியிருந்தார்.

"தென்னைமரவாடிப் படுகொலையிலிருந்து அருந்தப்பு ராசா..."

நினைவு திரும்பியவனின் கண்கள் கரைந்து ஒழுகின.

"நூற்றி முப்பத்தொரு உயிர்கள் ராசா.."

மனிதர்களை வாழை மரங்களைப் போல வெட்டி வீசப்பட்டதை மறக்க முடியாத கிழட்டு மனம் பொருமியது.

"என்ரை மேளையும் மருமோனையும் என்ரை பேரப் பிள்ளையையும் தேட உத்தேசிக்கிறன் பிள்ளை... இதிலை இப்பிடியே படுத்துக் கிடக்க ஏலாதம்மா..." தன்னைக் கவனித்த தாதியைப் பார்த்து கை கூப்பினார் அரியத்தார்.

கால்நடையும் சைக்கிளும் உழவு வண்டியுமாய் தொத்தித் தொத்தி முல்லைத்தீவுக்கு பயணப்பட்டார் அரியத்தார்.

தேநீர்க்கடையின் வானொலியிலோ, தேத்தண்ணி ஆத்தும் சத்தமோ அரியத்தாரின் மௌனத்தைக் கலைக்கவில்லை. கண்கள் யோசனையில் தாழ்ந்து போயின. பெருங்களைப்பில் தேத்தண்ணியை மடமடவென இரண்டு வாய் இழுத்துக் குடித்தார். கண்கள் திடுக்குற்றன. "அது சிவத்தின்ட மனுசி மாதிரி கிடக்குது.. அவள்தான்... எடி பிள்ளை..." அரியத்தாரைக் கண்ட சிவத்தின் மனைவி கைகளை தலையில் அடித்து குளறத் துவங்கினாள்.

சிவமும் சோழனும் கொக்கிளாய் முகத்துவாரக் கடற்கரையில் சடலங்களாக ஒதுங்கியதை கேட்ட அரியத்தார் "ஐயோ..."

பெருங்குரலெடுத்து குளறினார். கடைக்காரன் வானொலியை நிறுத்தினான். அவன் கண்களில் நீர் துளித்தது.

அரியத்தாரின் தேகம் நடுங்கியது.

"என்ரை மருமோனை இப்பிடி பலி எடுத்திட்டாங்களே அம்மாளாச்சி... வற்றாப்பளை அம்மனே உனக்கும் கண்ணில்லையே..."

அரியத்தார் தலையில் கைவைத்து கதறினார்.

"என்ரை இரண்டு பெம்பிளைப் பிள்ளையளையும் என்ரை கண்ணுக்கு முன்னாலை வெட்டிக் கொன்று போட்டாங்கள் அய்யா..."

"...."

சிவத்தின் மனைவி விசும்பியபடி மூக்கைச் சீறித் துடைத்தாள்.

"முத்து கிளிநொச்சி கொஸ்பிட்டலிலை அறிவு நினைவு இல்லாமல் கிடந்தவளாம்..."

"......"

"பக்கத்திலை பிள்ளையைக் காணேல்லை எண்டும் சொன்னவை..."

சிவத்தின் மனைவி சொல்ல முடியாமல் இளைத்தாள்.

"இப்ப என்ரை மேள் எங்கையோ?"

"......"

"என்ரை பேரன் எங்கையோ..."

அரியத்தார் புசத்தியபடி நடக்கத் துவங்கினார்.

"வற்றாப்பளை அம்மாளே கெதியிலை என்ரை குஞ்சுகளை என்னோடை சேர்த்திரு..." கண்களை மூடி வேண்டி உருகினார். வற்றப்பாளை கண்ணகியின் முகத்தில் சாந்தம் அகன்று சினம் கொப்புளித்தது. வீபூதியை அள்ளி நெற்றியில் அப்பினார். நிழல் மரங்களில் நின்று ஆறியபடி முல்லை நகரம் திரும்பினார்.

"அட கனகம்மா... எங்கையெணை போறாய்..." கும்பிட்டார் அரியத்தார்.

"கலவரத்திலை மீட்ட பன்னெண்டு பிள்ளையளை கருணை இல்லத்திலை வைச்சிருக்கினையாம்..." கனகம்மா, வற்றாப்பளை அம்மனைப் போல கதையைச் சொல்லிவிட்டு நடந்தாள்.

திரும்பிக் கோயில் கோபுரத்தைப் பார்த்து, கைகளை தலையில் வைத்துக் கும்பிட்டார் அரியத்தார்.

விசுவமடு கருணை இல்லத்தின் வரவேற்பறையில் இருந்தார் அரியத்தார். முன் பக்கத்தில் இருந்த பூங்காவில் சிறுவர்கள் விளையாடியபடி இருந்தனர்.

“முல்லைத்தீவு மருத்துவமனை தான் இந்தப் பிள்ளையளைத் தந்திருக்கினம்... அவையின்டை அம்மா அல்லது அப்பா வந்தால்தான் நாங்கள் விடுவம்.. ஆள் அடையாளத்தை உறுதிப்படுத்த வேணும்.. முதலிலை நீங்கள் தேடுற குழந்தை இருக்குதா எண்டு பாக்க வேணும்? உங்களுக்கு காணாமல் போன குழந்தை என்ன முறை?..”

கருணை இல்ல மேலாளர் இனியா கேட்டாள்.

“எனக்குப் பேரனம்மா...”

“ஏதும் அடையாளங்கள் சொல்ல ஏலுமே அய்யா...”

அரியத்தார் யோசித்தார். எதுவும் நினைவுக்கு வராதவராக தடுமாறினார். கண்கள் இருண்டன. சட்டென, “அவன்ரை கழுத்தில மாறன் எண்ட பேரோடை ஒரு பென்ரன் இருந்தது...” கைகள் நடுங்கிச் சுட்டின.

“மாறன் இஞ்சைதான் இருக்கிறார்...”

“என்ரை வற்றாப்பளை கண்ணகியம்மாளே...”

அரியத்தார் கண்களில் நீர்த்துளிகள் கொட்டுண்டன.

“என்ரை பேரனை நான் ஒருக்கால் பாக்கலாமே...”

“குழந்தையை தரமாட்டம்...”

“வேண்டாம்... வேண்டாம்... அவனை ஒரே ஒருமுறை பாத்திட்டு போறன்...”

“......”

“பாத்திட்டு.... நான் பேசாமல் போயிருவன் பிள்ளை...”

“......”

“என்ரை பேரனை ஒரே ஒருமுறை பாத்தாலே போதும் அம்மா...”

அரியத்தார் கும்பிட்டு மன்றாடினார்.

இனியா மாறனை அள்ளி அணைத்தெடுத்து வந்தாள்.

நடந்தவை எதுவும் அறியாமல் புன்னகை பூத்த முகமாய் இருந்தான் மாறன். அரியத்தாரைக் கண்டதும் 'ஆ.. ஊ...' என ஏதேதோ பேசினான்.

"என்ரை பேரனுக்கு என்னைத் தெரியுது..."

"......"

"அவன் எனக்கு ஏதோ சொல்லுறான் பிள்ளை..."

"......"

"அச்சு அசலாய் தேப்பனை மாதிரி இருக்கிறான்..."

அரியத்தாரின் முகத்தில் உலர்ந்த முகம் மலர்ந்தது.

"அதிலை மீட்ட பிள்ளையலிலை இவருக்கு மட்டும்தான் பேர் தெரியும்... இந்தப் பென்ரனாலை..."

"பிறந்து முப்பத்தொண்டுக்கு நான் போட்டது உது..."

"நீங்கள் மாறனின்டை மற்றைய விபரங்களையும் தந்தால் நாங்கள் பதிஞ்சு விடுவம்..." பதிவுப் புத்தகத்தை விரித்தாள் இனியா.

"இவன் பிள்ளை எண்பத்து மூன்று அய்ப்பசி பதினைஞ்சாம் திகதி பிறந்தவன்..."

"......"

"தேப்பன்ரை பேர் சோழன்... தாயின்ரை பேர் முத்து..."

"......"

"முல்லைத்தீவு ஆஸ்பத்திரியிலைதான் பிறந்தவன்..."

முகச் சுருக்கங்களில் மகிழ்ச்சி திளைக்க சொல்லி முடித்தார் அரியத்தார்.

*

'**க**ருணை இல்லம் மீது அரச படைகள் நடத்திய தாக்குதலில் இருபது பச்சிளம் குழந்தைகள் கொல்லப்பட்டுள்ளனர்... இத் தாக்குதலில் குறித்த இல்லத்தின் மேலாளர் இனியாவும் படுகொலை செய்யப்பட்டார். இத் தாக்குதலின் போது தப்பிய ஐந்து குழந்தைகள் அறிவுச்சோலை சிறுவர் இல்லத்தால் பொறுப்பேற்றக்கப்பட்டனர்...' வானொலிச் செய்தியே அரியத்தாருக்கு இறுதிப் பாலாகிற்று. அவர் கண்கள் அனாதரவாய் சொருகிக் கிடந்தன.

*

காந்தரூபன் அறிவுச்சோலையின் சிறுவர்கள் யாருக்காகவோ காத்திருந்தனர். நிகழ்வுக்கு ஒரு மணித்துளி முன்னதாக ஒரு வாகனம் வந்தது. மேலும் சில பிக்கப்புகள் அரக்கப் பறக்க வந்தன. கண்ணிமைக்கும் நேரத்தில் போராளிகள் வாகனத்தை விட்டிறங்கி பாதுகாப்பு நிலையெடுத்துக் கொண்டனர்.

பிரகாசமான அந்த முகத்தைப் பார்த்தான் மாறன்.

'பிரார்த்தனை மண்டபத்தின் பக்கத்தில் பெரிதாக சிரித்தபடி வைக்கப்பட்ட படத்தில் இருந்த தலைவர் மாமா' மாறனின் கண்களில் வியப்பு.

குழந்தைகளுக்குக் குதூகலிப்பு மேவியது.

பெரும்புன்னகையின் வீரமுகம். காற்றில் பாயும் புலிப்போல் பறக்கும் கேசங்கள். வந்து ஒரு குழந்தையைத் தூக்கி முத்தமிட அந்த வாய்ப்பு தனக்குக் கிடைக்கவில்லையே என மாறனின் முகம் அங்கலாய்ப்பில் வாடியது.

அரங்கத்திற்குள் வந்த தலைவர் ஆசனத்தை விட்டு குழந்தைகளுடன் வந்து அமர்ந்தார். மாறனும் அவருக்குப் பக்கத்தில் போய் இருந்தான். தலைவரின் சீருடை வாசத்தில் தாய்மை மணந்தது. மாறன் மெள்ளமாகத் தன் விரல் ஒன்றினால் தலைவரைத் தொட்டுப் பார்த்தான்.

மாறனின் விழிகள் தலைவரைப் படம் பிடித்தன.

தனிப்பனையின் ஒற்றைக் கண் நுங்குபோல இதழ் பிரிந்த தெய்வீகச் சிரிப்பு. அழல் வழியும் கண்களில் தாய்மையின் பேரன்பு. அரிசிக்குறுணி மாதிரி வெண்மையான சிறுபற்கள். கம்பீரத்தின் பேரன்பு வழியும் மீசை. அதற்குக் குடைபிடிக்கும் நீள மூக்கிலும் புன்னகை. தாய்நிலம் போல ஒளிரும் வெற்றி.

ஒரு குழந்தையின் பாதணியை சரி செய்து கொண்டிருந்த தலைவர் "என்ன அப்பன் இப்பிடி பாக்கிறாய்..." அவன் தோள்களைப் பற்றவும் மாறன் தலைவரின் கன்னங்களை தன் பிஞ்சு விரல்களால் அணைத்து வருடினான். தன் மடியிலிருத்தி அவன் தலையை தடவி அணைத்துக்கொண்டார் தலைவர்.

மேடையில் காந்தரூபன் நாடகம் அரங்கம் கண்டது. மாறன் காந்தரூபன் கதாபாத்திரத்தில் நடித்தான். கரும்புலித் தாக்குதலுக்குச் செல்லும் முன் தலைவருடனான இறுதிச் சந்திப்பில் காந்தரூபன் தன் இறுதி ஆசையைச் சொல்கிறான். தலைவர் அவனின் தலையை தடவியபடி கேட்டார்.

"அண்ணே! என்னை மாதிரி குழந்தையள் அம்மா, அப்பா இல்லாமல் ஆதரவு இல்லாமல் அவதிப்படக்கூடாது. எங்கடை இயக்கம் என்னை மாதிரி குழந்தையளை வளக்கிறதுக்கு ஒரு இல்லத்தை உருவாக்க வேணும்..."

வல்வெட்டித்துறைக் கடலில் சிங்கள இராணுவக் கப்பலை தாக்கி அழிக்கும் கரும்புலி காந்தரூபன் கடலில் சங்கமம் ஆகினான்.

அவன் ஆசைப்படி காந்தரூபன் இல்லத்தை திறந்து வைத்தார் தலைவர்.

நாடகம் முடிந்தது. கைதட்டலால் அரங்கம் அதிர்ந்தது.

தலைவர் தன் கண்களில் வழிந்த நெருப்பைத் துடைத்துக் கொண்டு மாறனின் நெற்றியில் முத்தமிட்டார்...

"நீங்கள் என்ரை பிள்ளையள்... எனி இந்த மண்ணிலை அம்மா, அப்பா இல்லை எண்டு ஒரு குழந்தையும் சொல்லப்படாது. எனி நான் இருக்கிறன்..."

"......"

"நீங்கள் நல்லா படிக்க வேணும்... படிச்சு இந்த தேசத்தை அழகுபடுத்த வேணும்.."

"......"

"நீங்கள் எல்லாம் படிக்கதான் நான் ஆயுதம் ஏந்தினனான்..."

"......"

புத்தகங்களாலும் பேனாக்களினாலும் நிறைந்திருந்தது அறிவுச்சோலை.

*

"அறிவுச்சோலையிலை படிச்ச பொடியளிலை இருபத்தைஞ்சு பேர் போனவருசம் பல்கலைக்கழகத்துக்கு தெரிவாகினவங்கள்..."

"...."

"கிளிநொச்சி மாவட்டத்திலை கலைப்பிரிவிலை எனக்கு முதலிடம் கிடைச்சது மச்சான்..."

செஞ்சிலுவை சங்க வாசலில் பிரேக் அடித்தான் மாறன்.

உள்ளே நுழைந்து கால்ச் செருப்பும் கழன்றுவிழ மளமளவென ஓடினான்.

"என்ரை அம்மாவைப் பற்றி ஏதும் தகவல் கிடைச்சதே?..."

"......"

"என்னை வரச்சொல்லி கடிதம் வந்ததாம்..."

"......"

செஞ்சிலுவை சங்கப் பணியாளர் அவனைப் பரிதாபமாகப் பார்த்தார்.

"இல்லைத் தம்பி... மன்னிக்க வேணும்... உங்களிட்டை இன்னும் சில விபரங்களை எடுக்க வேணும் எண்டதாலைதான் கூப்பிட்டனாங்கள்..."

"......"

"இலங்கையிலை உங்கடை அம்மா எங்கையும் இல்லை..."

"......"

"சிலவேளை இந்தியாவிலை அல்லது வேற வெளிநாடுகளிலையும் இருக்கலாம்..."

"......"

"நாங்கள் தேடுறம்... எப்பிடியும் உங்கடை அம்மாவைக் கண்டு பிடிச்சிருவம்... யோசிக்க வேண்டாம்..."

"......"

"முதலிலை இதிலை இருங்கோ..."

ஒரு குழந்தையைப் போல அம்மாவை நினைத்து தேம்பித் தேம்பி அவன் விம்மினான். துருவன் அவன் தோள்களைப் பற்றிக் கொண்டான். மாறனின் கண்களில் பெருந்துயரம் அப்பியிருந்தது. கண்களை பொத்திக் கொண்டு ஓவென அழத் துவங்கினான். துருவன் அவனை அணைத்துக் கொண்டான்.

"அழாத நண்பா... அம்மா கெதியா வருவா.... அழாத..."

*

6

பின்னேரப் பொழுது. சூரியக் கீற்றுக்கள் அறையின் சாளரம் வழியே நுழைந்து சுவரில் கீறல்களாய் படிந்தன. தென்னங்கீற்றின் நிழல் தங்கமாய் சுடர்ந்தது. 'இன்றைக்கு அகிலன் சேரின் ஆங்கில ரியூசன் சேர்க்கையின் இறுதிநாள் வேற' மணிக்கூட்டை திரும்பத் திரும்பப் பார்த்தான் மாறன். துருவனோ, சுதர்சனோ வந்து கதவு திறக்கும் சத்தம் கேட்டபாடில்லை.

'அவரின்ரை ரியூசனுக்குச் சென்றால்தான் கம்பஸில் ஆங்கிலம் சித்தி பெறலாம் என்பது எழுதாத விதி. இன்றைக்கு பணம் கட்டி அனுமதி பெற்றாக வேண்டும்' முடிவு செய்தான் மாறன். 'துருவனுக்கும் சுதர்சனுக்கும் சேர்த்து நானே அட்மிஷனைப் பெற்றுவிடலாம்' முடிவெடுத்துக் கொண்டு அறையை பூட்டி, சாளர இடுக்கில் சாவியை மறைத்துவிட்டு சைக்கிளை எடுத்து மிதித்தான் மாறன்.

'பரமேஸ்வராச் சந்தி தாண்டி பலாலி வீதியில் சென்றதில்லை... இண்டைக்குப் போய் பாப்பம்...' புதினம் பார்த்தபடி சைக்கிளை மிதித்தான் மாறன்.

திருநெல்வேலி விவசாயத் திணைக்களத் தோட்டங்கள் பச்சைப் பசேரென்று பசுமை கொழித்திருந்தன. வீதி நெடுகிலும் பெருமரங்கள் குளிர்மை மழை பொழிந்தன. கிலுவம் வேலிகளில் புலுனிகள் தாவித் திரிந்தன.

"தோட்டம் கழிக்க ஒரு சந்தி வரும், அதக் கடந்து முதல் ஒழுங்கை.."

துருவன் சொல்லியிருந்தான். சந்தியும் கழிந்தது.

பலாலி வீதியின் கரையாக நின்று உள் வீதியைத் தேடிக் கொண்டிருந்தான்.

எதிரில் ஒரு இராணுவ டாங்கி வந்து கொண்டிருந்தது.

ஊரை விழுங்குவதைப் போல துப்பாக்கிகளை ஏந்திய இராணுவத்தினர் அதில் மொய்த்திருந்தனர். அதற்கு முன்னும் பின்னுமாக இராணுவ மோட்டார் சைக்கிள்கள். அதன் பெருத்த சில்லுகள் வீதியில் பாய்ந்தன. முகம் மறைத்த இராணுவச் சிப்பாய்கள் பெரும் பயமூட்டும்படியாய் வீதியை தின்றபடி மோட்டார் சைக்கிள்களை ஓட்டிச் சென்றனர்.

திடீரென ஒரு பெருத்த சத்தம்.

வீதி ஓரமாக நிறுத்தப்பட்ட சைக்கிள் ஒன்று வெடித்துச் சிதறியது. டாங்கியிலிருந்த சில சிப்பாய்களும் அதனுடன் சிதறினர். குருதி தெறித்தது. சதைகள் அங்குமிங்கும் கொட்டின. மாறன் நிலத்தில் தூக்கி எறியப்பட்டான்.

யுத்த டாங்கி காயங்களுடன் வீதியை வேகமாகக் கடக்க இராணுவத்தினர் சிலர் சகட்டு மேனிக்கு வேட்டுக்களைத் தீர்த்தனர்.

வீதியில் வந்தவர்கள், நின்றவர்கள் எல்லோரும் தடுக்கப்பட்டனர். எல்லோரையும் பார்த்து இராணுவத்தினர் மிரளத் துவங்கினர்.

மாறனை ஒரு ஆமிக்காரன் இழுத்துக் கொண்டு சென்றான். திபுதிபுவென மற்றச் சிப்பாய்களும் அவனைச் சூழ்ந்து கொண்டனர். "கெய்த இன்னே?" எல்லா இராணுவச் சிப்பாய்களும் கேள்விகளைத் தொடுக்க பதில் அளிக்க முடியாதவனாய் திணறினான் மாறன்.

"ஐசி தெண்ட.... ஐ தெண்ட.... ஐசி தெண்ட"

மிரட்டும் கேள்விகளால் கழுத்தை இறுக்கிப் பிடித்தனர் சிப்பாய்கள்.

மாறனின் கழுத்தை பிடித்த கைகளை விலக்க முயன்றான் சந்திம.

"கிளிநொச்சி...."

"......"

"ஒயா எல்ட்டிடீஈ தானே..."

"......"

"இப்ப எதுக்கு இஞ்ச வந்த..?"

"......"

மாறனின் நெஞ்சில் ஒருவன் உதைய தொப்பென போய் விழுந்தான்..

சந்திம வந்து தூக்கிவிட்டான்..

"சந்திம ஒயா அர பெத்தட யன்ன... மெயா எல்டிடிஈ..."

சந்திமவை ஒரு சிப்பாய் தள்ளிவிட்டு மளமளவென மாறனின் கன்னங்களில் அறைந்தான். பின்னால் நின்ற இன்னொரு சிப்பாய் முதுகில் துப்பாக்கி முனையால் குத்தினான்.

"ஐயோ அவரை அடிக்காதிங்கோ... அவரை விடுங்கோ..."

சட்டென வந்து நின்றாள் மலரினி.

"சந்திம ஒயா லவ்வர் கெனெக் வெயி..."

"ஒக்கொம ஸ்டொப் கரன்ன..."

சந்திம கைகளை உயர்த்தி கட்டளையிட்டுத் தடுத்தான்.

அனைத்துச் சிப்பாய்களும் அகன்றனர். மாறனையும் மலரினையும் அந்தக் கூட்டத்தில் இருந்து விலத்தி அழைத்துச் சென்றான் சந்திம.

"இவரின்ரை பேர் சந்திம. இந்தக் காவலரணுக்குப் பொறுப்பு இவர்தான்.."

"......"

"இவர் வர முதல் இந்தக் காவலரண் கனக்கப் பெண்களை காவு கொண்டது.."

"......"

"நான் இந்த ரோட்டாலை வாற நேரமெல்லாம் மறிச்சு ஐ.சி வாங்கி பாப்பார்.."

"......"

"ம ஒயா ஆதரே எண்டு சொல்லாத நாளில்லை..."

"......"

"சந்திமவின்ரை லவ்வர் எண்டு மற்றச் சிப்பாயள் டோச்சர் பண்றேல்ல..."

மாறனின் முகம் திகைப்பில் உழன்றது. கைகள் நடுங்கின. இதயம் வலியெடுக்கத் துவங்கியது. கண்கள் இருண்டன. தேகமெல்லாம் படபடத்தது.

சந்திம மலரினியின் முகத்தை பார்த்தான்..

“இது ஆர் உங்களுக்கு...?”

மலரினி முகத்தைக் குனிந்து கொண்டாள். மௌனித்த அவளுடுதகளை சந்திம பார்த்தான். அவள் கண்களின் அமைதி ஒரு கண்வெட்டால் இரண்டாகிற்று. மாறன் அந்தக் கண்களில் பதிலைத் தேடி அந்தரப்பட்டான்.

நிமிர்ந்து சந்திமவைப் பார்த்தாள் மலரினி.

“இவர்...”

மாறனை ஒரு குழந்தையைப் போல உதடு பிதுங்கப் பார்த்தாள்.

“இவர்தான் நான் காதலிக்கிற பெடியன்...”

சந்திமவின் முகத்தில் திக்கென அதிர்ச்சி பிறண்டது. கண்களில் ஏமாற்றத்தின் இருட்டு. நெற்றியில் துளிர்த்த வியர்வையைத் துடைத்தான்.

“என்ன சொல்றது... பொய்தானே”

மாறனின் கைகளைப் பற்றிப் பிடித்தாள் மலரினி.

அவனின் முகத்தில் வழிந்த உதிரத்தைத் துடைத்தாள்.

“என்னோடை கம்பஸில படிக்கிறார் இவர்...”

“......”

“நான் ஒரு வருசமாய் காதலிக்கிறன்...”

மாறனின் முகமெங்கும் காயம். உதடு கிழிந்து குருதி கசிந்தது. தேகமெல்லாம் பூட்ஸ் கால்களின் புழுதி அடையாளம். சதிரமெல்லாம் பெருவலி. மலரினியின் கண்களில் நீர் துளித்துச் சிந்தின.

ஒரு குழந்தையை அள்ளி முகரும் தாயின் பார்வையால் வலி துடைத்தாள். கலைந்த அவன் முடியை சரி செய்தாள். கிழிந்த மேல் சட்டையை இழுத்து ஒழுங்குபடுத்தினாள். அவன் உச்சி தடவினாள்.

“இவரின்டை அப்பாவை கொக்கிளாய் படுகொலையிலை வெட்டிப் போட்டாங்கள்... அம்மாவும் எங்கை எண்டு

தெரியாது... தேடிக் கொண்டு இருக்கிறார்... இப்ப இவருக்கு எல்லாமே நான்தான்..."

"இவர் என்ட காதலன்.."

"......"

"படிப்பு முடிய எங்கடை கலியாணம்..."

"......"

"என்னைப் பாக்கத்தான் வந்தவர்..."

கறுத்துப் போன சந்திமவின் முகத்தில் ஈரம் லேசாகப் படர்ந்தது.

"......"

"படிச்சு ஆசிரியர்களாய் சேவை செய்யிறதுதான் எங்கடை இலட்சியம்.."

வலியில் துடித்தவன் இவள் வார்த்தை கேட்டு காற்றில் மிதந்தான். அள்ளி அவளை முத்திடமிட வேண்டும் போலிருந்தது. அவள் பார்வை அவன் காயங்களில் ஒத்தடமிட்டது. குருதி பட்ட கன்னங்கள் மெல்லப் பூத்தன. புன்னகை சுழித்த உதடுகள் உறிஞ்சும் தாகத்தில் அசைந்தன. கண்களில் புதுவொளி மிளிர்ந்தது. வார்த்தை நெஞ்சுக்குள் பெருகின.

"என்னோடை கையில துவக்கு... உங்களோடை கையில புக்ஸ்..."

"......"

"இந்த கேம்ப் தமிழ் பொண்ணுகள என்ன செஞ்சது உங்களுக்கு தெரியும்..."

"......"

"எனக்கு நல்லாப் புரியுது..."

"......"

"ஸுப பெதும் மாறன்... ஸுப பெதும் மலரினி..."

சந்திம கையசைத்து வழியனுப்பினான்...

இராணுவ கவச வாகனங்கள் இவர்களை விலத்திக் கொண்டு சென்றன. சிப்பாய்களை அள்ளி நிரப்பிய ட்ரக்குகள் பொருக்கென விரைந்தன. மாறனின் தோளில் அவள் சாய்ந்தாள். பூவிதழ் விரல்களை இறுகப் பற்றினான் அவன்.

*

7

சுவரில் கொளுவியிருந்த புகைப்படத்தைக் கழற்றி கைகளில் வைத்திருந்தாள் மலரினி. பொம்மைக் கைச்சட்டை. கன்னம் வாரியிழுத்த இரட்டைப் பின்னல் மலரினியின் அம்மா இளவரசி. அருகில் கோடு விழுந்த சரம். மார்பு தெரிய பட்டன் அவிழ்ந்த மேல்சட்டை. பின்னால் கிடுகு வேலி. ஒரு செவ்வரத்தம் பூ படத்தில் எட்டிப் பார்த்தது. செந்தாளனின் சிவத்த வாயில் அப்பிய சிரிப்பு.

"அப்பா!" என்றன அவளுதடுகள்.

*

நிலமெங்கும் பரவியிருந்த வேம்பம்பூக்களை சூரியன் உறிஞ்சிக்கொண்டிருந்தான். கிடுகு வேலிக் கதியால்களின் மேலாய் எட்டிப் பார்த்தது செவ்வரத்தம் பூவொன்று. தாழ்ந்த இரட்டைப் பின்னலில் ஒன்று நெஞ்சில் விழுந்திருக்க, இன்னொரு பக்கத்தில் புத்தகங்களை சுமந்திருந்தாள் இளவரசி. ஊதாக் கலரில் பெருத்த பூக்கள். சேலையின் தலைப்பு நிலத்தை தொடுமாற்போல் ஆடியது.

"குட் மோனிங் ரீச்சர்..."

ஒரு மாணவி சிவந்த ரோஜா மலரைக் கொடுத்தாள். அவள் இளவரசியின் சேலையைப் பிடித்துக்கொண்டு கதைபேசியபடி அருகில் வந்தாள்.

சங்கிலியன் மகாவித்தியால மணியோசை ஒலித்தது.

மாணவர்கள் பாடசாலைக்குள் விரைந்தோடினர்.

எதிரில் சைக்கிளில் செந்தாளன்.

"உங்களுக்கு எத்தினை தரம் சொல்றது?"

"......"

"படிக்கிற பிள்ளையள் என்ன நினைக்கும்?"

"......"

முகத்தை திருப்பிக் கொண்டாள் இளவரசி.

"நீ என்னைக் காதலிக்காமல்விட்டது நல்லம்..."

"......"

இளவரசி திகைத்தத் துவங்கினாள்.

"தமிழரை இவங்கள் உயிரோடை எரியிற தாருக்குள்ளை போடுறாங்கள்."

"......"

"இந்த ஜூலை மாதம் மட்டும் மூவாயிரம் பேரைக் கொன்றிருக்கிறாங்கள்!" – செந்தாளனின் முகத்தில் இதுவரைக் கண்டிராத சினம். அவன் நெற்றியின் வியர்வை கன்னங்களில் ஆத்திரமாய் வழிந்தது. அவன் முடிவை அவள் ஊகித்திருக்க வேண்டும்.

"நான் இயக்கத்துக்குப் போகப் போறன்!"

அவன் பேச்சில் அன்றொரு வேகம் பிறப்பெடுத்தது.

"இது காதலிக்கிற தருணம் இல்லை..."

"......"

"எங்கடை சனத்தை காக்கிற போராட்டத்திலை அண்ணாவோடை நானும் சேரப் போறன்..."

"......"

"நான் கேக்கைக்குள்ளை ஓம் எண்டு சொல்லாதது நல்லதுதான்..."

"......"

"நானும் தாங்கமாட்டன்!"

"......"

"உன்னை ஏமாத்தின மாதிரியும் போயிருக்கும்."

இளவரசியின் கண்கள் முட்டி மழைக்குமுழியாய் உடைந்திற்று. அவன் அவளைப் பார்க்கும் நிலையில் இல்லை

போலும். சைக்கிளை திருப்பி, தன் தோழனை ஏற்றிக்கொண்டு உழக்கத் துவங்கினான்.

வைத்த கண் வாங்காமல் சிலையாகி நின்றாள் இளவரசி.

*

இளவரசியின் தந்தை நாகலிங்கம், கிணற்றில் விழுந்த மூக்குப் பேணியைத் தேடுவதைப்போல, வானொலியில் பீபீசியை தேடித் துழாவினார். "போர் என்றால் போர்... சமாதானம் என்றால் சமாதானம்... ஜனாதிபதி ஜே.ஆர். ஜெயவர்த்தன கடும்பிடி!" என செய்தி ஒலிபரப்பானது.

"யாழ்ப்பாணத் தமிழர் நசுக்கப்படுறதுதான் சிங்களவருக்கு சந்தோஷம் எண்டெல்லே போன மாதம் பேட்டி குடுத்தவர்..."

"......"

"அதை மாதிரி ஜீலைக் கலவரத்தைச் செய்து.. சிங்களவரை சந்தோசப்படுத்திப் போட்டான்..."

கண்களை சொருகிக் கிடக்கும் மனைவி பவளம், முழித்திருந்து கதையைக் கேட்பதைப்போல அனுங்கினாள்.

அழகிய தூணைப்போல நெடுத்த பித்தளைவிளக்கு 'குப்பென' எரிந்தது.

*

ஒரு போராளி சைக்கிளை மிதித்துவர... செந்தாளன் முன் பாரில் இருந்தான். அவன் துவக்கை சரத்திற்குள் மறைத்தபடி இவளை நோக்கினான்.

"இஞ்சை நில்லுங்கோ..."

இளவரசி, செந்தாளனின் சைக்கிளின் முன்னால் நின்றாள்.

"நான் காதலிக்கேல்லை எண்டு எப்ப சொன்னன்..?"

"......"

"கண்டபடி ஆய்க்கினை தரப்படாது எண்டானேயொழிய... அப்பிடி சொல்லேல்லை.." அவள் கண்களில் அன்றொரு தினுசான வெளிச்சம்.

"......"

"நான் உங்களைத்தான் காதலிக்கிறன்."

"......"

"உங்களுக்காக காத்திருப்பன்."

"......"

"என்ரை முடிவு, முடிவுதான்..."

விலத்திக்கொண்டு பள்ளிக்கூடத்தை நோக்கி நகர்ந்தாள்.

*

ஓட்டுக் கூரையின் கண்ணாடி வழியாக நிலவு எட்டிப் பார்த்தது. இளவரசி முழித்தபடி கனாக்களில் திரிந்தாள்.

"அவன் இயக்கம், சண்டை எண்டு திரியிறான்..."

"......"

"நீ ஏன் அவனைக் காதலிச்சு ஏமாந்து போகப் போறாய்."

இளவரசியின் தங்கை வாணி புத்தி கூறினாள். திடுக்கென சரிந்து வாணியைப் பார்த்தாள் இளவரசி.

"கரும்பு கசக்கிறது வாய்க் குற்றம்."

"......"

"இந்த மண்ணை நேசிக்கிறவர், என்னை எப்பிடி நேசிப்பார்..."

"......"

"திரியட்டும்... பக்கத்திலை இருக்கிறது மட்டும் காதலில்லை.."

"......"

"களமாடுற அவரை சுத்தித்தான் நான் இருப்பன்.."

இருட்டில் அவன் முகம் திரிவதைப் போலிருக்கவும் இளவரசி வெட்கமுற்றாள். அவள் கண்களில் காதல் சுடர்ந்தது. சரிந்தபடி அவன் புகைப்படத்தை நெஞ்சுக்குள் புதைத்தாள்.

*

நடு இரவு. "டக்... டக்..." கதவு மெள்ளமாக தட்டப்பட்டது. செந்தாளன் வந்திருப்பதை உணர்ந்தவளாய், கதவைத் திறந்தாள். உள்நுழைந்து, கதவை சாத்தினான் அவன். வீட்டுக்குள் ஓடினான். மலரினியை அள்ளி முத்தமிட்டான். "என்ரை மேள் என்னை மாதிரித்தான் என.." இளவரசியை தன் தோள்களில் வாங்கிக் கொண்டு அவளை உச்சி முகர்ந்தான்.

"என்னாலை உனக்கு எவ்வளவு கஸ்டம் என்ன.."

"......"

"இரவொண்டிலைதான் எங்கடை கலியாணம் நடந்தது.."

"......"

"இரவுகளிலை ஒழிஞ்சொழிஞ்சு வந்து உன்னைப் பாக்கிறன்."

"......"

"நெடுக வந்து பாக்க ஏலாத நிலமை..."

இளவரசியை அணைத்தான். அவன் கண்களின் ஈரத்தை அவள் துடைத்தாள்.

"காதலும் வீரமும்தானே எங்கடை வாழ்க்கை..."

பவளம் அவித்த புட்டை சூடு அடங்காமல் அள்ளி கெடுவுடன் வாயிற்குள் அடைந்தான். செம்புத் தண்ணீரை மளமளவெனக் குடித்தான்.

மூக்குப்பேணி நிரம்ப பால் தேநீர். ஒரு பனங்கட்டித் துண்டு. "இதையும் எப்பனிலை குடிச்சிட்டுப் போங்கோ..." பவளம் தலைகீழாய் நின்றாள்.

நாகலிங்கம், சாக்குக்கட்டிலை விட்டெழும்பி வந்து அவன் கன்னங்களைத் தடவி வழியனுப்பினார். அவன் அவர்களைப் பார்த்துக்கொண்டே பின் வளவால் நடக்கத் துவங்கினான்.

இருட்டில் மறைந்தவனைக் கையிற் குழந்தையுடன் வெகுநேரமாய் பார்த்தபடி நின்றாள். இளவரசியைத் தட்டி வீட்டிற்குள் இழுத்து வந்தாள் வாணி.

*

பெருத்த பாலை மரங்கள், போராளிகளைப்போல காவல் செய்தன. சிவப்பு விளக்குகளாய் வீரமரங்கள் நிமிர்ந்து ஒளி பூத்தன. தலையில் சாக்குத் தொப்பி. முகத்தில் கரிப் பூச்சு. கையில் ஒரு துப்பாக்கி, "அக்கா இதாலை வாங்கோ..." இளவரசிக்கு முன்னால் நடந்தான் அப்போராளி.

ஒற்றையடிப் பாதை. வீரமரத்தில் செண்பகம் ஒன்று மிரட்சியுடன் கண்களை உருட்டியது. கையிலிருந்த மலரினி ஓர் அதிசக் காட்டுக்குள் நுழைவதைப்போல அங்குமிங்கும் புதினம் பார்த்தாள். கொடிகளால் வனையப்பட்ட ஒரு வெளி.

அங்கே இன்னொரு போராளி நின்றான். அவருக்கு அழைத்துச் சென்ற போராளி ஏதோ சைகை செய்தார்.

நேர்த்தியாக வாரப்பட்ட தலைமுடி. இனத்தின் வீரம் மிளிறும் மீசை. ஒரு பூர்வீக மன்னனின் குளிர்ந்த முகம். சீருடையில் ஒழுக்கத்தின் எழுச்சி. தோள்களில் இனத்தின் காவல் ஏறுபோல உயர்ந்திருந்தது. செந்தாளன் 'அண்ணா' என்றழைக்கும் தலைவர்தான். இளவரசியைப் பார்த்துக் கும்பிட்டார். மலரினியை ஏந்தியபடி அவளும் கைகளைக் கூப்பினாள்.

"தங்கச்சி மன்னிக்க வேணும்..."

"......"

தலைவர் தலையைக் குனிந்துகொண்டார். கண்களில் கருமேகம் சூழ்ந்திற்று.

"அவர் எங்கை..."

இளவரசிக்கு கண்கள் இருளத் துவங்கின. வாயடைத்துப் போனாள்.

"தங்கச்சி..."

"......"

"தம்பி வீரச்சாவு.."

நிலத்தில் விழுந்தாள்.

ஏங்கி முழுசினாள் உயிர்க்கயிறு இறுக்கியது. துடிக்கத் துவங்கினாள். மனமோ இருட்டில் தொலையத் துவங்கிற்று. காடு நனைந்தது. காகங்கள் கலைந்து பறந்தன. சிறுத்தை ஒன்று ஈரக்கண்களுடன் பார்த்தது.

மயங்கித் தெளிந்தாள்.

"இதுதான் தம்பியை விதைச்ச இடம்.."

ஈரம் காயாத அந்த நிலத்தில் ஒரு கார்த்திகைப் பூ மலர்ந்து கிடந்தது. அவன் விதைமேட்டில் விழுந்தாள் இளவரசி. ஓவென்று குரலெழுப்பிக் கத்தினாள். ஏதும் அறியாத மலரினி தந்தையின் விதைமேட்டை முத்தமிட, தலைவர் கண்களில் வழிந்த நெருப்பை துடைத்துக்கொண்டு அவளைத் தூக்கினார்.

இளவரசி வாகைப்பூக்களை ஆய்ந்து அவன் விதைமேட்டில் போட்டாள்.

*

புத்தகங்களை எடுத்து புத்தகப் பையில் அடுக்கி வைத்துவிட்டு மலரினி அப்போதுதான் உறங்கிப் போயிருந்தாள். ஒரு கனத்த சிரிப்புடன் படமாயிருந்த பவளத்தின் முன்னால் ஒரு விளக்கை ஏற்றிவிட்டு அவள் முகத்தைப் பார்த்திருந்தார் நாகலிங்கம். யாருமே எதிர்பார்த்திராத ஓர் அறிவிப்பு அந்த இரவை குலைத்துப் போட்டது.

"பலாலியில் இருந்து யாழ்ப்பாணத்தை நோக்கி பாரிய இனவழிப்புத் தாக்குதலை சிங்கள இராணுவம் தொடங்கியிருப்பதால் மக்கள், தென்மராட்சி, வடமராட்சி, வன்னிப் பகுதிகளை நோக்கி இடம்பெயருமாறு கேட்டுக் கொள்ளுகிறோம்..." போராளிகளின் அறிவிப்பு.

ஊரே திகைத்திற்று, எதையெடுப்பது? எங்கு செல்வது? திக்குமுக்காடிற்று.

மலரினியைத் தட்டி எழுப்பினாள் இளவரசி. அவள் திக்குமுக்காடியபடி எழுந்து முழுசினாள். திரும்பவும் நிலத்தில் விழுந்து உறங்கினாள். ஒரு சில உடுப்புக்களையும் அடுக்கிய ரங்குப்பெட்டியை கையில் தூக்கினாள் வாணி.

"வாணியை கூட்டிக் கொண்டு நீ வெளிக்கிடு.."

நாகலிங்கத்தின் சரீரம் நடுங்கத் துவங்கியது.

"அவள் வாழ்ந்த இடத்தை விட்டு ஒருநாளும் நான் வரேன்."

பவளத்தின் முன்னால் இருந்துகொண்டார் அவர்.

பேரிருட்டில் கால் நடையாய் நகர்ந்தது யாழ்ப்பாணம். வேரைப் பிடுங்கி சனக்கடலில் திரிந்தது யாழ் மண். ஓரிரவில் கடக்க முடியாமல் சிறுவழியில் துடித்தது யாழ் நிலம். இருட்டில் தூலமாகத் தெரியும் இடப்பெயர்வின் கோலத்தைக் காண இளவரசிக்கு உயிர் அறுபட்டது.

மலரினி தாகத்தில் அழத் துவங்கினாள். சாரை சாரையாகப் பெயரும் சனங்களின் கண்ணீரென மழை பெய்கிறது. அதைக் குடையில் ஏந்திப் பருக்க முயன்றாள் வாணி. கால் நகர முடியாத சகதியைப்போலச் சனங்கள்.

கால்களோ கைதடிப்பாலச் சகதிக்குள் புதைந்து போயின. இளவரசி எம்பினாள். சுதி இழுத்துச் சொருகுகிறது.

"ஐயோ! என்ரை பிள்ளையைக் காப்பாற்றுங்கோ..!"

மலரினியை வெள்ளத்திற்கு மேலால் தள்ளி ஏந்தினாள் இளவரசி.

சுதி இவளை இன்னும் கீழாய் இழுக்கிறது. பேரிட்டு சேறும் சகதியுமாய் சூழ்கிறது. இளவரசியின் மூச்சு சுதிக்குள் துலைந்துவிடுகிறது.

மலரினியை கட்டிணைத்துக் கதறினாள் வாணி.

"அன்ரி அம்மா எங்கை? அம்மாவை ஏன் காணேல்லை.." மலரினி துடித்தாள். அம்மாவையும் அவள் புத்தகப் பையையும் சகதி விழுங்கிற்று.

கண்ணீராய்ப் பொழிந்தது மழை.

*

மலரினியின் விழிகளிலிருந்து வீழ்ந்த துளிநீர் ஒரு பெருத்த மழையாய் சிதறியது. மாறன் அவள் தோளில் தலை பதித்து அணைத்தான். மார்பினில் முகம் புதைத்துப் பொருமினாள். அவள் கண்களைத் துடைத்து ஒற்றினான்.

"உனக்கு நான் அம்மாவாய், அப்பாவாய் இருப்பன்..." மாறனின் உதடுகள் நொருங்கின. "நீங்கள் என்ரை குழந்தை... நான்தான் உங்களுக்கு அம்மா..." சிணுங்கலிற் கசியும் வார்த்தை ஒரு திவ்வியமாய் இருந்திற்று. அவள் உச்சியை வருடினான். "நாளைக்கு செஞ்சிலுவைச் சங்கம் போயிற்று அம்மாவைப் பற்றி விசாரியுங்கோ..." அவன் தோள்களில் சாய்ந்தாள். "என்ரை அம்மாவைத் தேடிப் பெறவே ஏலாது... ஆனால் உங்கடை அம்மாவை தேடினால் கிடைப்பா... எனக்கும் அம்மா கிடைச்ச மாதிரி இருக்கும்" அவள் விழிகளில் பொலபொலவென நீர் உதிர்ந்தது. கன்னங்களைத் துடைத்து அவள் விழிகளில் உதட்டினால் ஒற்றினான் மாறன்.

*

8

கலையாசபதி கலையரங்கில் மாணவர் ஒன்றியத் தலைவர் குமணன் தலைமையில் 'பொங்கு தமிழ் பொதுக்கூட்டம்' துவங்கியது.

"பொங்குதமிழ் என்ற போராட்டத்தின்ரை மகத்துவம் உங்களுக்கு நல்லாய்த் தெரியும். எங்கடை மக்களின்ரை உணர்வையும் நியாயத்தையும் சொல்லுற போராட்டம். முதன்முதலிலை பெரிய இராணுவ அடக்குமுறைக்கு மத்தியிலை இரண்டாயிரத்தியொன்றிலை எங்கடை மூத்த மாணவர்கள் செய்திருக்கினம்..."

மாறனின் முகத்தில் எதிர்பார்ப்பு மிகுந்தது.

"உலகைத் திரும்பிப் பாக்க வைச்ச அந்த நிகழ்வைத் திரும்பச் செய்யப் போறம். எங்கடை உரிமைகளை வலியுறுத்துற இந்தப் போராட்டத்துக்கு நாங்கள் கடுமையாக உழைக்க வேணும். தன்னாட்சி, மரபுவழித் தாயகம், தமிழ்த் தேசியம் இதை சிங்கள தேசத்துக்கும் உலகத்துக்கும் எடுத்துரைப்பம்..."

சுற்றியிருந்த மாணவர்களின் மத்தியிலிருந்து கரவொலி பெரிதாய் குவிந்தது. மாறனும் எல்லோருடனும் சேர்ந்து கைதட்டினான்.

"நீங்களும் வருவியள்தானே.."

"நான் வராமல்.."

மாறனின் கேள்விக்கு ஒரு புன்னகையையும் பதிலிட்டாள் மலரினி. அருகில் இருந்த துருவனும் சுதர்சனும் "மச்சான் பொங்குதமிழை ஒரு கலக்குகலக்கிறம்..." மாறனுக்குக் கைகொடுத்து உற்சாகம் பகிர்ந்தனர்.

"பொங்கு தமிழைப் பற்றி மக்களுக்கு விழிப்பூட்ட வேணும்... இண்டைக்கு முதல் பயணம் கொடிகாமத்துக்கும் மானிப்பாய்க்கும்..."

பேருந்தில் மாறனும் ஏறிக்கொள்ள... துருவனும் சுதர்சனும் முன்னரே ஏறி இடம்பிடித்திருந்தனர். தோழிகளுடன் இருந்து ஏதோ கதைபேசியபடி மாறனைப் பார்த்தாள் மலரினி. பிறகு வெட்கத்தில் தலையைக் குனிந்தாள். குமணன் இரண்டாயிரத்து ஒன்று பொங்கு தமிழ் நினைவுகளை பேருந்தில் சொல்லிக்கொண்டுவர மாறனும் வாய்பிளந்தபடி கேட்டுக் கொண்டிருந்தான்.

காவலரணில் இருந்து ஆமிக்காரன் ஒருவன் நோட்டம் போட்டுக்கொண்டிருக்க, எதிரில் பீரங்கிகளை நீட்டியிருக்கும் டாங்கிகள் கடந்து சென்றன. "வன்னியிலை இப்பிடி எல்லாம் இல்லை... எவ்வளவு சுதந்திரம்.. எப்பிடி நிம்மதி..." மாறன் சொல்வதைக் கேட்கவும், "ஒரு நாள் வன்னிக்குப் போக என்னைக் கூட்டிக்கொண்டு போறியே..." கெஞ்சினான் சுதர்சன்.

"கெதியிலை யாழ்ப்பாணத்தை இயக்கம் பிடிக்கும்... நீ பாரன் மச்சான்..."

சுதர்சன் உறுதியாகவே சொல்லிக்கொண்டான்.

"தம்பி! உங்கள மாதிரித் தலைமுறையள் இந்த மண்ணிலை நாளைக்கு நிம்மதியாய் வாழ வேணும் எண்டுதான் இந்தப் போராட்டம்..." மாறன் ஓர் இளைஞனுக்குத் துண்டுப் பிரசுரத்தைக் கொடுத்தான்.

ஒருகட்டப் பிரசாரம் முடிந்தது.

மாணவர்கள் பனைக்குடில்களுக்குள் இருந்தனர். ஒன்றோடு ஒன்று இணைந்து ஈரக்காற்றைப் பெருக்கியது அந்தப் பனைக்குடில். அணில் பிள்ளை ஒன்று கூடுகட்ட பொச்சை எடுத்துச் செல்கையில், அது தவறி விழுந்தது. அணிலுக்குக் கிட்டவாக அதனை எடுத்துப் போட்டான் மாறன்.

அது ஒரு நன்றிப் பார்வையுடன் எடுத்துக்கொண்டு ஓடிற்று.

குமணன் மாணவர்களுக்கு குளிர்பானத்தைக் கொடுத்தான்.

பனைகளில் தொங்கும் தூக்கணாங்குருவிகள் காற்றில் ஊஞ்சல் ஆடின.

"சரியான வெயில்..." சுதர்சன் ஒரு சோடாப் போத்தலை வைத்த வாய் எடுக்காமல் குடித்து முடித்தான். துருவனின் சோடாவில் சுதர்சனின் பார்வை விழுந்திற்று. அவன் அண்ணாந்து மளமளவெனக் குடிக்கத் துவங்கினான். மாறன் தனது சோடாவில் பாதியை சுதர்சனுக்கு நீட்டினான். "காஞ் சமாடு கம்பிலை விழுந்த மாதிரி குடிக்கிறான் சுதர்சன்..." முசுப்பாத்திவிட்டான் துருவன்.

வெயில் தாழ அடுத்த கட்டப் பிரச்சாரம் துவங்கியது.

"அம்மா வாற செப்டம்பர் எட்டாம் திகதி. மறந்திராதைங்கோ.. எங்கடை உரிமையை உரக்கச் சொல்லுற போராட்டம்... வாங்கோ..." மலரினியைப் பார்த்து அந்தத் தாய் தலையாட்டிக் கொண்டாள்.

யாழ்ப்பாணம் எங்கும் பிரசாரம் களைகட்டியது.

இன்னொரு புறத்தில் பொங்குதமிழ் ஆற்றுகையின் ஒத்திகைகளும் நடந்து கொண்டிருந்தன. பொங்குதமிழ் ஆற்றுகைக் குழுவில் மாறனும் சுதர்சனும் இருப்பதாக குமணன் அறிவித்திருந்தான்.

"மலரினியின் பெயர் கிடக்கா எண்டு பாரு..."

துருவனுக்கு மாறன் காதில் போட்டுவிட்டான். அவனும் குமணன் வைத்திருந்த பட்டியலை நோட்டமிட்டான்.

"மச்சான்! நீ அதிஷ்டக்காரன்.."

உயர வரிசைப்படி ஒவ்வொருவரும் நிற்கும் இடங்களை சீதா ரீச்சர் குறித்தார். நடுவில் சீதா ரீச்சர் நிற்க, இடது பக்கமாக மாறன். வலது பக்கத்தில் மலரினி. மாறனுக்குப் பக்கத்தில் இதயராஜ். அடுத்து துருவன்.

"எண்டாலும் சோடியாய் இடம் பிடிச்சிட்டாய்... வலு விண்ணன்தான்!"

"அது சீதா ரீச்சர் போட்ட திட்டம்..."

"சீதா ரீச்சருக்கு ஏதும் இலஞ்சம் குடுத்தனியோ தெரியாது..."

சுதர்சனுக்கு ஒரு பேப்பரை சுருட்டி எறிந்தான் மாறன்.

"போராட்டத்தைக் கலையால, கல்வியால எடுத்துச் சொல்லுறதுதான் பொங்குதமிழ். தம்பி, தங்கச்சியாக்கள் நிகழ்வு

அந்த மாதிரி இருக்க வேணும்.. சரியோ..." அலுவல்களை கவனிக்க இடத்தைவிட்டு நகர்ந்தான் குமணன்.

யாழ் பல்கலைக்கழகத்தின் மருத்துவபீட மைதானத்தில் அமைக்கப்பட்ட பிரமாண்ட மேடை புரட்சிக்குத் தயாரானது. சிவப்பும் மஞ்சளுமாக நிறத்தில் தேசக் கனவுகளை வரைந்திருந்தது வானம். 'பொங்கு தமிழ் 2005' மகுடத்தின் கீழ் தமிழர்களின் தலைமகன் கம்பீரமாகச் சிரித்தபடியிருந்தார். இராணுவம் சூழ் நகரில் அந்தச் சிரிப்பு வீரத்தின் பேரடையாளமாக இருந்தது மாறனுக்கு. பெருத்த மைதானம் எங்கும் சிவப்பு-மஞ்சள் கொடிகள். மாபெரும் புரட்சிக்கு தயாரானது பல்கலைக்கழகம். மாபெரும் எழுச்சிக்குத் தயாராகினர் சனங்கள்.

அலையலையாக பேருந்துகள் வரத் துவங்கின.

"யாழ்ப்பாணத்திலை இருந்து மட்டுமில்லை, வடக்கு, கிழக்கு முழுதுமிருந்து சாரைசாரையாகச் சனங்கள் திரளத் தொடங்கிற்றினை..." குமணன் பெரும் உற்சாகத்தில் சூழன்றான்.

மேடையில் ஆற்றுகைக்கு மாறன் தயாராகிக் கொண்டிருந்தான். மலரினியின் முகத்தில் பெருமிதம் கொழுத்திருந்தது. தலைவரின் படங்களை ஏந்திய மக்கள் மைதானத்தில் நிறைந்து வழியத் துவங்கினர்.

தலைவரின் படத்தையும் புலிக்கொடியையும் ஏந்திக் கொண்டு நின்றான் சுதர்சன். ஆற்றுகை ஒழுங்கு தயாராக இருக்கிறதா? என்பதைத் துருவடனிடம் கேட்டுச்சென்றான் குமணன்.

இராணுவத்தினர் சிவில் உடைகளில் வந்து நிற்பதை சுதர்சன் உணர்ந்துகொண்டான். அவர்கள் மேடையில் நின்ற ஆற்றுகைகாரர்களைப் படம் பிடித்தனர். துருவன் மாறனுக்கு விசயத்தை காதில் வைத்துச் சென்றான்.

"ஆக்கிரமிப்புப் படையே, வெளியேறு! எமது தாய் நிலத்தைவிட்டு..!" – தொடங்கியது ஆற்றுகை. உரத்த குரலில் மாணவர்கள் எழுச்சி பூண்டனர்.

புகைப்படம் பிடிக்க வந்த சிப்பாய்கள் நடுங்கி, பின் வாங்கினர்.

பல்கலைக்கழகத்திற்கு வரும் நாற்புற வீதிகளிலும் இராணுவத்தினர் யுத்த டாங்கிகளை நிறுத்தியிருப்பதாக

குமணனுக்கு சுதர்சன் சொன்னான். "எண்டாலும் சனங்கள் தங்கடைபாட்டிலை வந்துகொண்டிருக்குது... உவையளாலை எதையும் தடுக்க ஏலாது..." குமணனின் முகத்தில் என்றுமில்லாத உணர்ச்சி கொந்தளித்தது.

"எங்கள் நிலம் எமக்கு வேண்டும்!"

"எங்கள் தேசம் எமக்கு வேண்டும்!!"

பாடல்களின் இடையே ஒலித்தது பெருங்குரல்கள்.

"இது எங்கடை சூரியன்..." கூட்டத்தில் இருந்த ஓர் அப்பு, பொக்கை வாய் நிரம்ப அச்சிதழ் சிரிப்புடன் சுதர்சனுக்குச் சொல்ல... அவன் அந்த அப்புவின் கைகளைப் பற்றிக்கொண்டான்.

"எங்கள் தலைவன் பிரபாகரன்... முருகனுக்கே அவன் நிகரானவன்..." பாடலைப் பாடியுரைத்த ஆற்றுகைக் குழு இன்னும் உரத்த குரலில் "எங்கள் தலைவர் பிரபாகரன்..." வானதிர முழங்கினர்.

"தமிழீழ விடுதலைப்புலிகளே எம் ஏகப் பிரதிநிதிகள்..."

"சர்வதேசமே எமை அங்கீகரி..."

குமணன் சொல்லிக் கொடுக்க... குரலெழுப்பியது ஆற்றுகைக் குழு.

கண்ணீரில் பேருணர்ச்சியில் புரட்சியில் அந்த மைதானம் நனைந்திற்று. அள்ள முடியாத குரல்கள் வானத்தை நிறைந்தது. தேசத்தின் ஆன்மாக்கள் கண் விழிக்க கருக்கொண்டுறைந்த மேகங்கள் உருக... ஒரு தேசத்தின் தாகத்தை எடுத்துரைத்த புரட்சிப் போராட்டம். மலரினிக்குச் சொல்லியபடி விடுதி திரும்பினான் மாறன்.

*

9

"இந்தக் கல்லிருக்கையில் அப்படி என்ன வசியம் இருக்கிறது? இருப்பவர்களை எல்லாம் காதலர்கள் ஆக்கிவிடுகிறதே..!" மாறனையும் மலரினியையும் பார்த்து துருவனின் முசுப்பாத்திக்குப் பக்கத்துக் கல்லிருக்கையில் இருந்தவர்களும் ஒருமுறை சிரித்துக் கொண்டனர். "மாறனும் மலரினியும் இருந்தால் பெஞ்ச் ஒட்டிப் புடிச்சிரும்..." நாகரிகமாக துருவன் கொண்டல் மரத்தடியைவிட்டு நகர, இவனும் பள்ளத்தில் விழக்காத்திருந்த வெள்ளம்போல அவள்மீது சாய்ந்தான்.

இவர்களின் காதலைக் குயிலிசை கரைந்து நனைத்தது. அவளின் மெல்லிய இமை இறகு ஒவ்வொன்றும் மாம்பழக் குருவியின் இறகுகளாய் அவன் கன்னங்களைத் தீண்டின. கண்மலர்களை உண்ணவெனத் தவித்தன உதடுகள். அவளின் மெல்லிய வாசம், இதுவரை எங்கும் உணராத மூச்சுக்காற்று அவளருகில் கிடந்து கழியுமொரு சுவர்க்க வாழ்வென எண்ணியிருக்க வேண்டும். மிகக் கிட்டவாக இருந்தும் தீண்ட முடியாத அந்த உதடுகளில் கசியும் சிவந்த வாசம் அவன் உயிரடியைப் பிசைந்தது. தேகத்தில் இனம்புரியாத நடுக்கமும் தாகமும் உலுப்பிற்று. தெரியவில்லை, சூழ இருப்பவர்களை சுற்றத்தை, எதையும்.

"இதை முதலிலை படியுங்கோ.."

புத்தகத்தால் ஓர் அடி கன்னத்தில். காற்றில் பறந்த மாறன் ஒரு பழுத்த மஞ்சள் இலைபோல விழுந்தான். காத்திருப்பிலும் ஒரு சுகம்தான். தன்னைதானே தேற்றிக் கொண்டு அவன்

புத்தகத்திற்குள் கண்களை நுழைக்க முயன்று தோற்றுத் திரும்பினான். வேறு வழியே இல்லை.

"ஒருக்கால் பாக்கிறன்... ஒரே ஒருக்கால்... அவ்வளவும் போதும்..."

பார்த்தான். ஒரு பம்பரம் வேகமாக சூழல்வது போலிருந்தது.

அவள் கொடுத்த புத்தகத்தின் இடையே ஒரு புகைப்படம். கறுப்பு வெள்ளையான அந்தப் படத்தில் செந்தாளனும் இளவரசியும்.

"......"

"உங்கடை அம்மா, அப்பா என?..."

ஒரு மெல்லிய அவளமைதி, காற்றில் மோதியது.

குனிந்துகொண்டவளின் கண்கள் முட்டி உடைந்தன. அவள் உதடுகளில் சொற்கள் நசிந்தன. மெல்ல அவன் தோள்களில் சாய்ந்துகொள்ளவேண்டும் போலிருந்து மலரினிக்கு. அவனும் தன் தோள்களைக் கொடுத்தான். அவள் உச்சியைத் தடவினான் மாறன்.

"உங்களுக்கு காட்டத்தான் கொண்டு வந்தனான்..."

அவளின் கன்னங்களைத் துடைத்தான். கன்னத்தில் படிந்த துயரப் பொருக்குகள் உடைந்து விழுவதைப் போலிருந்தது. அவள் மெல்லிய சிரிப்பை அவன் ஏந்திக்கொண்டான்.

"எனக்கு இப்ப ஏதோ வாழ்வில ஒரு அர்த்தம் இருக்கிற மாதிரி இருக்குது..."

அவன் முகத்தின் புன்னகை அவளுக்கு மின்னலாய் ருசித்தது.

"எனக்கு இப்ப நீங்கள் இருக்கிறியள்..."

"......"

"உங்களுக்கு இப்ப நான் இருக்கிறன்..."

எல்லாமும் இந்த உலகில் காரண காரியங்களுடன் நடப்பதைப்போல மாறன் நினைத்துக்கொண்டான். "எல்லாம் நல்லா நடக்கும்..." அவள் மெல்லிய விரல்களை தன் விரல்களை சொருகி இறுகப் பற்றினான்.

துருவனும் சுதர்சனும் இவர்களை நோக்கி எதிரில் வந்து கொண்டிருந்தனர்.

"மாறன் ஒரே அடியாய் இருக்க வேர் விடப்போகுது.." சுதர்சனின் சிங்கப்பற்கள் சிரித்தன. மாறன் அவளை விட்டு சற்று விலகி அமர்ந்தான்.

"லவ் பண்ணவும் விடமாட்டானுகள் எண்டு திட்டுறது கேக்குது..."

இன்னொரு கல்லிருக்கையில் அமர்ந்துகொண்டான் துருவன்.

"போனிலையும் கதை... நேரிலையும் கதை... அப்பிடி என்னத்தைதான் கதைப்பினமோ..." சுதர்சன் சொல்லிக் கொண்டே ஒரு கடதாசியில் எழுதப்பட்ட பெறுபேற்றை நீட்டினான்.

"ரிசல்ட் வந்திட்டுது..."

மாறனின் முகத்தில் புழுகு.

"மாறா... உனக்கு நாலு பாடமும் 'ஏ'யடா..."

"மெய்யாவாடா?"

"மலரினியும் சும்மா இல்லை.. எல்லாம் 'ஏ' தான்..."

இன்னொரு கடதாசியில் அதையும் குறித்து வந்திருந்தான் சுதர்சன்.

"தமிழ் ஸ்பெசல் செய்ய வேணும்... தமிழ் ரீச்சராய் வரவேணும்... இதுதான் எங்கடை இரண்டு பேரின்டை ஆசையும்..."

மாறன் கண்கள் மலரினி சார்பிலும் பேசின.

"அது சரி, உனக்கு என்ன ரிசல்ட்..?"

"நானும் தமிழ் ஸ்பெசல்தான்... எனக்கு இரண்டு 'ஏ'யும் இரண்டு 'பீ'யும்..."

"அப்ப துருவனுக்கு..?"

"அவருக்கும் நாலும் 'ஏ'தான்..."

"அவன் தொல்லியல் சிறப்புக் கலை படிச்சு, இந்த மண்ணின்ட தொல்லியலைப் பாதுகாக்கப் போற பொடியன் எல்லோ..."

"என்னை வைச்சு பம்பல் அடிக்கிற மாதிரி கிடக்குது..."

"இல்லை மச்சான், அதுதான் உண்மை."

"......"

"அதுதான் தேவை."

பகிடியும் பம்பலுமாய் துவங்கிய கதை, பொறுப்பு மிக்க பிள்ளைகளின் உரையாடலாக மாறுவதை மாறன் உணர்ந்தான். மதிய இடைவேளை முடியவும் அனைவரும் பிற்பகல் விரிவுரைகளுக்குத் தயாராகினர்.

*

இரவெனப்படுவது அரக்கப் பறக்க வருகிறது. இருளும் ஒளியும் குழம்பிய வெள்ளத்தில் மலரினி மாறனைத் தேடத் துவங்கினாள். வெறுமையான படுக்கையறையில் அவன் ஒளிந்திருப்பதைப்போல தயக்கத்துடன் நுழைந்தாள்.

மாறனின் தொடுகை அவளை உலைக்கத் துவங்கியது. இருட்டில் அவன் கரங்கள் உடலை புரட்டிப் புரட்டி வாசித்தன. மெல்லிதாக வேர்வையும் வாசனைத் திரவியமும் கலந்த அவன் மணம் காற்றில் தூலமாக வந்தது. தன் மெல்லிய கன்னங்களை தின்று சுவைக்கும் அவன் இளமீசை அவளைத் தீண்டின. ஈரப் பார்வையில் அவன் கண்கள் இருளில் தீயாய் மிதந்தன. அவள் கழுத்தை அணைக்கும் அவன் பார்வையில் உதடுகளால் ஒற்றினாள். இருட்டில் அவன் மூச்சுக்காற்று அலையலையாய் மிதப்பதைக் கண்டாள் மலரினி.

*

10

திருநெல்வேலி சங்கிலியன் புரம் கண்ணகி அம்மன் கோயிலின் மணி தேவாரமாய் இசைத்தது. புகழினி நடக்கத் தொடங்கினாள். இன்னும் புலராத நிலத்தில் அவள் கால்கள் மின்மினிகளைப்போல ஒளிர்ந்தன. தோய்ந்த தலையில் ஈரலிப்பின் வாசம். நெற்றியைச் சுற்றி, சுருண்ட முடியில் உலராத நீர்த்துளிகள். கறுப்புப்பொட்டின் கீழ் ஒரு குங்குமக் கோடு விழுந்த சிவப்புச் சேலை. காதில் கூடை போல தொங்கும் தோடு. காற்சலங்கை கிலுங்கின. சிவப்புச் சேலையில் கண்ணகியைப் போலிருக்கும் புகழினிக்குப் பின்னால் அம்மா தனபாக்கியம் ஒரு போர்வையை மூடி உடலை கூனிக் கொண்டு வந்தாள்.

நீண்டு பின்னிப்பிணைந்த ஆலமரங்களில் சனங்களில் பிரார்த்தனைகளாய் தொங்கின விழுதுகள். குளுமை ஒரு பெரும் கூடாரமாய் மூடியிருக்க... சில் என்ற காற்று மெல்லியதாய் வீசியது. கோயிலின் மினுங்கும் வெளிச்சம் அவள் மனதெங்கும் படர்ந்தது. கைகளைக் கூப்பி வணங்கினாள்.

"அம்மாவுக்கு வருத்தம் சுகமாக வேணும்..."

"......"

"பரணிக்கு கட்டுரைப் போட்டியிலை முதலாம் இடம் கிடைக்க வேணும்.."

"......"

"என்ட பிள்ளையள் எல்லாம் நல்லா படிக்கோணும்..."

கருவிழியுடன் பார்த்திருக்கும் கண்ணகி அம்மனின் முன் பூக்களைப்போல வேண்டுதல்களைப் பரப்பினாள்.

கண்ணகியின் முகத்தைப் பார்க்க மனம் புது மலராய் பூத்தது. திருநீறு பூசி, பொட்டு வைத்து, பூவைச் சூடி நேரத்தை பார்த்துக்கொண்டாள். இன்னொரு பக்கத்தில் நிலத்தில் இருந்தபடி கைகளை விரித்து நீட்டி கண்களை மூடி வேண்டினாள் தனபாக்கியம். "பேரூந்து வாற நேரம்.." தரிப்பிடத்தை நோக்கி நடந்தாள். நிலம் புலரத் தொடங்கிற்று. மெல்லிய காற்றில் அசையும் புற்கள் நடனமாடுவதைப்போல இருந்தன. தொட்டாற்சிணுங்கிப் பூக்களில் ஒன்றைக் கொய்து கைகளில் வைத்துக்கொண்டாள்.

பேருந்தில் ஏறினாள் புகழினி. கையசைத்துவிட்டு தனபாக்கியம் திரும்பினாள்.

கிளிநொச்சி தட்டுவன்கொட்டி கண்ணகி வித்தியாலயத்தில் பணியாற்றும் புகழினிக்கு சிறிய வயதில் இருந்தே ஒரு நடன ஆசிரியராக வரவேண்டும் என்ற கனவு. அப்பா சிதம்பரம் ஆணையிறவு வழியாக எண்பத்தொன்பதில் வன்னிக்கு வரும் போது காணாமல் போனார். அம்மா தனபாக்கியம் முட்டுக்காரி. இரவிரவாக இழுத்துக்கொண்டே கிடப்பாள். சிதம்பரம் காணாமல் போக, கிடுகு பின்னி, மாவிடித்து புகழினியைப் படிக்க வைத்தாள் தனபாக்கியம்.

ஆனையிறவைக் கடக்கும்போதெல்லாம் அப்பாவைத் தேடுவாள் புகழினி. அப்பாவின் நினைவு மிதக்க ஒரு துளி கண்ணீரால் அஞ்சலி இடுவாள்.

அந்தப் பரந்த நீரேரியில் சிதம்பரம் துடித்தலைவது போல இருக்கும். தன் தந்தையை எங்கு இராணுவம் கொன்று வீசியிருக்கும்? என நினைக்க அவளுடல் பதறும். "அவரை கொழும்பிலை கொண்டுபோய் வைச்சிருக்கிறாங்கள்." என்று சொல்லியே காலம் கழித்து வரும் தனபாக்கியம் நினைவில் வந்து மறைவாள்.

ஆனையிறவு கடந்து வரவும் முதல் சந்தியில் இறங்கி தட்டுவன்கொட்டிக்குச் செலலும் தெருவில் பாடசாலைசேவை சிற்றூர்தியில் ஏறினாள் புகழினி.

"சின்ன வயசிலை பொறுப்பான ரீச்சர்தான் புகழினி.."

"......"

"பள்ளிக்கூடத்துக்கு முதல் ஆளாய் வந்திருவா..."

அதிபர் கண்ணதாசன் பாராட்ட, மாணவர்கள் அவளைச் சூழ்ந்தனர்.

மாணவர்களை கட்டுரை, கவிதை, நடனப் போட்டிகளுக்கு தயார்படுத்தும் பணியை அவளுக்கு அதிபர் வழங்கினார். மாகாண மட்டத்தில் முதல் இடத்தைப் பெற்ற பரணியை தேசிய மட்டத்தில் முதல் இடத்தை கிடைக்கச் செய்யவேண்டும் என்பதில் கண்ணாக இருந்தாள் புகழினி.

"போன இரண்டாயிரத்து அஞ்சாம் வருசமும் எங்கடை பரணிதான் முதல் இடம்..." அதிபர் பெருமையுடன் அவன் முதுகைத் தட்டினார்.

'சிறுவர்களின் வாழ்வும் உரிமைகளும்' என்ற தலைப்பில் பரணியை தயார்படுத்தினாள் புகழினி. எப்படி நிற்கவேண்டும். எப்படி தலையை அசைக்கவேண்டும். எப்படி சொற்களை உச்சரிக்கவேண்டும் என்றெல்லாம் கடும் பயிற்சி. அதிபர், ஆசிரிய ஆலோசகர்களின் முன்னால் பேச்சை ஒத்திகை செய்து காட்டினான் பரணி.

"திருநெல்வேலியிலை இருந்து ஒரு பிள்ளை இவ்வளவு தூரம் வந்து படிப்பிக்கிறது பெரிய விசயம்!"

ஆசிரிய ஆலோசகர் தமிழ்ச்செல்வி இவளைப் புகழ்ந்து தள்ளினாள்.

"மிஸ், எங்களுக்கு ஒரு கல்லிலை நிரம்ப மாங்காய். ஏன் சொல்லுறனெண்டால் புகிழினி தனிய டான்ஸ் ரீச்சர் மட்டுமில்லை..."

"அது கிடக்கட்டும்... இந்தத் தேத்தண்ணியைக் குடியுங்கோ."

குனிந்து புன்னகையைப் பதிலிட்டாள் புகழினி.

"படிப்பாலைதான் இந்த உலகை வெல்லலாம். அதுதான் எங்கடை அடையாளமும் ஆயுதமும். பரணிக்குட்டிக்குதான் முதலிடம்.." தேசிய ரீதியான போட்டிக்குச் செல்ல தயாராகும் பரணியை வழியனுப்பினாள் புகழினி.

தேசிய ரீதியில் முதலிடத்தைப் பெற்ற பரணியின் படமும் அவனைப் பற்றிய செய்தியும் 'ஈழநாதம்' பத்திரிகையின் முன்பக்கத்தில் வந்திருந்தது. தந்தையால் கைவிடப்பட்ட பரணியின் கல்விச் செலவை தமிழர் புனர்வாழ்வுக் கழகம் பொறுப்பெடுப்பதாக இன்னொரு செய்தி. சான்றோன் எனக் கேட்ட தாயின் கருவறையின் புன்னகை புகழினியின் முகத்தில்

ஒளிர்ந்திற்று. பரணியின் உச்சியைத் தடவினாள். பரணியின் அம்மா கண்களில் துளிர்த்த நீர் உடைந்துவிழ இவளைப் பார்த்துக் கைகூப்பினாள்.

வீடு திரும்பும் புகழினிக்காக வழமையாகக் காத்திருக்கும் பழைய சீமெந்து பேருந்து தரிப்பிடத்தில் தனபாக்கியத்தைக் காணவில்லை. அவள் இருமலால் எழுந்து பறக்கும் புழுதியும் இல்லை. தூரத்தில் அவளின் இருமலும் முனகலும் கேட்குமாப் போலிருந்தது புகழனிக்கு. 'அம்மாவுக்கு உடம்பு நல்லாய் ஏலாமல் போட்டுதோ..?' தனக்குள் கேட்டுக்கொண்டு பேருந்துத் தரிப்பிடத்தைக் கடந்து நடந்தாள். இருள் மெல்லக் கவிந்தது.

அந்த முகாமைக் கடக்கவேண்டும். 'அதற்குத் துணையாகவே அம்மா வருவாள்'. தனபாக்கியம் வீதியில் வரும்போதெல்லாம் மண்ணை வாரி எறிந்ததும் நினைவுக்கு வந்தது. இராணுவ முகாமுள் செறிந்த இருள் முட்டியிருந்தது. வெளியில் சில துப்பாக்கிகள் நீண்டு முகத்தை குத்துமாப்போலிருந்தது.

ஒருவாறு ஒழுங்கைக்குள் சென்றதும் ஒரு பெருமூச்சு.

கண்ணகி கோயில் கோபுரம் தெரிந்தது. அதன் வெளிச்சம் ஓர் ஆசுவாசத்தைத் தரவும் கண்ணகியை நினைத்துக்கொண்டாள்.

அந்த மெல்லிய இருட்டில் சட்டென சிகரட் கறை படிந்த பற்களை இழித்தான் ஒரு ஆமிக்காரன். அவளின் வாயைப் பொத்திக்கொண்டு கைகளை பின்பக்கமாகக் கட்டினான். அவள் குரல் தேய்ந்துவிடவும் உயிர் முட்டத் திணறினாள். கைகளைச் கழற்ற முயன்றாள். புழுதியில் விழுந்து முண்டினாள். ஒரு ட்ரக் வரவும், இவளை இழுத்து ஏற்றினான் அவன். உள்ளே இருந்து துடித்தவளுக்குக் கிட்டவாக முகத்தைக் கொண்டுசென்று,

"பெஸ்ட் பந்துல சேர்."

"......"

"அப்புறம் மம..."

"......"

"பிறகு மத்த பிரன்ஸ்..."

சிப்பாய்களின் சிரிப்பொலியில் அவளுயிர் உதிர்ந்தது.

கண்கள் சலனமற்று இறுகின.

*

11

புகழினி வன்புணர்வுப் படுகொலை நிலத்தை உலுக்கிற்று. ஒரு பெண்ணின் ஈனம் வழியும் குருதியில் யாழ்ப்பாணம் என எழுதப்பட்டிருப்பதாக மாறனுக்கும் தோன்றியது. அவள் வீசியெறியப்பட்ட இரத்தம் படிந்த தெரு, கண்களுக்கு முன்னால் திரும்பத்திரும்ப வரவும் மாறனுக்கு அச்சம் பெருகியது. "நீங்கள் அந்த தெருவாலை போய் வாறது பெரிய ஆபத்து!" மாறன் சொல்லவும் மலரினியின் கண்களிலும் பீதி வழிந்தது.

"இனியும் உதுகளைவிட ஏலாது... இதுக்கு நாங்கள் பெரிய எதிர்ப்பைக் காட்ட வேணும்... இனியும் இப்பிடி எங்கடை ஒரு பிள்ளைக்கு நடக்க விட்டிட்டு நாங்கள் பாத்துக்கொண்டிருக்க ஏலாது..."

குமணன் கொந்தளித்துக் கொண்டிருந்தான்.

'ஈழப் பெண்களுக்கு எதிரான இனவன்புணர்வு அழிப்பை நிறுத்து!' சக்கரவர்த்தி தன் அழகிய எழுத்துக்களால் பிரதான பதாகையை எழுதி முடித்தான். "மாணவர்கள் அனைவரையும் இராமநாதன் சிலைக்கு முன்னால் ஒன்றிணையுமாறு கேட்டுக்கொள்கிறோம்..." இதயராஜ், பேரணிக்கான ஒலிபெருக்கி ஒழுங்குகளை செய்து அறிவித்தலில் ஈடுபட்டான்.

"மாறா! வரிசையாய் நிக்கச் சொல்லு..." குமணனின் கட்டளைக்கு ஏற்ப மாணவர்களை மாறன் தயார் செய்தான்.

துருவனும் சுதர்சனும் மாணவர்களுக்குத் தேவையான தண்ணீர்க் குடுவைகளை முச்சக்கர

வண்டியில் எடுத்து வைத்தனர். துக்கத்தை வெளிப்படுத்தும் விதமாக ஏந்திக்கொள்வதற்கான கறுப்புக்கொடிகளையும் புகழினியின் புகைப்படம் பொருந்திய பதாகைகளையும் மலரினி மாணவர்களுக்கு வழங்கினாள்.

போராட்டம் துவங்கியது.

'புகழனியின் படுகொலைக்கு நீதி வேண்டும்!' மாணவர்கள் இரட்டை வரிசையில் பதாகைகளை ஏந்திய நகர்ந்தனர். பல்லைக்கழகப் பேராசிரியர்கள் தலைமை தாங்கிச் செல்ல ஒலிபெருக்கி வாகனம் முன்னால் நகர்ந்தது.

"பல்கலைக்கழகத்திலிருந்து பரமேஸ்வராச் சந்தி சென்று பலாலி வீதி வழியாக நல்லூர்க் கோயில் வீதியை அடைந்து ஐ.நா. அலுவலகத்துக்குச் சென்று எமது எதிர்ப்பையும் கோரிக்கையையும் எடுத்துரைப்போம்..." என இதயராஜ் ஒலிபெருக்கியில் அறிவித்தான்.

போராட்ட அணியினர் பரமேஸ்வரச் சந்தியை நெருங்கினர்.

பரமேஸ்வராச் சந்தி வழக்கத்திற்கு மாறான பதற்றம் பூண்டது.

நாலாபுறமும் இராணுவத்தினர் குவிக்கப்பட்டனர். சந்தியிலிருந்து எழுபத்தைந்து மீற்றர் தூரத்தில் இரண்டு பக்கமும் துப்பாக்கி ஏந்திய இராணுவத்தை நிரப்பிய டாங்கிகள் வாயைப் பிளந்தபடி நின்றன.

ஒரு பச்சை ட்ரக்கிலிருந்து இறங்கி நின்றான் திருநெல்வேலி இராணுவ முகாமின் பொறுப்பதிகாரி பந்துல ஹரிச்சந்திர.

நெடுத்த உயரம். குருதி தோய்ந்த கண்கள். உப்பி முட்டிய கன்னம். பீதியூட்டும் நடை. அவனைச் சூழச் சிப்பாய்கள். பேரணியை சுட்டுத் தின்னும் கொடும்பார்வையால் நோட்டமிட்டபடி நின்றான் பந்துல.

ஒலிபெருக்கி வாகனம், சந்தியைக் கடந்தது. யாழ் நகரப் பக்கமாகப் போராட்ட அணி நகரத் துவங்கியது.

பந்துலவின் ட்ரக்கிலிருந்து தடிகள், கற்களுடன் இறங்கியது படை!

மேல்மாடிக் கடைகளை ஆக்கிரமித்து நின்ற இராணுவம் பந்துலவின் கண்ணசைப்பைக் கண்டு வேட்டுக்களை சகட்டு மேனிக்குத் தீர்த்தனர்.

பேராசிரியர்கள், மாணவர்கள்மீது கல் வீச்சு. தடியடி. துப்பாக்கிச்சூடு. மாறனின் வயிற்றில் ஓர் ஆமிக்காரன் உதைந்தான். அவன் தொப்பென விழுந்தான். மாணவிகள்மீதும் கொடூரமாகத் தாக்கத் துவங்கியது இராணுவம். ஒரு சிப்பாய் வீசிய கல் மலரினியின் நெற்றியை பதம் பார்த்தது. அவள் குருதி கொட்டக் கொட்ட நிலத்தில் விழுந்தாள்.

சுதர்சனின் கைகளைத் தைத்தது இரண்டு சன்னங்கள். மேல்மாடியில் இருந்து ஓர் இராணுவத்தினனின் துப்பாக்கியின் சன்னம், சக்கரவர்த்தியின் தொடையைக் கிழித்தது. அவன் மண்ணில் சாய்ந்து கிடந்து துடிக்க, அவனை ஏறி மிதித்துப் போரைத் தொடர்ந்தது படைகள். பேராசிரியர் மகேந்திரன் தலையில் ஒரு பொல்லால் அடித்தான் சிப்பாய் ஒருவன். அவர் குருதி கொட்ட நிலத்தில் சரிந்தார்.

பரமேஸ்வராச் சந்தியில் புத்தகங்கள், பேனாக்கள், பதாகைகள் குருதியில் நனைந்த நிலையில் பரவுண்டிருந்தன. அந்தத் தெருச் சந்தி பேயடித்த நகரம்போல் உறைந்திருந்தது. பந்துலவின் சிரிப்பொலி அச்சமூட்டியது இன்னும்.

பல்கலைக்கழகத்திலும் குருதி. காயப்பட்ட மாணவர்கள் கல்லிருக்கையில் கிடத்தப்பட்டிருந்தனர். சக்கரவர்த்தி அறிவுநினைவின்றிக் கிடந்தான். நோயாளர் காவு வண்டிகள் பல்கலைக்கழகத்தை நோக்கி விரைந்தன. மயக்கம் தெளிந்த மாறன், மலரினியைத் தேடினான். தலையில் ஒரு கட்டு. குருதி துணிக்கு மேலால் கசிந்தது. எங்கும் குருதியும் காயங்களும். சக்கரவர்த்தியை நோயாளர் காவு வண்டி ஏற்ற ஒத்தாசை புரிந்தான் மாறன்.

இதயராஜ் தலையில் கைவைத்துக் கதறினான்.

இன்னொரு நோயாளர் காவு வண்டியில் திலகனைக் கூட்டிச்சென்று ஏற்றினான் மாறன். அங்கே அறிவுநினைவற்றுக் கிடந்தான் துருவன்.

"துருவா... துருவா..!"

மாறன் தட்டி எழுப்பிக் கதறினான். இலேசாகத் திறந்த அவன் கண்களின் ஆற்றாமையின் அஞர் வழிந்தது.

மலரினியின் நெற்றிக் காயத்தில் பிளாஸ்டரை ஒட்டினான் மாறன். அவள் வலியில் துடித்தாள்.

“எங்கடை முன்னாள் மாணவி கொலை செய்யப்பட்டதைக் கண்டிச்சு, நாங்கள் ஜனநாயக முறையிலை போரடினனாங்கள்.. ஒரு ஜனநாயகப் போராட்டத்தை ஆயுதமுனையிலை அடக்கி இருக்குது அரசு. ஒரு கல்விகச் சமூகத்தை இப்பிடி அடக்கி ஒடுக்கிறது நல்லதில்லை... சந்தியிலை அடித்ததற்குச் சாட்சி தேவை இல்லை. முழு உலகத்துக்கும் தெரிஞ்சிரும்...” பேராசிரியர் மகேந்திரன் குருதி கொட்டும் காயத்துடன் ஊடகங்களுக்குத் தெரிவித்தார்.

“சமாதான ஒப்பந்தம் நடைமுறையிலை இருக்கிற காலத்திலை இப்பிடி ஒரு ஆயுத அராஜகத்தை ஸ்ரீலங்கா அரசாங்கம் செய்யிறது, எதிர்காலத்திலை தமிழர்கள்மீது பெரும் போர் செய்ய தயாராகிறதைத்தான் காட்டுது...” மாணவத் தலைவன் குமணனின் பேட்டியையும் ஊடகம் பதிவு செய்தது.

“புகழினி அக்காவை இராணுவம்தான் கொலை செய்திருக்குது என்றதுக்கு இந்த வன்முறைத் தாக்குதல்தான் ஆதாரம்...” மாறனையும் ஊடகவியலாளர்கள் பேட்டி கண்டனர். யாழ் பல்கலைக்கழகச் சமூகம்மீது அரசப் படைகள் நடாத்திய தாக்குதலுக்கு கண்டனம் தெரிவிக்கும் முகமாகவும் மாணவர்களின் பாதுகாப்பு கேள்விக்குறியாக இருப்பதனாலும் கால வரையறையின்றி பல்கலைக்கழகம் மூடப்படுவதாக குமணன் ஊடகங்கள் மத்தியில் அறிவித்தான்.

மலரினியின் காயத்திற்கு மருந்தைக் கட்டி ஆட்டோவில் ஏற்றினான் மாறன். விடுபட முடியாத கைகள் நடுங்கித் தனித்தன. புத்தகங்களையும் உடைகளையும் அடைந்த முதுகுப்பையை சுமந்தபடி நடந்தான் மாறன்.

குமணனுடன் இதயராஜும் யாழ் மருத்துவமனையில் நலமடையும் ஒவ்வொரு மாணவரையும் வீடுகளுக்கு அனுப்பி வைத்தனர்.

பல்கலைக்கழக வளாகம் வெளித்துக் கிடந்தது.

*

12

ஆலங்குளம் மாவீரர் துயிலும் இல்லத்தில் காலைமணி ஒலித்தது. வெயில், பொன்னிற நெல் மணிகளை மேலும் மின்னவைத்தது. காலைப் பொழுதில் பறவைகள் குளத்தை வட்டமடித்தன. ஆலங்குளத்தில் ஒரு சிறுவன் நீச்சலடித்துக் கொண்டிருந்தான். மெல்ல குளத்தில் இறங்கி கைகளை நீருக்குள் தாழ்த்தித் தாமரை மலர்களை இடுங்கிக்கொண்டாள் காந்தாள்.

குளக்கட்டால் நடந்து துயிலும் இல்லத்தை நோக்கி நடந்தாள். வாசலில் பாதணிகளைக் கழற்றினாள். மகனின் கல்லறை முகம் விழித்திருந்தது. ஒரு குழந்தையைப்போலக் கல்லறையைக் குளிப்பாட்டினாள். ஈரநிலத்தில் களைச் செடிகளை இடுங்கி எறிந்துவிட்டு தாமரைப்பூவை கல்லறையின் மார்பில் வைத்தாள். கண்களை மூடி அஞ்சலித்தாள். அவள் கண்களிலிருந்து விழுந்த கண்ணீர் அக் கல்லறையை நனைத்திற்று.

கற்பூரத்தைப் பற்ற வைத்தாள். அவள் மனதும் கற்பூரமாய் காற்றில் கரைந்திற்று. தொட்டுக் கண்களில் ஒற்றிக்கொண்டாள்.

இன்னுமொரு தாய் ஆலயத்தைப்போல கல்லறைகளுக்குச் செல்லும் வழியின் புற்களை உழவாரத்தால் பிடுங்கினாள். நிலத்தைத் தொட்டு வணங்கும் அவளை ஒரு புன்னகையால் வணக்கிவிட்டு வீட்டை நோக்கி நடந்தாள் காந்தாள்.

''விடுதலைப்புலிகள் மீண்டும் ஆயுதம் ஏந்தக்கூடாது என்பதில் தமது கட்சி உறுதியாக

இருப்பதாக ஸ்ரீலங்கா பிரதமர் ரணில் விக்கிரமங்க தெரிவித்துள்ளார்...” – புலிகளின் குரல் வானொலியில் காலைச் செய்தி ஒலிபரப்பானது.

“கெதியாய், வடையள், ரோள்ஸ் எல்லாத்தையும் எடுங்க காந்தாள்...”

“......”

“நேரம் போனால் கடைக்காரனள் ஏசுவானுக.”

“......”

அந்தரப்பட்டான் பத்திநாதன்.

“என்ட புள்ளையிட கல்லறையைப் பாக்காமல் இருக்க மாட்டானே.”

அவள் ஒரு கூடையில் அள்ளி வந்த வடைகளை இவன் கரியலில் இணக்கியிருந்த பெட்டியில் கொட்டினாள்.

“இண்டைக்கு கொஞ்சம் ரோள்ஸ கனமா போட்டிருக்கலாம்.”

துருவன் தன் முக்கால் சைக்கிளை நிறுத்தினான்.

“நீ கெதியா பள்ளிக்கூடம் வெளிக்கிடு...”

“......”

“அப்பா பாப்பார்தானே..?”

“......”

“நீ படிக்கிற வேலையப் பார் எண்டா கேக்கமாட்டா.”

அவன் மளமளவென கிணற்றடிக்கு ஓடினான். வாளியில் இருந்த தண்ணீரை எடுத்து வெறும் மேலில் வார்த்து, கிணற்றுக்குள் வாளியை வீசியிழுக்க... கப்பியின் கிரீச் என்ற சத்தம் காதைக் கிழித்தது.

கன்னம் பிரித்து வாரப்பட்ட தலைமுடி. கழுத்தை இறுக்கிய பாடசாலைப் பட்டி. வெள்ளைச் சீருடையில் சைக்கிளை மிதிக்கும் துருவனைப் பார்க்கையில், அவனால் தன் வீடு விடியுமென ஒரு பேராறுதல்.

“என்ட மகன் படிச்சி என்னவா வரப்போறா..?”

அந்தத் தாடி முகத்தில் ஆவல் பூத்திற்று.

“நான் ஏ.எல்ல ஆட்ஸ்தான் படிப்பன்.”

பத்திநாதனுக்கு அதைப் பற்றியெல்லாம் விளங்வே இல்லை. தலையாட்டினான் நல்லா விளங்கினால்போல. "அண்ணா எழும்பி.. எழும்பி சைக்கிள மிதிக்காத... பின்னால நான் விழுந்திருவன்.." சைக்கிள் சீற்றைப் பிடித்திருக்கும் கானவி சிணுங்கினாள்.

"அப்பா, நான் ஒரு தொல்லியல் அதிகாரியா வருவன்..."

"......"

"எங்கடை அண்ணா மண்ணக் காப்பாத்தப் போராடினவர்..."

"......"

"நான் அதிர தொன்மையைப் பாதுகாக்கிற வேலயச் செய்யணும்."

பத்திநாதனின் முகத்தில் இப்போது மகிழ்ச்சியோடு பெருமையும் கலந்து வீசியது. முன்பக்கத்தில் பெருத்த ஆலமரங்கள். அதலிருந்து ஆலம் பழங்களைச் சுவைக்கும் பறவைகள்.

"மேல காக்கா இருக்குது..."

"......"

"சட்டைய அசிங்கப்படுத்திரும்."

துருவன், சைக்கிள் நிறுத்தும் பகுதிக்குச் சென்றான். கானவி வகுப்பறைப் பக்கமாக ஓடினாள். பாடசாலை கன்ரீனில் வடை, ரோல்களை எண்ணி கண்ணாடிப்பெட்டியில் போட்டுக் கொண்டிருந்தான் பத்திநாதன்.

காலைப் பிரார்த்தனை துவங்கியது. துருவனும் சில மாணவர்களுமாய், "தாயினும் நல்ல தலைவரென்றடியார்..." தேவாரத்தைப் பாட, சம்பூர் நகரை நோக்கி சைக்கிளை மிதித்தான் பத்திநாதன்.

*

"அப்பா பின்னேரத்தில நீங்கள் வீட்டில இருங்க.."

"......"

"நான் கடையளுக்குப் போய் வடையளைப் போடுறன்.."

துருவன் சைக்கிள் கரியலில் கட்டப்பட்ட பெட்டிக்குள் வடைகளைக் கொட்டினாள் காந்தாள். பத்திநாதன் செருமியபடி ஒரு பீடியை இழுத்து எறிந்துவிட்டு கைகளைக் கழுவினான்.

"நாளைக்கு ஒரு கலியாணம்..."

"......"

"அதுக்கு வடையும் ரோள்சும் கேட்டாங்க.."

"......"

"நீ வடையைப் போட்டால் நான் அதுக்கு அடுக்குப் பண்ணலாம்.."

பத்திநாதன் உழுந்தை வாளியில் போட்டு தண்ணீரை அளவாக விட்டான். துருவன் சைக்கிளை மிதித்துக்கொண்டு பறக்கத் துவங்கினான்.

துயிலும் இல்லத்தின் மாலை மணியோசை ஒலித்தது. சூரியன் மெல்லிய மஞ்சள் ஒளியினால் கல்லறைகளை முத்தமிட்டுத் தழுவியது.

"அடிதிரும்புது..."

நளவெண்பாப் பாடல் ஒன்றை மனனம் செய்தபடி சைக்கிளை மிதித்தான் துருவன்.

*

கப்டன் மதியழகனின் வீரவணக்கப் படத்தின் முன்னால், பெறுபேற்றுச் சான்றிதழை வைத்தான் துருவன். அண்ணாவை முதலில் தொட்டு, கண்களில் ஒற்றினான். சிவந்து விரிந்த செவ்வரத்தம் பூக்களை அவனுக்கு சூடினான். தலை சாய்த்து அவனுக்கு அகவணக்கம் செலுத்தினான்.

"உங்கடை உழைப்புக்கு நான் எதை சாதிச்சாலும் ஈடாகாது." பத்திநாதனின் கால்களில் விழுந்து வணங்கினான் துருவன். "என்ரை அம்மா எனக்கு சாமம் எல்லாம் தேத்தண்ணி தந்து கண்முழிச்சிருப்பா." காந்தாளின் பாதங்களில் முத்தமிட்டான் துருவன்.

"அப்பா, அண்ணாதான் திருக்கோணமலை மாவட்டத்திலை முதல் இடம்."

நரை விழுந்த தாடிக்குள் ஒரு மினுமினுப்பு. அந்தச் சிரிப்பைப் பார்க்க காந்தாளின் மனம் நித்திய கல்யாணிப் பூவாய் மலர்ந்தது.

*

13

"**து**ருவன் இப்ப ஓரளவுக்கு தேறிட்டானாம்..."

"......"

"ஆனால் உனக்கு இன்னும் காயம் ஆறேல்லை.... உன்னைப் பாத்திட்டு வருவம் எண்டுதான் வந்தனான்..."

"......"

"நீ என்னோடை கிளிநொச்சி வாறன் எண்டு வெளிக்கிட்டாய்..."

மாறனின் வார்த்தைகளை செவிசாய்க்காமல் முகமாலையிலிருந்து கிளிநொச்சி செல்லும் பேருந்தின் சாளரத்தில் தலையை வைத்து வெளியில் கலந்திருந்தான் சுதர்சன். அவன் முகத்தில் காந்தளைப்போல மலர்ச்சி.

தமிழீழப் போக்குவரத்துப் பேருந்து ஒரு பறவையைப்போல சிறகசைத்தது. இரண்டு பக்கமும் காயங்களைத் துடைத்து நெடுத்த பனைகள் வெண்முகில்களைச் சூடியிருந்தது. வான்வெளியில் பறப்பதுபோலொரு உணர்வு சுதர்சனுக்கு.

'வன்னி நிலம் வரவேற்கிறது.' கடந்து வந்த அழைப்புப் பெயர்பலகையின் வார்த்தைகள் வெறும் வார்த்தைகளாக அவனுக்குத் தெரியவில்லை. அவனைத் தொட்டுத் தழுவியிருக்க வேண்டும். தென்னைகளின் மகிழ்வசைவு சுதந்திரக்காற்றில் சுவையை அவனுக்கு உணர்த்திற்று.

"இதுதான் ஆனையிறவு..."

உதிரம் உறைந்த உப்புவெளி அவன் கண்களில் வெற்றியும் துயரமும் கலக்க தளும்பியது. "பால்ராஜ்

அண்ணாவின்டை தரையிறக்கம், ஆனையிறவைக் கைப்பற்ற இயக்கம் எடுத்த முற்சியள்... இதிலைதானே முதன் முதலிலை தளபதி கேணல் பானு அண்ணை கொடியேற்றினவர்... இரும்புக் கோட்டையைக் கைப்பற்றின இயக்கத்தை நினைக்க எனக்கு பெரிய வியப்பா இருக்கும்...” ஆனையிறவுச் சமருக்காக உதிரம் கொட்டுண்ண நகரும் போராளிகள் நினைவில் வந்து மறைந்தனர். போராளிகளின் மூச்சுக் கலந்த காற்றை முத்தமிட்டான். காற்றின் இதழ்களில் வரும் வார்த்தைகள் அவன் காதிற் கேட்டன.

“கிளிநொச்சி வரவேற்கிறது...”

போரின் காயம்பட்ட அந்தப் பெயர்ப்பலகையின் கம்பீரம் இவனைக் கண்டு புன்னகைத்தது. தமிழ்ப் பெயர்கள் நிறைந்த ஒரு தமிழ் நகரத்தில் பேருந்து நுழைந்தது. ஒருபுறத்தில் சேரன் பல்பொருள் வாணிபம். இன்னொருபுறத்தில் தமிழரசி நகைமாடம். தூய்மையான நகரமெங்கும் தமிழின் வாசனை மிளிர்ந்தது. வியப்போடு மாறனைத் தட்டினான் சுதர்சன்.

“எதிர்காலத்திலை முழுத் தமிழீழமும் இப்பிடி வந்தால் எப்பிடி இருக்கும்?”

“அப்பிடியொரு நாள் கெதியிலை வரும் என்றதுதானே எல்லாரின்டை நம்பிக்கையும்” மாறன் முகத்திலும் ஏக்கப் புன்னகை கொழித்தது.

நகரத்தின் நடுவே நெடுத்த கம்பத்தில் புலிக்கொடி உறுமி அசைந்தது.

தமிழீழப் பேருந்து நிலையத்தில் தரித்தது பேருந்து. தமிழீழக் காவல்துறையினர் டிப்போ சந்தியில் கடமையில் ஈடுபட்டிருந்தனர். புலிச் சின்னம் பொறிக்கப்பட்ட நீல நிறத் தொப்பி. நீல ஜீன்ஸ். நீலம் மிளிரும் வெண்மையான மேல்சட்டை தமிழரின் காவல்படை.. பிரமித்தபடி நகரும் சுதர்சனைப் பார்த்து ஒரு புன்னகையுடன் பாதைமாற சமிக்ஞை செய்தார் காவற்துறைச் சிப்பாய்.

தமிழீழப் பேருந்து நிலையம் அமைந்திருப்பது கனகபுரம் மாவீரர் துயிலும் இல்ல வீதி. அங்கிருந்து வரும்போது இடது பக்கத்தில் ஈரக்காற்றை நிறைத்த சந்திரன் சிறுவர் பூங்கா. சிறுவர்கள் சிலர் ஊஞ்சல் ஆடிக்கொண்டிருந்தனர். சந்திரன் பூங்காவுக்கு முன்னால் பாலை நிறைந்த நிழல். வலது பக்கமாக பாண்டியன் சுவையூற்று. பார்த்தால் பசியெடுத்து அழைக்கும் மலர்க்காடு.

முன்னால் வீதியின் கரையாக போக்குவரத்து வேகத்தைக் கணிக்கும் சாதனத்தை ஏந்தியபடி தமிழீழகக் காவல்துறை சிப்பாய் நின்றார்.

"யாழ்ப்பாணத்திலை சிறீலங்கா காவல்துறை ஒழிஞ்சிருந்தெல்லே இதைப் பிடிச்சுக்கொண்டு நிப்பினம்..." சுதர்சனுக்கு ஆச்சரியம் மிகுந்திற்று.

"அது காசு பறிக்கவெல்லோ..." மாறன் சொல்லவும் சுதர்சன் சிரித்தான்.

போராளிகளின் நகரில் பீரங்கிகளில்லை. துப்பாக்கிகளில்லை. சிறுவர்கள் குதூகலிக்கும் பூங்காக்கள் அமைதி வாழ்வை பரிசளித்திருப்பதாக சுதர்சனுக்குத் தோன்றியது. "மச்சான், அந்த ஊஞ்சலிலைப் போய் நானும் ஆடலாமே..." சிறுவர்களை அழைக்கும் சந்திரன் சிறுவர் பூங்கா சுதர்சனையும் இழுத்தது.

"சின்னப் பொடியனுக்கு ஆசையைப் பார்... சரியாய் பசிக்குது எண்டு சொன்னனீதானே... முதலிலை சாப்பிடுவம் வா... பிறகு போய் ஊஞ்சல் ஆடுங்க..." சுதர்சன் தோளில் கையைப் போட்டிருக்கும் மாறனுக்குச் சிரிப்பாகவும் இருந்தது.

ஒரு தமிழ்ப் பெண் பூஞ்செடிகளுக்கு நீரூற்றும் வெண்மைச் சிலை. இடது பக்கமாக போர்க்களக் காட்சியின் சிற்பம் ஒன்று. கருங்கல்லில் செதுக்கப்பட்ட அந்தச் சிற்பம் நகர்வதைப் போலிருந்தது. "அதை ஒருமுறை பார்ப்பம்..." சுதர்சன் மாறனை இழுத்துச் சென்றான்.

துப்பாக்கிகளை ஏந்திய போராளிகள். பீரங்கிகளைச் சுமந்த தோள்கள். மார்பில் குண்டுபட்டு இறந்த போராளிகள். வோக்கியில் பேசும் ஒரு தளபதி. காயப்பட்ட போராளிகளை சுமந்துவரும் தோழர்கள். ஆண்களுக்கு நிகராய் களமாடும் பெண் போராளிகள். அந்தச் சிற்பங்களின் வழியே சுதர்சன் போர்க்களத்திற்குள் நுழைந்தே போனான். நீர் வழியும் அந்தச் சிற்பங்களைத் தடவினான்.

"உள்ளுக்கை இருப்பமே? வெளியிலை இருப்பமே..."

உள்ளே அழைத்துச் சென்றான் மாறன். சில்லென்ற காற்று முகத்தைத் தொட்டு வரவேற்றது. அருகில் ஒரு குட்டி யானைச் சிலை. அதில் ஒரு சிறுவன் ஏறி விளையாடிக் கொண்டிருந்தான்.

"நான் பெரிது நீ பெரிது என்று வாழாமல் நாடு பெரிதென்று வாழுங்கள்" பாண்டியன் சுவையூற்றின் சுவர்கள் எங்கும் தலைவரின் சிந்தனை சூரியமலர்களாய்ப் பூத்திருந்தன.

"இஞ்ச எல்லாமே மணியா இருக்கும்..."

"......"

"உனக்கு என்ன சாப்பாடு விருப்பம்..?"

"மீன் சாப்பிடுவம்..."

"அந்த மாதிரி இருக்கும்..."

வெண்மை சுடரும் உடை. தலையில் கோப்பிக் கலர் தொப்பி. பாண்டியன் சுவையூற்று ஊழியர் சாப்பாட்டு ஓடரைக் குறித்துக்கொண்டார்.

"மக்கள் புரட்சி வெடிக்கட்டும்... சுதந்திர தமிழீழம் மலரட்டும்..!"

இன்னொரு சுவரில், தியாகி திலீபனின் புரட்சி வரிகள் கனன்றபடியிருந்தன.

சுதர்சன் மளமளவென அள்ளிச் சாப்பிட்டான்.

"சாப்பாடு மணியாத்தான் இருக்கடா... நல்ல சுவை... சுவையூற்றுத்தான்..."

சுதர்சன் வாயைப் பொச்சடித்தான். பாண்டியன் சுவையூற்றுப் பணியாளரின் கனிவான பரிமாறலே பசியைப் போக்கியது சுதர்சனுக்கு.

"பேராண்மை என்ப தறுகண்ஒன் றுற்றக்கால்

ஊராண்மை மற்றதன் எஃகு."

கை கழுவச் செல்லும் இடத்தில் ஒரு திருக்குறள்.

"பகைவரை எதிர்க்கிறது வீரம் மிக்க ஆண்மை... பகைவருக்கு துன்பம் வரும்போது உதவுவது பேராண்மை... அட...! நல்ல திருக்குறள் என..."

மாறன் ஒரு புன்னகையால் ஆமோதித்தான்.

பாண்டியன் சுவையூற்றைவிட்டு வெளியில் வரவும் மாறனின் தோள்களில் ஒரு கை தட்டியது.

"மாறன் பல்கலைக்கழகப் படிப்பு எல்லாம் எப்பிடிப் போகுது..?"

அடர்ந்த தலைமுடியைப் பரப்பி முடிய தொப்பி... சிவத்து புன்னகை வழியும் உதடு. தேசம் வரையப்பட்ட வரிச்சீருடை. நிமிர்ந்த தோள்கள். ஒரு போராளியின் அழகில் சுதர்சன் மூழ்கிப் போயிருந்தான்.

"அட ஈழப் பிரியன் அண்ணை... படிப்பு நல்லாப் போகுது."

"சந்தோசம் தம்பி... படிக்க வேணும்... படிப்பு எங்கடை மூலதனம்..."

இருவருக்கும் கையசைத்தபடி நகர்ந்தான் ஈழப் பிரியன்.

"கையில செலவுக்குக் காசில்லை... ஒருக்கால் வைப்பகம் போயிற்று அறிவுச் சோலைக்குப் போவம் என..."

"கன தூரமோ?"

"இல்லை... உதிலை கூப்பிடு தூரம்தான்."

"இஞ்ச மூண்டு நாலு கிலோமீற்றரையும் கூப்பிடுதூரம் எண்டுவியளாம்."

பேசிப் பறைந்து நடக்கவும் தமிழீழ வைப்பகம் நெருங்கியது.

தமிழீழ வைப்பகம் நீல நிறத்தில் கறுப்பு எழுத்துக்களால் எழுதப்பட்ட பெயர். "இதுதான் தமிழீழ வைப்பகமோ..." சுதர்சனின் கண்கள் அதிசயமாய் நெகிழ்ந்தன. நடுவில் பாயும் புலி. சுற்றி சக்கரம். அடுத்து இருபுறமும் வளைந்த நெற்கதிர்கள். கீழே கடலில் நெளிந்து நீந்தும் மீன்கள். எல்லாவற்றுக்கும் வேராய் மகுடமாய் பனை.

அந்த வங்கியின் ஒழுங்கும் அமைதியும் அவனுக்கு வியப்பை பெருக்கியது. ஒரு மின் விளம்பரப் பலகையில் 'தமிழீழ வைப்பகம் தமிழரின் காப்பகம்' என்றும் கணக்கு விவரங்களும் மாறிமாறி எழுத்தில் விழுந்தன.

தனது பையிலிருந்து மஞ்சள் நிறமான வங்கிப் புத்தகத்தை எடுத்தான் மாறன். 'அமுதம் தேட்டக் கையேடு' என்றிருந்தது. "பள்ளிக் கூடத்திலை படிக்கேக்குள்ளை திறந்தது. இதுக்குத் தான் தேசியத் தலைவர் நம்பிக்கை நிதியத்திலை இருந்து காசு போடுறவையள்" பணம் மீட்புச் சிட்டையை பூரணப்படுத்தி வங்கிக் காசாளரிடம் நீட்டினான் மாறன்.

இன்னொரு விளம்பரப் பலகையில் தமிழீழ மீட்பு நிதி நாணயத்தின் இரண்டு பக்கங்களும் பளபளத்தன. போராட்டத்திற்காய், தன் கழுத்துச் சங்கிலியைக் கொடுத்திருந்த தாயிற்கும் அந்த நாணயம் கிடைத்தது சுதர்சனின் நினைவுக்கு வந்தது. எதிர்காலத்தில் தமிழீழ நாட்டின் நாணயங்கள் இப்படித்தான் இருக்கும் என அவன் எண்ணிக்கொண்டான்.

அந்தச் சிற்றூர்தி இரண்டு பக்கமும் வாய்க்கால்கள் நிறைந்த வீதியின் நடுவே மிதந்தது. சிறுவர்கள் ஒருவருக்கொருவர் நீரடித்து விளையாடினர்.

"இறங்குவம்..." மரத்தில் வெண் எழுத்துக்களால் 'அறிவுச்சோலை' என்றெழுதப்பட்டிருந்தது. வாசலில் ஒரு காவலாளி. பெயர் முகவரி, காரணத்தைப் பதிவு செய்துவிட்டு உள்ளே அழைத்துச் சென்றான் மாறன்.

"அம்மா, சுதர்சன் எண்டு சொல்லுவன்... என்னோடை படிக்கிற பொடியன்."

"வாங்கோ மகன்..."

மாபெரும் புன்னகையால் வரவேற்றாள் பாரதி.

நெற்றியில் குங்குமப்பொட்டின்மீது நரைத்த கேசங்கள் விழுந்திருந்தன. இரட்டையாக பின்னி மேலே இழுத்துக் கட்டிய வெண் சடைகள். கறுத்த ஜீன்ஸ். வெள்ளை மேல்சட்டை, இடுப்பில் பட்டி. ஓய்வெடுக்காத முதிர்ந்த போராளியைப் பார்க்க சுதர்சனுக்கு ஆச்சிரியம்.

பாரதி கைகூப்பி வணக்கமிட்டாள்.

கொற்றவை போலவிருந்த பாரதியை நோக்கிக் கைகூப்பினான் சுதர்சன்.

"பிள்ளைக்கு கையில காயம் ஆறிட்டுதே..." சுதர்சனின் கைகளைத் தொட்டு நலம் பார்த்தாள். அவன் காயம் சற்று ஆறுமாப் போலிருந்தது.

"படிக்கிற பிள்ளையளோடை எப்பிடி நடக்கிறதெண்டு தெரியாது... உவங்கள் சரியாய் நடந்திருந்தால் ஏன் எங்களுக்கு இந்த நிலமை?"

கடிந்தபடி அவன் காயத்தில் ஏதோ மருந்து தடவினாள் பாரதி. "முதலிலை நல்லாய் ஓய்வெடுங்கோ..." உடுப்புப் பைகளை வாங்கி வைத்தாள் பாரதி.

"இவா ஆரு?"

"எங்கடை அம்மா...

"இவாவுக்குப் பிள்ளையள்.."

நாங்கள்தான் பிள்ளையள்..."

சுதர்சனுக்கு மாறனின் பதில் குழப்பத்தைப் போக்கவில்லை போலும்.

சற்றுக் கண்ணயர்ந்து விழித்தவர்களின் முன்னால் ஆவி பறக்கும் தேநீர்க் கிண்ணங்களுடன் இருந்தாள் பாரதி.

"இந்தா உனக்குப் பிடிச்ச, சுட்ட மரவள்ளிக்கிழங்கு."

ஒரு தட்டில் வைத்தாள் பாரதி. தோல் சில இடங்களில் எரிந்து கறுத்திருக்க, அதன் கமழும் வாசனை வாயூறச் செய்தது. ஆவி பறக்க, தோலை கையால் தட்டி உரித்து, சுதர்சனுக்கும் மாறனுக்குள் ஊட்டினாள்.

"பாரதி அம்மா சிவப்பு எம்ரிநைன்ரி மோட்டச் சைக்கிள்ளை போறதைப் பாத்தாலே இயக்கத்துக்குப் போக வேணும் போலத்தான் இருக்கும்..."

"உனக்கு நல்ல பகிடிதான்..."

மாறனின் கன்னங்களைக் கிள்ளினாள் பாரதி.

"இஞ்சாலை உன்ரை தம்பி ஒருத்தர் வந்திருக்கிறார்... தன்னோடை கதைக்கேல்லை எண்டு கோவத்திலை இருக்கிறாராம்..."

"மாறா அண்ணா... எப்பிடி இருக்கிறியள்..." அவனைச் சூழ்ந்தனர் சிறுவர்கள். மகிழன் உம் என முகத்தை நீட்டிக் கொண்டிருந்தான்.

"என்ரை தம்பிக்குட்டிக்கு என்னிலை என்ன கோவம்..."

அவன் வாய் செல்லத்தில் கோணியது.

"வந்தவுடனமே தம்பிக்கு ஒருக்கால் தலையைக் காட்டியிருக்கலாமே..."

பாரதி சொல்லவும், மகிழனின் உதடுகள் கோவத்தில் துார்ந்தன.

"இஞ்ச பார், நான் கவிக்கு என்ன வாங்கியந்தனான் எண்டு..."

"......"

"மகிழனை மாதிரி வடிவான தம்பி பொம்மைய்..."

மகிழன் பார்ப்பதாய் இல்லை. மாறன் அவனை அருகில் இருத்திக்கொண்டான். அவன் கன்னங்களில் முத்தமிட.... மகிழன் தோள்களில் சாய்ந்துகொண்டான்.

"அண்ணாவிலை என்ன கோவம்..."

"அப்போதை வந்தனீங்களாம் இன்னும் என்னை வந்து பாக்கேல்லை..."

“சரி, என்னை மன்னிக்க வேணும்... இஞ்ச பாருங்கோ, புது அண்ணா ஒராள் வந்திருக்கிறார்...” மகிழனின் கைகளைப் பற்றிக்கொண்டான் சுதர்சன். மாறன் மற்றச் சிறுவர்களுக்கும் இனிப்புகளையும் விளையாட்டுப் பொருட்களையும் கொடுத்தான்.

நிலவொளி, அந்த ஓலைக்கூரையின் மீது ஒளியைப் பொழிந்தது. மாறன் குறட்டை விட்டான். சுதர்சனின் கண்கள் சுருள மறுத்தன. இங்கிருந்தபடி யாழ்ப்பாணத்தை நினைக்க, அடிவயிற்றுக்குள் கட்டடக்கரிய இருள் பிசைந்தது.

ஆமி ரோந்து வருவதில்லை. நாய்களின் குரைப்பொலி இல்லை. வீதியில் இராணுவ வண்டிகள் உறுமி அச்சுறுத்துவதில்லை. காவலரண்கள் இல்லை. தடுத்து நிறுத்தி அடையாள அட்டை கேட்பவர்களில்லை. துப்பாக்கிகள் பின்தொடர்கிறதா என்ற அச்சமில்லை.

நிலவு அப்படி வெண்மையாய் ஒளிர்ந்ததையும் சுதர்சன் பார்த்ததில்லை. ஒளி நிரம்பிய இரவு தங்கமாய் மினுங்கியது.

அவன் இதுவரை பார்த்திராத இரவு. அவன் இதுவரை பார்த்திராத பொழுது. அவன் இதுவரை பார்த்திராத தெரு. அவன் இதுவரை பார்த்திராத நகரம். அவன் இதுவரை பார்த்திராத நிலம். அவன் இதுவரை பார்த்திராத நாடு.

“இன்னும் கொஞ்ச இடம்தானே... எல்லாத்தையும் இயக்கம் பிடிச்சால் எல்லாரும் இப்பிடி நிம்மதியாய் இருக்கலாம்” இதுவரை அவனறியாத அசைவற்ற சமுத்திர இரவில் உறங்கிப் போனான்.

*

சந்திரன் பூங்காவின் கல்லிருக்கையில் இருந்தான் மாறன். சுதர்சன் மகிழனை ஊஞ்சலில் இருத்தி ஆட்டிக் கொண்டிருந்தான்.

கொண்டல் மரங்களில் தூங்கும் கொத்துக் கொத்தான மலர்கள் இவன் மனதிற்தொங்கும் மலரினியின் நினைவுகளைப் போலிருந்தன. வெகு தொலைவிலுள்ள அவளின் முகம் மலரின் இதழொன்றில் தெரிந்திற்று. அதனை முகர்ந்தான். அவளின் வாசம் நெஞ்சுவரை உறிஞ்சியது. உடலின் மூலையிலிருந்து ஒரு வெளி துவங்குவதைப்போல தவிப்பும் பரவசமும் மாறி மாறி உத்தரிப்பாய் பெருக, ஒரு வாகை மரத்தின் கிளையாய் வளைந்தாடினான்.

*

14

கமலினியின் அகன்ற விழியோரங்களில் கருமை வளைந்து படிந்திருந்தது. காலையில் அள்ளிவைத்த குங்குமம் அப்போதுதான் பூத்த செவ்வரத்தம்பூவாய் மிளிர்ந்தது. சுட்டிபுரம் கண்ணகியம்மன் கோயில் மணி முழங்கித் தீர்ந்தது. "அஞ்சு மணி ஆகுது... அப்பா வெளிக்கிட வேணும்..." விலாசி எரியும் அடுப்பில் புட்டுப்பானை வியர்த்துக் கொட்டியது. மூடியை திறந்து நீத்துப்பெட்டியில் நிறைத்திருந்த புட்டை சுளகில் தட்டிப் பரவினாள்.

பரிமளன் 'உம்' என முகத்தை வைத்திருந்தான்.

"அம்மா, ஏன் அண்ணா மூஞ்சியை நீட்டிக் கொண்டிருக்கிறார்..."

கமலினி ஒரு பார்வை பார்க்க... அவன் இன்னும் முகத்தை நீட்டினான்.

"அவர் அப்பாவோடை போகப் போறாராம்..."

"......"

"வலுசோக்காய்தான் இருக்கும்... அப்ப என்ன உலாத்தலுக்கே போறார்?"

"......"

"அங்காலை போய் மண்ணெண்ணை, வெத்திலையைக் கொண்டுவந்து விக்கிறதில்லைதான் இஞ்சை அடுப்பு எரியுது."

"......"

"நெஞ்சிலை நெருப்பைக் கட்டிக் கொண்டுதானே ஒவ்வொருமுறையும் அப்பாவை அனுப்பிறனான்."

"......"

"இதிலை இவருக்கு உலாத்தல் கேக்குது..."

"......"

"ஏ.எல் சோதனையும் கிட்டமுட்ட வந்திட்டுது."

நீலக்கலர் பெட்டி விழுந்த பூட்டு மார்க் சறத்தைக் கட்டி, பொக்கற்றடியில் புழுதி ஊத்தைப் படிந்த வெள்ளைச் சேட்டைப் போட்டு, கொலரை இழுத்து ஒரு தோராயத்தில் மடித்தான் தருமு. ஒண்டரை லிட்டர் வெற்றுச் சோடாப் போத்தலை எடுத்து அதில் அரைவாசிக்கு மண்ணெண்ணை விட்டு தன் எம்ரிநையின்ரி மோட்டார்சைக்களுக்கு ஊற்றி எண்ணெய் கலனைத் திருகி மூடினான்.

நீண்ட ஊசி மூக்கு அதன் முனையை அடைத்தது போன்ற தூண்டிற் கழுத்து கொண்ட சிவப்பு மூடி. வெள்ளை ஏறிப் பழுத்த உடல். பொக்கற்றுக்குள் வைக்கும் அளவுடைய அந்தக் குட்டிப் போத்தலில் இருந்து பெற்றோலை, பிளக்குக்குப் போற தொடுப்பில் இருக்கும் பெற்றோல் கார்பிரேட்டரில் இருந்துவரும் சின்னக் குழாயிற்குள் மணத்துக்குவிட்டு, வாயால் உப் என ஊதினான். பின்னால் எழிலன் மோட்டார்சைக்கிளைத் தள்ள, தருமு உருட்டிக்கொண்டு ஓடினான். சடக்கென உழக்கவும் மோட்டார் சைக்கிள் இயங்கத் துவங்கியது.

சில மண்ணெண்ணைக் கலன்களை எடுத்து வைத்தான் எழிலன். அதன் கழுத்துகளில் கயிற்றைக் கட்டி விற்பனைக்குப் போகும் கோழிகள்போல வண்டியின் பின்னால் கூட்டிக் கட்டினான் தருமு.

"சாப்பாட்டை பிடியுங்கோ அப்பா..."

சாப்பாட்டை வாங்கி மோட்டார் சைக்கிளின் கான்டிலில் கொழுவிவிட்டு கமலினியை ஒரு வாஞ்சையுடன் பார்த்தான் தருமு. எழிலனின் தலையைத் தடவினான். பரிமளன் இன்னமும் முகத்தை நீட்டிக்கொண்டே இருந்தான்.

"சரி, உடுப்புகள எடுத்துக்கொண்டு வெளிக்கிடு..."

பரிமளன் துள்ளிக்கொண்டு வந்தான். அவன் கண்களை துடைத்து நெற்றியில் முத்தமிட்டாள் கமலினி.

"கவனமாய் போயிற்று வாங்கா..." மறைந்தபிறகும் பார்த்தபடி நின்றாள்.

*

வரணி வீதியால் வந்த மோட்டார்சைக்கிள் கொடிகாமம் சந்தி கடந்து கச்சாயை நோக்கி இரைந்தது. தருமுவின் நினைவில் கமலினியின் ஏக்கப் பார்வை மிதந்து வந்தது. சூரியன் சரியவும் இரவு மெல்ல நிறமாற்றத் துவங்கியது. கிளாலிக் கரையின் சிற்றலை மெலிதாக மோதிக் கரைந்தது.

தருமு மோட்டார் சைக்கிளை வழக்கமாக விடும் வீட்டில் நிறுத்திவிட்டு கடற்கரைக்குச் சென்றான். மூட்டை முடிச்சுகளுடன் படகை எதிர்பார்த்து இருந்தவர்களில் தெரிந்த முகம் யாராவது உள்ளனரா எண்டு தருமு உற்றுப் பார்த்தான்.

“சிவலிங்கம் அண்ணை, என்ன இண்டைக்கு நேரத்தோடை வந்தாச்சோ...”

“அடத் தருமுவே... வா.... வா...”

“என்ன கடும் யோசனையில் இருக்கிறியள்...”

“நேற்றும் பதினைஞ்சு பேரை நேவிக்காரங்கள் வெட்டிப் போட்டாங்களாம்..”

“கரணம் தப்பினால் மரணம் என்ற மாதிரி எங்கடை நிலைமை...”

“பாதையை திறக்கிறாங்கள் இல்லை... கிளாலியிலை ஏன் தமிழரை வெட்டுறியள் எண்டு பார்லிமென்ரிலை கேட்டால், தடை செய்யப்பட்ட பகுதியிலை பயணம் போறமாம்...”

“இனி தமிழர் எண்டுறதாலை வெட்டுறம் எண்டும் சொல்லுவாங்கள்...”

பரிமளன் இரகசியத்தை ஊதும் கடற்காற்றுக்கு செவிகொடுத்தான். கடல்மீது இரவு நடக்கத் துவங்கியது. சின்னச் சின்னதாக மரங்களும் சில திட்டுக்களும் மர்மங்களைப்போலத் தெரிந்தன. சில படகுகள் வந்து தரித்தன.

“இருங்கோ.. உதிலை போய் சாப்பிட்டு வாறம்...”

படகோட்டிகளின் கால்கள் மணலை அள்ளிச் சூட... அவசரமாக நடந்தனர்.

“உவங்களுக்கும் தொழில் இல்லை... எங்களைக் கொண்டு போய் விட்டால் ஒரு ஐஞ்சைப் பத்தைக் கிடைக்கும்.”

“......”

தருமுவின் யோசனை இருள் அலையடிக்கும் கடலில் தாண்டு மிதந்தது.

“இப்ப நீ என்ன கடும் யோசைனயிலை இருக்கிறாய்...”

“இனி நாளைக்கு விடியிறவரைக்கும் கமலினி நித்திரை கொள்ளாள்...”

“......”

“நாங்கள் நல்லபடியாய் போய்ச் சேருகிற செய்தி நாளைக்கு ஊருக்கு வரேக்குள்ளைதான் அவள் மூச்சே விடுவாள்...”

“என்ரை மனுசி... உங்கை பார்... அந்தக் கரையிலை படுத்துக் கிடக்கிறாள்...”

சிவலிங்கத்தின் மனைவி செல்லம்மாள் ஒரு மரத்தின் கீழ் பழஞ்சீலையைப் போர்த்திப் படுத்திருந்தாள். பக்கத்தில் படங்கால் போடப்பட்ட பந்தலில் இன்னும் சிலர் கடலைப் பார்த்தபடி படுத்துக்கிடப்பதைக் கண்டான் தருமு.

“பிரச்னையில்லாமல் போட்டனோ எண்டு காலமை பாத்திட்டு தான் சீமாட்டி வீட்டுக்கு வெளிக்கிடுவாள்...”

படகோட்டிகள் வந்து படகை அவிழ்த்தனர். பரிமளன் ஓடிப் படகில் ஏறினான். மண்ணெண்ணை தூகலன்களையும் தூக்கிப் படகில் போட்டுக்கொண்டு ஏறினான் தருமு. சிவலிங்கமும் ஏற... அவர்களுடன் பத்துப் பன்னிரண்டு பேர் ஏறவும் படகு நிறைந்தது. “மிச்சாக்கள் மற்ற போட்டுகளிலை ஏறுங்கோ...” படகோட்டி கூவினான்.

“அப்பா, எவ்வளவு நேரமாகும்...” பரிமளன் தளதளக்கும் படகை பிடித்துக் கொண்டான். “ஒரு அரை மணித்தியாலத்திலை குடமுருட்டிக்குப் போயிரலாம்...” தருமு சொல்ல, சிவலிங்கமும் ஆமோதித்தார்.

சில இளைஞர்கள் படகை கரையிலிருந்து தள்ளி வந்து ஆழமான தண்ணிக்குள் விடவும் படகு தானாகவே இயங்கத் துவங்கியது. அலைகளைப் பிரித்துக்கொண்டு போகும் படகைப் பார்க்க பரிமலனுக்கு குதூகலிப்பாகிற்று.

“இந்த இருட்டிலை படகு எங்க போகுது எண்டு தெரியேல்லை..!” சிவலிங்கம் இருளில் கண்களை விழித்து விழித்துப் பார்த்தார்.

“அப்படித்தான் அண்டைக்கு ஒரு போட் ஆனையிறவு காம்படியிலை போய் நிண்டதாம்... அவ்வளவு பேரையும் சுட்டுப் போட்டங்கள்!” தருமு சொல்லவும் சிவலிங்கத்துகுத் தேகமெல்லாம் நடுங்கியது.

நடுக்கடலில் படகு சென்றுகொண்டிருப்பதாக படகோட்டி சொல்லிக்கொண்டிருந்தான். "பாதிக் கிணறு தாண்டின மாதிரிக் கிடக்குது..." சிவலிங்கம் சொல்லி வாய் மூடுவதற்குள் படகு இயந்திரம் ஓய்ந்தது. படகோட்டி எழுந்து படகை மீள இயக்கப் போராடினான்.

"மண்ணெண்ணை எல்லாம் பத்தும்தானே... ஏன் நிண்டது..."

எல்லோருடைய முகங்களும் பயத்தில் நடுங்கின. பின்னால் ஒரு படகு வரும் சத்தம் கேட்டது. அநேகமான படகுகள் முன்னால் ஓடிக்கொண்டிருந்தன.

"அப்பா, போட் நிண்டிட்டுது... நேவி வந்தாலும்... பயமாய் கிடக்குது..."

பரிமளன் நடுங்கிப்போய் தருமுவின் நெஞ்சில் படுத்துக் கொண்டான்.

"உது வழமைதான். சும்மா நிக்கும்... பிறகு ஓடும். நீ பயப்பிடாதை..."

தருமு அவன் தலையைத் தடவினான்.

பட்டென படகு இயங்கத் தொடங்கியது. எல்லோருக்கும் போன உயிர் மீண்டது. சிவலிங்கம் நடுக்கமான கைகளுடன் தருமுவை பற்றிக்கொண்டார்.

"அற்புதசீலி இப்பிடித்தான் எனக்கு இடைக்கிடை விளையாட்டுக் காட்டுவா..." படகோட்டி கொடுப்புக்குள் சிரித்தபடி சொன்னான்.

"ஏனடா, அற்புதசீலி எண்டுறது உன்ரை பெண்சாதியின்ரை பேரே..." சிவலிங்கத்தார் கேட்கவும் படகோட்டி புளுகத்தில் வெடித்துச் சிரித்தான்.

"சரியாய்க் கண்டுபிடிச்சிட்டியள் அய்யா..!"

படகில் பம்பலும் கதையுமாய் இருக்க, சட்டென படகோட்டி அதிர்ந்தான்.

நேவிப்படகுகள் சில இருளில் சத்தமின்றி ஒளித்திருந்தன.

வந்த பயணிகள் படகுகள்மீது நேவிப்படையினர் ஏறிக் குதித்து வாள்களால் வெட்டி வீசத் துவங்கினர். தருமு திகைத்துப் போனான். பரிமளன் முழுசினான். அவன் கண்கள் பயத்தில் வெளித்தள்ளின.

நீல நேவி உடைகள் இரத்தமாய் சிவந்தன. பயங்கரம் வழியும் முகங்கள். கைகளில் இரத்தக்கரை படிந்த வாள்கள். பரிமளன் படகுக்குள் விழுந்து படுத்தான். சிவலிங்கம் பொத்தென கடலில் குதித்தார்.

வாள்கள் தலைகளை கொய்யத் துவங்கின. சிலர் கடலுக்குள் குதித்தனர். குதித்தவர்கள்மீதும் வெட்டு. அவலக் குரல்கள் கடலில் விழுந்து கரைந்தன. நேவியின் வாளொன்று தருமுவின் கழுத்தை அறுத்தெறிந்தது. அவன் கைகள் கழுத்தைப் பொத்தின. கண்கள் சிவந்து சலனமின்றி உறைந்தன.

பரிமளன் எழுந்து தொப்பென கடலில் குதித்தான். அவன்மீது ஒரு நேவிச்சிப்பாய் தன் வாளை வீசி எறிந்தான். கடலில் தொலைந்த அவனை துரத்திக்கொண்டு சென்றது வாள். பரிமளன் தொலைந்த திசையில் குருதி கொப்புளித்துப் பெருகியது.

மிதக்கும் உடலுறுப்புக்களை மீன்கள் கொத்தத் துவங்கின.

இரவு படுகொலை செய்யப்பட்டு மிதக்கும் கருங்கடலில் தருமுவின் தலை விழுந்து சில அடிகள் தாழ்ந்து மிதந்தது. சடலங்கள் ஒதுங்கிய கரையில் தர்முவின் தலையும் ஒதுங்கி அலையில் ஆடிக் கொண்டிருந்தது.

*

“இயக்கத்தின்ரை படகுகள் வரும்... வந்து எல்லாம் சரியெண்டவுடன வெளிக்கிடுவம்...” படகோட்டி கடலைப் பார்த்தபடி நின்றான். எழிலன், கமலினியின் மடியில் தலை சாய்த்து கடல் மணலில் படுத்திருந்தான்.

“கமலினியே.. எப்பிடிப் பிள்ளை இருக்கிறாய்...” சிவலிங்கத்தாரின் கைகளில் இன்னும் நடுக்கம் கூடியிருந்தது. ஒரு செத்த பார்வை அவள் முகத்தில்.

“தருமுவின்ரை கழுத்திலை வெட்டு விழுக்கே துடிச்சுப் போனனம்மா...”

அவள் கண்கள் மழையாய் கரைந்தன.

“பாழ்படுவார்... தலைவேறாய்... முண்டம் வேறாய் ஆக்கி அனுப்பினாங்கள்...”

“......”

“இவங்களுக்கு வெள்ளிடி விழப் போகுது...”

கடற்கரை மணலை அள்ளி திட்டி வீசினாள் ஆனையிறவுப் பக்கமாய்.

"இப்ப சனத்தை வெட்ட வந்தால் பொடியள் துலைச்சுக் கட்டிப் போடுவாங்கள்.." சிவலிங்கம் குலுங்கிச் சிரித்தார்.

"மேனுக்கு என்ன நடந்தது எண்டுதான் தெரியேல்லை..."

"......"

"ஆறு மாதம் ஆகிட்டுது... ஒரு தகவலும் தெரியேல்லை.."

கமலினியின் முகத்தின் ஏக்கம் இருள் பொழுதில் அனலாய் சுட்டெரித்தது.

"நான் கடலுக்குள்ளை குதிக்கேக்கை அவன் படகிலைதான் இருந்தவன்..."

"வன்னியிலை தம்பி வீட்ட போனானோ எண்டு தேடிப் போறன்.."

போராளிகள் படகு வரவும் படகோட்டி படகை இயக்கத் தொடங்கினான். போராளிகளின் படகு காவல் செய்ய, இருள் கடலில் படகு ஒளிர்ந்தது.

*

"**நீ**யும் பரிமளனை இரண்டு வருசமாய் தேடுறாய்..."

"......"

"கடலிலை வெட்டின சில பேருக்கு உடலம் கிடைக்காமலும் போயிருக்கு..."

"......"

"அவனைத் தேடி இவன்ரை வாழ்க்கையை பிழைக்க விட்டிராதை..."

கமலினியின் தம்பி விசாகன் புத்திசொல்லிக்கொண்டிருந்தாள்.

"அவனுக்கு என்ன நடந்தது எண்டு தெரியேல்லையே."

"......"

"நேவி பிடிச்சு உயிரோடையும் வைச்சிருப்பான்..."

கமலினி உறுதியோடு சொல்லிக்கொண்டு எழிலனின் தலை தடவினாள்.

*

"**க**தை கண்ட இடம் கயிலாசம் எண்ட மாதிரி கிடக்கு..."

"......"

பாரதியின் குரலில் கமலினியின் கதையை நிறுத்தினான் மாறன்.

"பிறகு கதை பறையலாம் வாங்கோ சாப்பிட..."

குசினியில் கமழும் பிட்டு வாசனை வயிற்றில் பசியைக் கசியச் செய்தது.

"மிச்சக் கதையைப் பிறகு சொல்லுறன்."

"......"

"நல்லாய் பசிக்குது... வா ஒரு பிடி பிடிப்பம்..."

சுதர்சனை எழுப்பி அழைத்துக் கொண்டு போய் இருத்தினான் மாறன்.

*

இரவு ஒரு நதியாய் நூலிழைத்தது. தேகங்களைச் சூழ நிலவொளி. கண்களை மூடவும் மாறன் உலோகப் பார்வையுடன் வந்துவிடுகிறான்.

விழித்தாள். கண்கள் இழுத்துச் சொருகின.

அவள் மெல்லிய உடைக்குள் மாறனின் கரங்கள் புகுந்து கொண்டன. அவன் காற்றாய் உடலைத் தீண்டினான். மீசை வாசம் கலந்த அவன் மூச்சு சமீபமாகவே இரைகிறது. கன்னங்களை காற்றின் கரங்கள் கொண்டு வருடினான். உடல் குலைந்து நதியாய் வழிகிறது. பிறகு ஒரு மலரென விரிகிறது. அவள் பாகங்களை அள்ளித் தோற்கின்றன அவன் கரங்கள். ஒரு பெருங்கடலைக் குடிக்கும் தாகத்தில் மாறன் அவளைப் பருகினான். அவனின் அழுத்தமான விரல்கள் இவளைப் பிசைகின்றன. அவளும் காற்றாய் நெளிகிறாள். கண்களைத் திறக்கப் போராடினாள் மலரினி. மெல்லிய இரவு. நடுப்பகலென நிலவொளி. மரங்களின் நிழல்களில் மாறனின் சரிந்த முகச்சாயல். தன் கரங்களால் தன்னை அணைத்துத் துணுக்குற்றாள் மலரினி. கண்கள் சொருக மறுத்தன.

இரவை விரித்துப் போர்த்துக்கொண்டாள்.

*

15

கனகாம்பிகை முருகனின் வெண்கல முகம் மினுங்கியது. கோயிலின் நடுவே பாலைமரம். மெள்ளமாக அணில்கள் ஓடித் திரிந்து விளையாடின. கோயிலின் ஓலைக்கூரைக்குள்ளிலிருந்து மாம்பழக் குருவியொன்று சிறகை உதறிப் பறந்தது. தாமரை சர்மா, தீபத்தை உயர்த்தி ஆராதனை செய்ய, எல்லோரும் கைகளைக் கூப்பினர்.

"அரோஹரா!" என முழங்க... கோயில் பக்தியில் கமழ்ந்திற்று.

"முருகா! சண்டையிலை நிக்கிற என்ரை பிள்ளைக்கு நீதான் துணை..." தீபத்தை அள்ளிக் கண்களால் உறிஞ்சி வேண்டினாள் தாயொருத்தி. தலையில் முடிந்த கொண்டை. சிவத்த கீழுதடு. தடிப்பான மீசையில் ஒரு தெய்வப் புன்னகை. புதிதாய் சுரந்த பால்போல வெண்மை முகம்.

"நீங்கள் முருகன் மாதிரி..."

"......"

"என்ரை மேன் உங்களை மாதிரித்தான்..." தாமரையைக் கும்பிட்டாள் அவள்.

தாமரை சைக்கிளை எடுத்து மிதித்தான், இரணைமடுவிலிருந்து திருவையாற்றுக்கு மிதிக்கும் ஓட்டம் புதிதல்ல என்றால்போல்.

நெய்விட்ட கத்திரிக்காய் கறி, அரிசி மா பிட்டின் வாசனை இன்னும் பசிக்கச் செய்தது.

"சந்திரிக்கா வந்தால் சமாதானம் தாறன் எண்டுறாளே... என்ன இருந்தாலும் ஒரு பெம்பிளை எல்லோ..." வீட்டுக்குள் நடக்கும் அரசியல்

விவாதத்தைக் கவனிக்காமல் சைக்கிளை நிறுத்திவிட்டுப் பின் வளவுக்கு ஓடினான் தாமரை.

ஒரே ஒருவனின் காலடி பட்டு புற்கள் முளைக்காத ஒற்றையடிப் பாதை. வேலியில் கிடுகுகள் கிழிக்கப்பட்ட முகம் காட்டும் பொட்டு.

எட்டிப் பார்த்தான் தாமரை.

“பொன்னியம்மா.... பொன்னியம்மா...” சட்டிபானைகளை மினுக்கியவள், இவன் குரலுக்கு முகம் காட்டினாள்.

“எப்பிடியும் இப்ப நீங்கள் கூப்புடுவியள் எண்டு தெரியும்...”

அவள் பொட்டலுக்கு வருவதற்கு முன்பாகவே வந்து விடும் மீன்வாசனை. மார்பில் சுருங்கிய சேலை. வீட்டுக்காய் உழைத்துக் கலைந்த கேசங்கள். நெற்றியில் குழந்தைக்கு வைத்தாற்போல பெரிய கறுப்புப்பொட்டு. சிவந்து விரிந்த உதடுகளில் அடர்ந்த புன்னகை.

“அதெப்பிடி கண்டுபிடிக்கிறனீர்...”

“அங்க கோயில் பூசை மணி கேட்கும்..”

“பிறகு”

“நீங்கள் சைக்கிள் மிதிச்சு வருவியள்..”

“ஓ...”

“எத்தினை நிமிசத்திலை வருவியள் எண்டு கணக்கு வைச்சிருப்பன்...”

“நீர் கடும் ஆள்தான்...”

ஓலைக்குடிசைக்குள் இருந்து தந்தை லிங்கத்தின் இருமல் சத்தம், இவளை அழைத்திருக்க வேண்டும்.

“இப்ப வெளிக்கிடுங்கோ..”

“......”

“போய் முதலிலை சாப்பிடுங்கோ...”

“......”

தலையை பதித்துக்கொண்டு குடிசைக்குள் நுழைந்தாள் பொன்னி. புருவச்சிரிப்புடன் வேலிப்பொட்டால் முகத்தை எடுத்தான் தாமரை.

*

வாசலுக்கு வெளியே பறை முழங்கியது. நிதானம் இல்லாத வெறியில் பறையைப் பிரித்துக்கொண்டிருந்தான் லிங்கம். பொன்னி வாசலைக் கடந்து சிறிது உள்ளே நின்றாள். அவளருகில் நிலத்தில் கைகளைக்கட்டி உட்கார்ந்திருந்தான் பொன்னியின் தம்பி நிலவரசன்.

தாயின் தலைமாட்டில் இருந்து குளறிக்கொண்டிருந்தான் தாமரை.

இவளைக் காணவும் அவனின் கதறல் கூடிற்று. கட்டிப்பிடித்து கண்ணீர் விடவேண்டும் போலிருந்தது அவனுக்கு.

இவள் கண்கள், ஒரு பெரும் நதியாய் உதிர்ந்தது.

கொள்ளிக்குடம் சுமந்து நடந்தவன், இவளைப் பார்த்தபடியே மயானத்தை நோக்கி நடந்துகொண்டிருந்தான்.

"நான் உன்னை காதலிக்கிறன் எண்டது அம்மாவுக்குத் தெரியும்."

"......"

"அவா, எப்பிடி எண்டாலும் ஐய்யாவைச் சம்மதிக்க வைக்கிறன் எண்டவா.."

"......"

வேலிப்பொட்டால், அவன் கண்ணீரைத் துடைத்தாள் பொன்னி. அவளின் சேலையில் அம்மாவின் வாசமடித்தது.

"உந்தப் பொட்டுக்குள்ளாலை உதோ நடக்குது..."

"......"

"பறைப் பொட்டையோடை உனக்குக் காதலே..."

"......"

"எங்கடை குலமென்ன, கோத்திரமென்ன..."

தாமரையின் தந்தை உருத்திரசர்மாவின் அதட்டலுடன் நின்றார். தாமரையைப் பார்த்த பார்வையில், பொன்னி அழுதபடி குடிசைக்குள் ஓடினாள்.

"கிட்ட நிண்டால் மீன் நாத்தம்..."

"......"

"இவளை உனக்குக் கேக்குதே?

"ஐயா! அவள் நல்ல பிள்ளை..."

"அதுக்காக அவளைச் செய்தால் எங்கடை சமூகம் ஒதுக்கி எல்லே விடும்.."

"ஆர் ஆர் எங்கை பிறக்கிறது எண்டுறதை நாங்கள் தீர்மானிக்கிறேல்லைதானே?"

"உனக்கு நல்லாய் வாய் கொளுத்திட்டு..."

"......"

"எங்கடை கண்ணிலைக்கூட படக்கூடாதவளை வீட்டுக்குக் கொண்டு வந்து வாழப் பாக்கிறாய்."

தாமரை கண்களைக் கசக்கிக்கொண்டு விறுவிறுவென வீட்டை நோக்கி ஓடத்தொடங்கினான்.

உருத்திரசர்மா, கிடுகுகளை அகற்றிவிட்டு வேலிக்கு தகரம் அடித்து மூடினார். பொன்னி குடிசைக்குள் இருந்து கரைந்தாள்.

*

ஒரு பெரும் பிரளயம் துரத்துவதைப்போல கண்கள் நடுங்கின. பொன்னியின் கையைப் பற்றியிருந்தான் நிலவரசன். அவள் கையில் தாமரையின் பழைய வேட்டியால் சுற்றிய ஒரு பொதி. நிலவரசனின் கையில் ஓர் உரப்பையிற்குள் சில பாத்திரங்கள். சனம் கடலென ஏ--9 வீதியில் தள்ளாடியது. விட்டுச்செல்ல முடியாத நகரத்தை சுமப்பதைப்போல அந்தச் சின்னப் பொதி அவள் சிரசிற் கனத்தது.

"சமாதானம் தருவாள் எண்டு நினைச்சம்.. கடைசியிலை சத்ஜெய எண்டு சண்டையை தந்துபோட்டாள்.." ஒரு முதியவர் கடிந்தார்.

எறிகணைகள் வந்து விழுந்தன. "எதிரி கிளிநொச்சியை நோக்கி ஆக்கிரமிப்புப் போரைத் தொடங்கியுள்ளதால், பாதுகாப்பாக இடம்பெயருமாறு தமிழீழ மக்களை கேட்டுக் கொள்ளுகிறோம்." போராளி வாகனம் அறிவித்தது.

நகரம் வெறுமையில் உழன்றது.

சனக்கடலில் திணறினான் நிலவரசன். அவனை அணைத்து இழுத்துக்கொண்டு கால்களை எட்ட வைக்க முயன்று தோற்றாள் பொன்னி. "இந்தச் சனத்துக்குள்ளை வந்து, சாகாமல்

அப்பா பத்து நாளைக்கு முதலே செத்திட்டார்..” பொன்னிக்கு அவலத்திலும் ஓர் ஆறுதலாய் இருந்து.

அவள் மேனி வியர்வையில் நனைந்திற்று. அள்ளி முழுகியதுபோலத் தேகத்தால் நீர் வழிந்தது. வியர்வை அவள் கூந்தலில் கனத்தது. கிறுதி வருவதைப்போல இருந்தது பொன்னிக்கு. ஒரு வாய் தண்ணீர் குடித்தால் என்ன என்ற பெருந்தாகம். உதடுகள் வறண்டன. தொண்டை உள்ளாகச் சுருங்கியது. அதை நிலவரசனுக்குச் சொல்ல வார்த்தைகள் வராமல் நெஞ்சுக்கடலில் கரைந்தன.

அவள் சரியத் துவங்கினாள்.

நிலவரசனைப் பிடித்திருந்த கைகள் அவனைக் கைவிட்டன.

பொன்னியை ஏந்தினான் தாமரை. அவள் முகத்தில் தண்ணீரைத் தெளித்தான். அவனின் மினுமினுக்கும் கண்கள் பொன்னியின் நெஞ்சில் கடலைப் பெருக்கியது. தண்ணீரை மடமடவெனக் குடித்தாள்.

“ஐயா... எங்கை?”

“அவரை முதலே கொண்டுபோய் புதுக்குடியிருப்பிலை விட்டிட்டன்..”

“பிறகு...”

“......”

“...மாங்குளம்... பக்கமாய்... ஏன்..”

“உன்னைத் தேடித்தான் வந்தனான்...”

அவள் கைகளை இறுகப் பற்றினான். இன்னொரு கையில் நிலவரசனைப் பிடித்துக்கொண்டான்.

ஒரு மஞ்சள் கயிற்றை அவள் கழுத்தில் முடிந்தான்.

“இப்ப நீர் என்ரை மனுசி...” அவள் தாமரையின் தோளில் சாய்ந்தாள். எறிகணை முழங்கியது. விமானங்கள் தலைக்கு மேலே பசித்தலைந்தன.

*

“இயக்கம் சுவிங்கத்தைதடை பண்ணினதாலை கடாபிக்கும் புலோட்டுசுக்கும் நல்ல மவுசு...” சொல்லிக்கொண்டே சீனிப் பாணியைக் காய்ச்சிக்கொண்டிருந்தான் தாமரை.

பள்ளிக்கூடத்தால் வந்த நிலவரசன், ஒரு புலுட்டோசை வாய்க்குள் உமிந்தபடி குசினிப் பக்கம் சென்றான்.

"ஐயா! நீங்க இந்த இனிப்புக் கொம்பனியைத் துவங்கினதாலை, எங்கள் பத்துப் பேருக்கு வேலை கிடைச்சுதே..."

நன்றிப் பெருக்குடன் இனிப்பைச் சுற்றினாள் ஒருத்தி.

"கோயிலிலை தீபம் காட்டிக் கொண்டிருந்த மனுசனை, இப்பிடி நெருப்பிலை பாணி காய்ச்ச வைச்ச பாவம் என்னை சும்மா விடாது..." சொல்லிக்கொண்டே தேநீரை நீட்டினாள் பொன்னி.

"இந்தச் சண்டையிலை, இப்பிடி ஒரு வேலையைச் செய்து, நாலு குடும்பங்களுக்கு நாலு காசைச் சம்பளமாய் குடுக்கிறதும் தெய்வத்துக்கு தீபம் காட்டுற மாதிரித்தான்..." தாமரையின் முகம் மலராகவே பூத்தது.

"இண்டைக்கு இரவுக்கும் வேலை என்ன..."

"ஓமப்பா... அப்பதான் நாளைக்கு இனிப்புக்களை கடையிலை போடலாம்"

"அப்ப நான் அரிக்கன் லாம்பை துடைச்சு வைக்கோணும்..."

சிமிலியை மெல்லக் கழற்றி சாம்பலை அள்ளி உள்பக்கமாகத் தேய்த்து கரியை நீக்கினாள். புகைபோக்கியை ஊதிவிட்டு பழஞ் சீலையை நுழைந்து துடைத்தாள். பக்குவமாக சிமிலியை மாட்டி எண்ணைக் கலனைத் திறந்து கொஞ்சம் மண்ணெண்ணைவிட்டு மூடி, கூரையிலிருந்து தூங்கும் கம்பியில் கைவளையை நிமிர்த்தி மாட்டிவிட்டு இரண்டொரு தீக்குச்சுக்கள் குலுங்கும் நெருப்பெட்டியை விளக்கில் சொருகினாள்.

"அரிக்கன் லாம்பு எண்டால் என்ன அர்த்தம் அக்கா..."

கைகளை மடக்கி மடியில் வைத்து மடிந்த முழங்கால்களை வயிற்றுடன் ஒட்டக் குந்தியிருக்கும் நிலவரசன் பொன்னியைப் பார்த்துக் கேட்டான்.

"புயல் விளக்கு..."

"......"

"புயலிலையும் அணையாமல் எரியுமாம்..."

"......"

வாசலில் யாரோ அழைக்கும் குரல்.

பொன்னி எட்டிப் பார்த்தாள்.

"இஞ்சாருங்கோ..."

தாமரை திகைத்துப் போனான். பொன்னியும் நடுங்கிக் கொண்டு அவன் பின்னால் நின்றான்.

"ஐயா..."

"......"

"என்னை மன்னிச்சு..."

"......"

உருத்திரசர்மாவைக் கண்டு பதறத் தொடங்கினான் தாமரை.

உருத்திரசர்மா திண்ணையில் அமர்ந்துகொண்டார். "கனகாம்பிகை முருகனுக்கு இனி நீதான் ஐயர்.." நிலவரசனை தூக்கி மடியில் இருத்தினார்.

"என்ரை மருமகளைப் பாக்க, அம்மன் மாதிரி இருக்கிறாள்!"

"......"

பொன்னி தலையைக் குனிந்துகொண்டாள்.

"எப்பன் தண்ணி தாவம்மா..."

பிளாஸ்டிக் செம்பில் தண்ணீரை நீட்டினாள் பொன்னி.

நெற்றியில் ஒளிரும் குங்குமம். கூந்தலில் மல்லிகை பூத்திருந்தது. கழுத்தில் ஒளிரும் மஞ்சள் கயிறு. ஒரு மெல்லிய பட்டு இழை ஓடிய சேலை. அவள் முகத்தில் ஒரு தெய்வக் கடாட்சம்.

*

மாலை ஏழு மணி ஆகிவிட்டால் தாமரை வீட்டு தொலைக்காட்சியின் முன்னால் ஊரே கூடியது. கறுப்பு வெள்ளையான சின்னத் தொலைக்காட்சிக்கு முன்னால் ஐம்பது பேர் அமர்ந்துகொண்டனர்.

"இண்டைக்கு சனிக்கிழமை... நல்ல படம் பொதிகையில் போடுவினம்..."

பொன்னி சொல்லிக்கொண்டே திண்ணையில் இருந்தாள்.

"இண்டைக்கு முதல் காந்தன்ணாதான் உழக்க வேணும்."

"கரன்ட் இல்லை... மண்ணெண்ணை இல்லை... நான் ஒரு மாதிரி இந்த மோட்டரைச் செய்து, அதை சைக்கிள் பெடலைப் போட்டு வடிவா கதிரையிலை இருந்து மிதிக்கிற மாதிரி செய்து வைச்சிருக்கிறன்."

"......"

"அது கரச்சல் என... நானே மிதிக்கிறன்."

விராந்தையில் ஒரு கம்பியின் முனைவின் வளைவில் கொளுவப்பட்ட அரிக்கன் லாம்பின் வெளிச்சத்தைக் தணிக்க திரிப்பிடியைச் சுழற்றினாள் பொன்னி.

"அத்தான், நீங்கள் படத்தின்ரை கடைசிக்கட்டம் வரேக்குள்ளை.. உங்களுக்கு கையும் வராது, காலும் வராது... மிதிக்காமல் விட்டிருவியள்... படத்துக்குள்ளை போயிருவியள்" சொல்லவும் ஒரு சிரிப்பொலி எழுந்தது.

*

தாமரையின் மார்பில் வியர்வை பிசுபிசுக்க அதில் அவள் முகம் புதைத்துக் கிடந்தாள்.

"இஞ்சாருங்கோ அப்பா..."

"......"

நான் ஒண்டு கேப்பன் செய்வியளே..."

"......"

"மகிழனுக்கும் ஒரு வயதாகிட்டுது.."

"......"

"ஐயா எங்களை ஏற்றுக் கொண்டால், ஆமி நிண்டாலும், கனகாம்பிகை பிள்ளையாருக்குப் போய் பூசை செய்யிறது எண்டு நேத்தி வைச்சனாங்கள் எல்லே..."

"......"

"ஒரு நாளும் நான் கால் வைக்காத கோயில்."

"......"

"அங்கை கனபேர் போட்டு வாறினமாம்..."

"......"

“ஒருக்கால், போயிற்று வருவமே...” பொன்னியின் தலையைத் தடவி அவள் நெற்றியில் உதடுகளைப் பதித்தான் தாமரை.

‘லாம்பெண்ணைக்குத்தானே பெரிய தட்டுப்பாடு’ நினைத்தபடி நீல நிற மண்ணெண்ணையில் உப்பு உறைந்திருக்க, விலாசிக் கொண்டிருக்கும் ஜாம் விளக்கை ‘ஊ... ஊ...’ எண்டு ஊதியணைத்தாள் பொன்னி.

*

சைக்கிளின் முன்னால் பொன்னி. நிலவன் இரண்டு கால்களை இரண்டு பக்கமும் போட்டுக்கொண்டு தாமரையைக் கட்டிப் பிடித்திருந்தான். மல்லாவியிலிருந்து கோட்டை கட்டிய குளம் வழியாக சைக்கிளை மதித்து அக்கராயன் குள வீதியில் வந்து இரணைமடுவில் மிதந்தான்.

சைக்கிளை நிறுத்திவிட்டு, ‘ஆமி நிற்கிறானா?’ என்று நோட்டமெடுத்தான்.

இரணைமடுச் சந்தியைக் கடந்தாகிற்று. கனகாம்பிகையை வீதிக்குள் சைக்கிளை இறக்கினான்.

“இப்பவும், இரணைமடுவாலை சனம் புதுக்குடியிருப்புப் பக்கம் போறதுதானே?”

“ஓ..”

“அப்ப பயமில்லை...”

“இரணைமடு மட்டும்தான் இயக்கத்தின்ரை கட்டுப்பாடு...”

“கனகாம்பிகைக்குள்ளை ஆமி வந்து போறவன்தான்...”

நிலவனுக்கும் கேட்கும் வித்தில் இருவரும் அமுங்கிய குரலில் பேசினர்.

ஊரே பாழடைந்திருந்தது. எங்கும் பற்றைகள். வீடுகள் உடைந்து சிதறிக் கிடந்தன. கூரையற்றிருந்தது கோயில். ஓடுகள் நிலத்தில் சிதறிக் கிடக்க, கதவு கழன்று தொங்கியது. முருகன் தெருவில் எறியப்பட்டிருந்தார். பொன்னி ஓடிச் சென்று முருகனைத் தூக்கினாள்.

முகமெல்லாம் எறிகணைகளின் காயம். முருகனின் வேலேந்திய கையைக் காணவில்லை. தாமரை, முருகனைத் தூக்கிச் சென்று கருவறையில் வைத்தான். எங்கும் சிலந்தி வலை. தடித்துப் படர்ந்த தூசு.

நிலவரசன் ஒரு காவோலையை எடுத்துத் தூசு தட்டினான்.

முருகனைக் குளிப்பாட்டினான் தாமரை. பூக்களைச் சூடி, விளக்கேற்ற, நிலவரசன் தேவாரம் பாடினான். அதிலொரு பூவைச் சூடினாள் பொன்னி. அவள் நெற்றியில் குங்குமத்தை அள்ளி வைத்தான் தாமரை.

அதிர்ச்சியில் மிரளும் தாமரையின் கண்களில் ஒரு ஆமிக்காரன்.

“ரெக்கி எடுக்க வந்தது.. ஒயா எல்டிடிஈ தானே...”

பற்களை கடித்துக்கொண்டு நின்றான் இன்னொருவன்.

சிப்பாய்கள் கோயிலை சூழ்ந்து கொண்டனர். துப்பாக்கியால் பொன்னியின் முதுகில் குத்தினான் ஆமிக்காரன். தாமரையை தரதரவென இழுத்துச்சென்று ஒடிந்த தூணில் கட்டினான் இன்னொரு சிப்பாய்.

நிலவரசனை கைகளைப் பின்னால் கட்டி இருத்தினர்.

பொன்னியை நெருங்கி முகர்ந்தான் ஒருவன். அவள் கதறினாள்.

“என்ரை தெய்வத்தை விடுங்கோடா..! ஒண்டும் செய்யாதையுங்கோடா..!”

தீனக்குரலில் உன்னிக் கத்தினான் தாமரை.

பொன்னியை நிலத்தில் விழுத்தி அவள்மேல் ஏறினான் ஆமிக்காரன். நிலவரசன் கண்களைப் பொத்திக்கொண்டு மயங்கினான்.

பொன்னி மூச்சை அமுக்கிக்கொண்டாள்.

சடலத்தைப் புணர்ந்தனர்.

கோயில் நிலத்தில் குருதி படர்ந்தோடியது.

தாமரையின் நெற்றியில் ஒரு வெடி. நிலவரசனின் பிஞ்சு நெஞ்சில் ஒரு வெடி. முருகனின் நெற்றியில் இன்னொரு வெடி.

ஒரு பெருத்த வெடியோசை ஒலித்து அடங்கியது!

*

மாறன் நினைவுக்கடலில் இருந்து விழித்தெழும்பினான்.

“மகிழனும் என்ன மாதிரித்தான்...”

"......"

"அதான் அவனிலை எனக்குச் சரியான பாசம்."

மாறன் கண்களை துடைத்துக்கொண்டான்.

"விண்வரு மேகங்கள் பாடும் மாவீரரின் தியாகங்கள் பாடும்…"

மெல்லிய இரவில் கல்லறைகளைத் தாலாட்டியது புலிகளின் குரல். நாதஸ்வர இசையும் மேளமும் கலந்த செய்திக்கான நிலையக் குறியிசை பாலைவனச்சிறுத்தைப் போல உறுமி முழங்கியது.

"ஸ்ரீலங்கா அரசிட்ட நீதியை எதிர்பார்க்கிறது சிங்கத்தின்ரை வாயிலை கருணை தேடுற மாதிரி… மாணவர்களின்ரை கல்வி நலனைக் கருத்திலைக் கொண்டு, வரும் திங்கட்கிழமை முதல் பல்கலைக்கழகக் கல்வி நடவடிக்கைகள் தொடங்கும்…" குமணனின் குரல் செய்திக்குள் ஒலித்தது.

*

16

பல்கலைக்கழக வளாகம் வண்ண வண்ணக் கொடிகளால் கலகலப்பாகிற்று. 'பண்பாடே ஓர் இனத்தின் அடையாளம்' மகுடவாசகத்துடன் அறிவித்தல் பலகைகளெங்கும் கலைவாரப் போட்டி விவரங்கள் எழுதப்பட்டிருந்தன.

கவிதைப் போட்டி முடிந்து வெளியில் வந்தான் மாறன்.

"இண்டைக்கு என்னத்தைப் பற்றிக் கவிதை..."

"எண்டைக்கும் உன்னைப் பற்றித்தான்..."

"முத்தமிடக் காத்திருந்த நாள்.."

"நீங்கள் எழுதினால் நல்லாய்த்தானே இருக்கும்..."

"உன்ரை கண்களின்ரை ஒளியை, மயக்கத்தை நினைச்சால் கவிதை வரும்..."

"விழுந்திரப் போறியள்..."

"அதான் விழுந்திட்டனே..."

கட்டுரைப் போட்டியை முடித்துக்கொண்டு துருவனும் சுதர்சனும் வந்தனர்.

"நீ என்ன தலைப்பில எழுதினனீ துருவா..."

"அழிந்துபோகும் தமிழர் சின்னங்கள்... நீ?"

"நான் கண்ட தமிழீழம்!"

சுதர்சனின் முகத்தில் ஒரு தேஜஸ் மிளிர்ந்தது. துருவன் அவன் தோள்களில் கையைப் போட்டுப் பாராட்டினான்.

கலைவாரத்தின் இறுதிநாள். 'மாட்டு வண்டியில் ஏற்றப்பட்ட அறுவடை நெல்' மாணவர்களின்

காட்சிப்படுத்தலை குமணன் மேற்பார்வை செய்தான். இன்னொரு புறத்தில் 'முதற் பெண் கரும்புலி அங்கயற்கண்ணி'. வெளிச்சம் நிரம்பிய அந்தக் கரும் போராளியைச் சுற்றியே மாணவர்கள் நின்று பெருமை செய்தனர். "பாரம்பரியம், வரலாறு எண்டு நீங்கள் காட்டுற அக்கறை எனக்கு எல்லையில்லாத சந்தோசத்தையும் பெருமையையும் தருகுது..." துணைவேந்தர் குமணனின் முதுகில் தட்டினார்.

"சின்னச்சின்னக் கூடுகட்டி திண்ணையில் நாம் வளர்வோம்..." போராளிச் சீருடை. மலரினி தலைவராக. தோழர்கள் குழந்தைகளாக. செஞ்சோலைக் குழந்தைகளின் அந்தப் பாடல் நிகழ்த்துகை, மாறனின் வாழ்வு மேடையேறுவதுபோலிருந்தது. அவனும் அக்குழந்தைகளில் ஒருவனாக மேடையில் கலந்துபோனான்.

"யார் அழுதது..?"

மலரினியில் முகத்தில் ஒரு போராளியின் ஈரப்புரட்சி ஒளிர்ந்தது.

மேடையால் இறங்கி வந்தவளை வைத்த கண் வாங்காமல் பார்த்தான்.

"ஒரு போராளியை அப்பிடிப் பார்க்கக்கூடாது..."

"போரும் வீரமும்தானே எங்கடை வாழ்க்கை..."

மாறன் அவளை விடுவதாயில்லை. போரின் வெம்மை படர்ந்த அந்த முகம் இவனை இழுத்தது. மாறன் மெல்ல அவள் கைகளைப் பற்றினான்.

குமணன் தலைமையுரை செய்து, துணைவேந்தரைப் பேச அழைத்தான். "அழிக்கப்படுகிற எங்களின்ரை கலை, கலாசாரங்கள் பற்றின விழிப்புணர்வை ஏற்படுத்துற இந்த நிகழ்வுக்கு மாணவர்கள் கொண்டிருக்கும் ஆர்வம் எனக்குப் பெரிய சந்தோசத்தையும் பெருமிதத்தையும் தருகுது..." கண்களில் பெருமிதம் நிறைந்திற்று.

அடுத்து போட்டி முடிவுகளை அறிவிக்கத் தயாராகினான் குமணன்.

நாடகத்தில் முதலிடத்தைப் பிடித்தது ஒதல்லோ நாடகம். கட்டுரையில் முதல் இடம் "நான் கண்ட தமிழீழம்".

தீபச்செல்வன் | 109

கவிதை முதலிடம் மாறனுக்கு.

அரங்கம் கரகோசத்தில் அதிர்ந்தது.

மாலையில் விளையாட்டுப் போட்டிகள் பல்கலைக்கழக மைதானத்தில் துவங்கியது. மாறன் நானூறு மீற்றர் போட்டிக்காக தயார் நிலையில் நின்றான். உயர்ந்த அவன் தோள்களை வியர்வை நனைத்திருந்தது. ஆம்கட் பெனியனை மேவித் தெரியும் அவன் மார்பில் கருமை கொழித்த முடி. அவனோடும் வேகத்துக்குத் தயாராகின கேசங்கள். வெண்மையான விளையாட்டு காற்சட்டை. பருத்த கால்களை வீசி ஓடி முதலாவதாக வரவும் "முதலிலை சேட்டப் போடுங்கோ..." நீட்டினாள். "ஏன் ஆரும் பாத்துப் போடுவினமோ..." "இவர் பெரிய ஆணழகன்தான்..." அவள் உதடு நக்கலில் சுழன்றது.

"என்னடா பிராக்குப் பாக்கிறாய்.. தள்ளடா விசரா..."

துருவனை எட்டி உதைந்தான் நிரோஜன். ஒரு பெருத்த சத்தத்துடன் மோட்டார் சைக்கிள் உறுமியது. அதனைவிடவும் அவன் குரல் பெரிதாய் மிரட்டியது. விழுந்த துருவனை மாறன் தூக்கிவிடவும் குமணனும் இடத்திற்கு வந்து துருவனை அழைத்துச்சென்றான். மலரினி நடுங்கினாள்.

"தம்பி கிரவுண்டுக்குள் மோட்டச் சைக்கிள் விடுறேல்லை... கொண்டுபோய் வெளிய விடுங்கோ"

கை காட்டிய காவலாளியின் சட்டைக் கழுத்தில் பிடித்துத் தள்ளினான் நிரோஜன்.

"தம்பி அமளி செய்யாதையடா..."

"மூடிக்கொண்டு நில்லு. இல்லாட்டில் மூஞ்சை உடைப்பன்..."

மோட்டார் சைக்கிள் நடுமைதானம் நோக்கி உறுமிக் கொண்டு போனது. "ஏன் நிரோ இப்பிடி செய்யிறாய்..? விளையாட்டுப் போட்டி எல்லோ நடக்குது..." போதையில் அவன் கண்கள் சிவத்தன.

"ஆரடா நீ... எனக்குக் கட்டளை போடுறியா? நீ என்ன நாட்டுக்கே தலைவனா?"

ஒரு கல்லை எடுத்து பீடாதிபதி அலுவலகப் பக்கமாக எறிந்தான். அது பீடாதிபதி அலுவலகத்தின் கண்ணாடியை நொறுக்கிற்று. அவன் மோட்டார் சைக்கிளும் போதையேறியது போல சத்தம் எழுப்ப ஓட்டிச் சென்றான் நிரோஜன்.

"இவர் ஆர் அண்ணை?"
மாறன் வியப்போடு கேட்டான்.
"என்ரை பாட்ச்தான்…"
"……"
"ஆமியோடை நல்ல நெருக்கம்…"
"……"
"பந்துல எண்டொரு அக்கிரமக்காரன் இருக்கிறான்…"
"……"
"அவனோடை இவன் கீறிசும் போல்சும் மாதிரி…"
"……"
"இஞ்சை நடக்கிற எல்லாத்தையும் அவங்களுக்கு போட்டுக் குடுக்கிறதுதான் இவன்ரை வேலை…"

குமணனின் கண்களில் அவன்மீது பச்சாதாபம் படர்ந்ததைக் கண்டான் மாறன்.

"இவருக்கு உங்களோடை ஏதும் பிரச்சினையோ…?"

"எல்லாரும் மாணவர் ஒன்றியத் தலைவருக்கு என்ரை பேரை சொல்லிச்சினம்… முதலிலை போட்டி இல்லாமல் தேர்வு செய்யிற மாதிரி இருக்க… கடைசி தருணம் இவன் தன்னையும் பொடியள் நிக்கச் சொன்னது எண்டு எலக்சன் வைக்கச் சொன்னான்… தேர்தலும் நடந்தது.."

"பிறகு…"

"எனக்கு ஐயாயிரம் வோட்ஸ் அப்பிடி வந்தது… அவனுக்கு சரியான குறைவு…"

"……"

"உப தலைவராக அவனை இருக்கச் சொன்னன்… கேக்கேல்லை… அண்டையிலை இருந்து என்னிலை மட்டுமில்லாமல் இந்த கம்பஸிலையே அப்பிடியொரு வெறுப்பு… எல்லாரோடையும் பகைமைதான்"

"……"

"நாங்கள் என்ன செய்தாலும் குழப்புவான்… அடிக்கடி ஏதாவது அட்டகாசம் செய்துபோட்டு அவுட்டபொன்ஸ்ல இருப்பான்…"

"……"

"அவுட்டபொன்ஸ் நேரம் எல்லாம் திருநெல்வேலிக் காம்பிலை பந்துலவோடை சேர்ந்து குடிப்பான்…"

"……"

"கம்மாளன் உறவு கணுக்கால் மட்டும்தானே."

"……"

"படிப்பையும் லைப்பையும் இப்பிடி நாசமாக்கிறான் எண்டுதான் எனக்குக் கவைலையாய் இருக்குது…"

"……"

"அவன் எனக்கு என்ன செய்தாலும் நான் கோவிக்கிறேல்லை எண்டு வைராக்கியமாக இருக்கிறன்…"

குமணன் மாறனுக்குச் சொல்லிட்டு மார்ஷல் அலுவலகத்திற்குக் கிளம்பினான்.

மாணவ ஒழுக்காற்று அதிகாரியான மார்ஷலின் முன்னால் தெளியாத போதையில் தலையைக் குனிந்திருந்தான் நிரோஜன். குமணன் துருவனை இருத்திவிட்டு தானும் அமர, மைதான வாயில் காவலாளியும் கதவைத் திறந்து நுழைந்தார். மார்ஷல் அங்குமிங்கும் பார்த்துச் சிரித்தார். "மார்ஷலுக்கு கோவம் கூடிட்டுது…" குமணன் துருவனின் காதில் குசுகுசுத்தான்.

"தம்பி, இப்பதானேயடா ஒரு வருஷ அவுட்டபொன்ஸ் முடிஞ்சது…"

"……"

"அதுக்குள்ள நேற்று வெறியிலை வந்து தலைதெறிக்க நடந்திருக்கிறாய்.."

"……"

"பல்கலைக்கழக ஊழியரிலை கை வைச்சிருக்கிறாய்…"

"சேர், இந்த முறை மட்டும் விடுங்கோ சேர்… துருவனுக்குப் பிரச்னையில்லை.. செக்கியூருட்டி அண்ணையை நான் சமாளிக்கிறன்."

நிரோஜன் வெடுக்கென எழுந்து குமணனைப் பார்த்து பற்களை நறுநறுவெனக் கடித்து கை நீட்டினான். "உன்ரை தயவு எனக்குத் தேவையில்லை…" மார்ஷல் எழுந்து அங்குமிங்கும் நடந்தார். அவர் இன்னும் கோவமடைந்திருக்க வேண்டும்.

"எவ்வளவு பைன்ஸ் சேர்? எவ்வளவு காலம் இனி அவுட்டபொன்ஸ்..."

"போம் வீட்ட கடிதம் வரும்..."

கதிரையைவிட்டு எழும்பிய நிரோஜன், குமணனை நெருங்கினான்.

"மிதிச்சவனைக் கடிக்காத பாம்பில்லை..."

"......"

"பாப்பம் இன்னும் எவ்வளவு நாளைக்கு உங்கடை ஆட்டமெண்டு..."

"......"

"உன்ரை தலைக்கொழுப்பை அறுதிக்கு கொண்டுவருவன்..."

குமணனில் வயிறு எரிந்த பார்வை. அவன் கண்கள் வெறியில் சிவத்துத் துடித்தசைந்தன. விரல்கள் விரோதத்தின் அகோரத்தில் நடுங்கின. குமணன் ஒரு புன்னகையால் அவனுக்குப் பதில் அளிப்பது மார்ஷலுக்கு வியப்பூட்டியது.

"எல்லாத்தையும் பகைமையால கடக்க ஏலாது..."

"......"

"நீ போயிற்று வா குமணா..."

துருவனை அழைத்துக்கொண்டு எழுந்தான் குமணன்.

*

சரிந்து தொங்கும் நிலவின் முகம் மினுங்கியது. தொலைபேசியில் மலரினியின் குரல் ஒரு பாடலாய் சுரந்தது. இரவின் ரம்மியத்தில் அவள் குரல் ஒரு பெருநதியாய் குளிர்ந்தது. குரல் முத்தமிடுகிறது. குரல் இதழூட்டுகிறது. குரலை அவன் அணைத்துக்கொண்டான். அவள், அவன் மார்பில் சுருண்டு கொண்டாள். உடல் சிலிர்க்க நெஞ்சுக்குள் தீ சுடர்ந்தது. நிலவு மட்டும் பார்த்திருக்கும் அந்த இராத்திரி, ஒரு தேவதையாக புன்னகைத்தது.

*

17

"**தே**சத்தின் விடியலுக்காய் உயிர்க்கொடை தந்தாரே ஒளிவீசும் உம் பாதங்கள் என்றென்றும் உயிர் பெறும்!"

சின்னச் சின்னப் பாதச்சுவடுகள் பொறிக்கப்பட்ட இறக்கைப்போல பெருத்த நாற்பாதம் நாலாபுறமும் வெண்கலத்தில் மிலங்கியது. அதன் நடுவே வெண் பாதங்கள். நந்தியாவட்டைப் பூக்களைத் தூவி பாதங்களைத் தொட்டு கண்களில் ஒற்றினாள் பாரதி. பல்கலைக்கழக மாவீரர் நினைவுத் தூபியின் முன்னால் நெஞ்சில் இடக்கையை வைத்து வீரம் சுடர இராணுவ மரியாதையை செய்கையில் மாணவர்களின் கண்கள் அவளில் குவிந்தன. முழங்கை வரை மடித்துவிடப்பட்ட பச்சை மேற்சட்டை இடுப்பில் கறுப்புப் பட்டி. தூக்கிக் கட்டிய இரட்டை நரைப் பின்னல். வலுத்த சீர்மைமிகுந்த நிமிர்ந்த தேகம். உரம் படிந்து நிமிர்ந்த மார்ப்பு. கண்களில் தேசக் கனவு. தாய்மைப் போராளியின் வாசனை தூபியைச் சுற்றிப் பரவியது.

நினைவுத் தூபியின் பாத விழிகள் திறந்து மூடின.

"மாவீரர்களின்ரை தியாகம், கனவு... உங்களை மாதிரி இந்த மண்ணின்ரை தலைமுறைகளின்ரை படிப்பும் எதிர்காலமும்தான்.."

பாரதியின் வெண்பற்களுடன் வெண்கேசங்களும் சிரித்தன. நெற்றில் சரிந்த கேசங்களைத் தலையுடன் ஒற்றித் தடவினாள்.

"தாயையும் தேப்பனையும் ஆமி கடத்திப் போட்டாங்கள்..."

"......"

"இரண்டு பொம்பிளைப் பிள்ளையள் அநாதையாய் அந்தரிச்சுகள்."

"......"

"அவையளை துர்க்கா இல்லத்திலை சேத்துப்போட்டு வாறன்..."

"......"

"மாறனை ஒருக்கால் பாத்திட்டுப் போகலாம் எண்டு வந்தனான்."

குழந்தையாய் நினைந்து மாறனின் தலையைத் தடவினாள். மாறன் புளுகத்தில் திளைத்தான். சுதர்சன் துருவனை அழைத்துக் கொண்டு வந்தான்.

"இவர்தான் துருவன்."

பாரதியின் பாதங்களை தொட்டு வணங்கினான் துருவன். அவள் தலைதடவி கும்பிட்டாள்.

"அம்மா, அப்பா எல்லாம் எப்பிடி இருக்கினம் மகனே?"

"அவங்க நல்ல சுகம் அம்மா."

"நான் சம்பூருக்கு கனதரம் வந்திருக்கிறன்..."

"ஒரு நாளைக்கு நீங்கள் மாறன், சுதர்சன் எல்லாரும் வீட்ட வாங்க அம்மா..."

துருவனின் சிரிப்பில் வரவழைப்பின் கரங்கள் பற்றின.

"சுதர்சன்ரை அம்மாவையும் ஒருநாள் பாக்க வேணும்."

"......"

"இண்டைக்கு கஸ்டம்..."

"......"

"மகிழன் சாப்பிடாமல் இருப்பான்... நான் வெளிக்கிடுறன்.."

எம்ரிநைன்டி மோட்டார் சைக்கிளின் பெடலை ஓர் உழக்கு உழக்க அது உறுமத் துவங்கியது. கையசைத்தபடி நின்றான் மாறன். முதிய போராளியின் வீரத்தின் பேரழகைப் பார்த்தபடி நின்றது பல்கலைக்கழகம்.

*

மாசி, இருபத்தாறு. தொண்ணூற்று எட்டு. சுவரில் தமிழரசி நகைமாட நாட்காட்டி அன்றைய நாளைக் காட்டிக் கொண்டிருந்தது.

"எழிலன் கம்பஸ் கிடைச்சும் போகாமல் இயக்கத்துக்குப் போட்டானே..."

"......"

"நீ பேசாமல் அவனைக் கூட்டிக்கொண்டு யாழ்ப்பாணம் போயிருக்கலாம்..."

"......"

"இப்ப அவனும் இல்லை... இவனும் இல்லை..."

விசாகன் நொந்தபடி சொல்லிக்கொண்டிருந்தான்.

"பரிமாளனுக்குத்தான் என்ன ஆகிற்றுது எண்டு தெரியாது..."

"......"

"இவன் இயக்கத்திலை இருக்கிறான் எண்டாவது நிம்மதியோடை இருப்பம்..."

கமலினி ஓலை பின்னிக்கொண்டிருந்தாள்.

வாசலில் இரண்டு போராளிகள்.

"வாங்கோ தம்பியவை..."

விசாகன் அழைத்துக்கொண்டே படலையடிக்குப் போனான்.

"இஞ்சை விசாகன் அப்பா நீங்களே.."?

"ஓம்..."

"கமலினி அம்மா என்றது..."

"என்ரை தங்கை.... இந்தா நிக்கிறா..."

கமலினி எழுந்து வந்தாள். பரிமளனா அது? உற்றுப் பார்த்தாள். ஏமாற்றத்தில் கண்கள் கலங்கின. எழுந்தாள். 'ஒருவேளை பரிமளன் இயக்கத்திலையோ... அவனைப் பற்றி ஏதோ தகவலோடை வந்திருக்கினம்...' கமலினி எழுந்து விறுவிறுவென ஓடிவந்தாள். போராளிகள் கமலினியின் கைகளைப் பற்றினர்.

"அம்மா... பரிமளன்..."

"......"

"அது வந்து.... பரிமளன்..."

"சொல்லுங்கோ..."

"......"

"என்ரை பிள்ளை எங்கை இருக்கிறான்..."

"......"

"என்ரை பிள்ளை இயக்கத்திலை இருக்கிறானே..."

"......"

"அவன் உயிரோடை இருக்கிறானே..."

"......"

"அது போதும்..."

"......"

"என்ரை சுட்டிபுரம் கண்ணகியம்மன் என்னைக் கைவிடேல்லை..."

"அம்மா..."

அந்தப் போராளிகளில் ஒருவன் கமலினியை அணைத்துக் கொண்டான்.

"அம்மா... பரிமளன்.... வீரச்சாவு..."

கமலினி அதிர்ந்தாள். கண்கள் இருண்டன. மண்ணில் சரிந்தாள்.

"கிளாலியிலை நேற்று நடந்த சண்டையிலை உங்கடை மகன் கப்டன் அலையவன் வீரச்சாவு... அம்மா..."

விசாகனுக்கு தலை சுற்றியது. அவன் கமலினியை தொட்டு ஆறுதல்படுத்தினான். அவள் அவலக்குரல் ஊரை உலுப்பிற்று. அவள் ஓலம் ஆழியை நிறைத்தது. அவள் கண்ணீர் கடலலைகளாய்க் குமுறின. தன் கண்ணீரால் கடலை நிறைத்தாள்.

பரிமளன் உயிர் மாய்த்த கடல், அவள் கண்களால் உதிர்ந்து கொட்டியது.

*

பெண் போராளிகளின் பாசறையின் வரவேற்பு அறையில் ஃபத்வா துக்கானின் கவிதைப் புத்தகம் ஒன்று முகம் காட்டிக் கிடந்தது. வரிக்கோடு விழுந்த பச்சைச்சேலை ஒன்றைக்

கட்டியிருந்தாள் கமலினி. முதலாம் வகுப்பில் பள்ளிக்கு சேர்வதற்கு வந்த குழந்தைபோல ஒரு பதகளிப்பு.

"வணக்கம் அம்மா..."

மாலதி கைகூப்பி கமலினியை இருத்தினாள்.

"சொல்லுங்கோ அம்மா..."

"......"

"பிள்ளையள் ஆரும் இயக்கத்துக்கு வந்திட்டினமா?..."

"......"

"அம்மா கதையுங்கோ..."

".."

கமலினியின் கண்கள் கரைந்தொழுகின. மாலதி வந்து கைகளைப் பற்றிக்கொண்டாள். "மலைமகள் கொஞ்சம் தண்ணீ எடுத்துக்கொண்டு வாங்கோ..." குரல் கொடுத்துக்கொண்டு கமலினியின் அருகில் அமர்ந்தாள்.

"என்ரை மகன் மூண்டு மாதத்துக்கு முதல் வீரச்சாவு..."

"......"

"கடற்புலி கப்டன் அலையவன்..."

"......"

"மற்றவரும் இயக்கத்திலை..."

"......"

"இவரையும் கிளாலியிலை ஆமி வெட்டிக் கொண்டுட்டான்..."

மாலதி, கமலினியின் கண்களைத் துடைத்தாள்.

"உங்களுக்கு என்ன உதவி தேவை எண்டாலும் நாங்கள் செய்வம்..."

"......"

"அம்மா, உங்களுக்கு நாங்கள் எத்தினை பிள்ளையள் இருக்கிறம்..."

மலைமகள் தண்ணீரைப் பருக்கினாள்.

"நான் இயக்கத்திலை சேரப் போறன்..."

"......"

"நானும் உங்களோடை சேர்ந்து போராடப் போறன்..."

"......"

"வயது போனாலும் உங்களுக்கு ஒரு அம்மாவாய் எண்டாலும் இருக்கிறன்.."

மாலதியின் கண்கள் திகைத்தன.

பயிற்சி முடித்த கமலினி வரிச்சீடையைத் தரித்தாள். பாரதி என்ற பெயர் அவளுக்குச் சூட்டப்பட்டது. கழுத்தில் சைனைட் அணிந்தாள். சிறுவர் இல்லப் பொறுப்பாளராக நியமிக்கப்பட்டாள்.

*

"அம்மான்ரை கடைசி மகன், ஆனையிறவுச் சண்டையிலைதான் வீரச்சாவு..."

"......"

"தன்ரை பிள்ளையளை நாட்டுக்காய் குடுத்திட்டு எங்களை தன்ரை பிள்ளையளாய் தோள் மாத்திக் கொண்டா..."

"......"

" ஒரு பெரிய தாயாய்..."

"......"

"எங்களைக் காக்கிற இமையாய்ப் பாத்துக்கொள்ளுற..."

சுதர்சனின் விழிகள் பனித்தன. மாறன் கண்களைப் பொத்தி வெதும்பினான். துருவன் மாறனை அணைத்துக்கொண்டான்.

*

18

பந்துலவின் மேசையில் சிங்கக்கொடி அசைந்து மிரட்டியது. விறைத்த மண்டையனாக மளமளவென நுழைந்தான் நிரோஜன். பொத் எனக் கதிரையில் குந்தியவன் பந்துலவின் மேசையில் இருந்த தண்ணீர்ப் போத்தலை எடுத்து உயர்த்தி மளமளவெனக் குடித்தான்.

"மொக்கக்த பிறஸ்னய நிரோஜன்..."

ஒரு காலைத் தூக்கி கதிரைக்காலின் மேல் போட்டான்.

"......"

நிரோஜன் பற்களைக் கடித்தான். அவன் கண்கள் மேலும் சிவத்தன.

"எல்லாம் இவனாலைதான்..."

ஓர் அறிவித்தல் பலகையில் ஒட்டப்பட்ட பலரின் புகைப்படங்களிடையே குமணனின புகைப்படமும் தொங்கியது.

"நீங்கள் இவனைப் போட்டால்தான் நான கம்பஸில லீடர் ஆகலாம்..."

"......"

"நீங்கள் அதுக்கு சரிவரமாட்டியள்..."

"......"

"தமிழன் சொல்ற மாதிரி நீங்கள் மோடர்தான்..."

பந்துலவின் கண்களில் கோவம் பொங்கியது. ஒரு நமட்டுச் சிரிப்போடு "யார் மோடர்... வைட் பண்ணிப் பாக்குறது..." பந்துல சிரித்தான்.

இன்னொரு சிப்பாய் வந்து சந்திம வந்திருப்பதாகச் சொன்னான். உள்ளே வந்த சந்திமவைப் பார்த்து “இவருக்கு என்ன அமைதிக்கான நோபல் பரிசு வாங்க ஆசையோ...” என்றான் நிரோஜன்.

சந்திம ஒரு மெலிதான ஒரு சிரிப்புடன் அமர்ந்தான் பந்துலவின் முன்னால்.

“ஓயாட்ட தெமள புளுவன். தெமள அயகே ஹொன்த கத்திகுண தியனவா. நிரோஜனுத் இன்ன நிஸா அப்பி தன்ன விதிஹட்ட தெமளென் கதா கரமு..”

பந்துல சந்திமவைப் பார்த்துக் கூற... நிரோஜன் புரியாதவனாய் வாய் பிதுக்கினான்.

“சந்திமவுக்கு தமிழ் மிச்சம் தெரியும்... தமிழ் ஆக்களும் மிச்சம் பழக்கம்... தெமளவை மிச்சம் புடிக்கும்... நிரோஜனும் இருக்கிறதாலை தமிழில்லை பேசுறன் எண்டு சொன்னது...”

நிரோஜனின் முகத்தில் ஒரு பெருமை தலைதூக்கியது.

“சந்திம வேலை பாக்கிறது இல்லே... கம்பஸில எல்டிடிஈ புரோகிராம் நிறைய நடந்து இருக்குது... ஒரு ரிப்போட்டும் வரல்லே...”

“சேர், அது ஸ்டூடன்ட் கல்சரல் ஈவன்ட் சேர்...”

பந்துல மெல்ல தனது இராணுவத் தொப்பியைக் கழற்றிவிட்டு, மேசையில் இருந்த கோவை ஒன்றை எடுத்து சந்திமவின் முன்னால் போட்டான்.

“கவர்மன்ட் சம்பளம் எடுக்கிறது... வேலை எல்டிடிஈக்குப் பாக்கிறது...”

“நே சேர்...”

சந்திமவின் முகத்தைப் பார்வையால் விசாரித்தன பந்துலவின் கண்கள்.

‘மம மகே ரட்டட விஸ்வாசவன்தவ சேவய களா சேர்...”

“அப்பே கன்ரிக்கு விஸ்வாசம்...”

பந்துல நக்கலாகச் சிரித்தான்.

“ஹரி... எங்க டீடேல்ஸ்..?”

பந்துலவின் விரல்கள் மிரட்டின.

“மம தொரத்துறு வகயக் ஹொயாகென தியனவா சேர்...”

“என்ன டீடேல்ஸ் எடுத்தது?...”

“சேர்... எங்கடே ஹவர்மன்ட் எல்டிடிஈய அக்சப்ட் செய்து மதிச்சு பேச்சுவார்த்தை செய்றது. அவங்க கன்ரோல்ட்ல தமிழ் சனங்கள் இருக்குது சேர்.. ஆமி கட்டுப்பாட்டு சனங்கள் ஒக்கம எல்டிடிஈ சப்போட்... நாங்க சிங்கள பௌத்த கல்சரல் ஈவன்ட் பண்றது.. அது மாதிரி அவங்க கல்சரல் ஈவன்ட்ல எல்டிடிஈ பற்றி வராது புரபிலம் இல்லதானே சேர்...”

பந்துல மேசையில் ஓங்கிக் குத்தினான். பயத்தில் எழுந்த சந்திமவைப் பார்த்து ஒரு நமட்டுச் சிரிப்போடு இருந்தான் நிரோஜன்.

“நிரோஜ மாத்தையா ஒக்கம டீடேல்ஸ் எடுத்துத் தாறது... ஒயா எல்டிடிஈ சப்போட் பாட்டுப் பாடுறது...”

மேசையில் இருந்த கோவையைப் பயந்தபடி தட்டினான் சந்திம. குமணனின் படங்கள், அவனது பேச்சு பற்றி எழுதப்பட்டிருந்தது. அடுத்த பக்கங்களைத் தட்டினான். மாறனின் படம்.

“சேர், இது அப்பாவி ஸ்டூடன்ட் சேர்...”

“பிரபாகரன் வளத்து அனுப்பியிருக்கார்... அப்பாவியோ...”

“......”

“அவன் பிறவிப் போராளி...”

“......”

பிறப்பிலை இருந்து ரெயினிங்...”

“......”

“விளங்கேல்லையோ..?”

“......”

“சிறுவர் போராளிதான் மாறன்...”

“......”

“அவனை வளர்த்த இயக்கப் பொறுப்பாளர் பாரதி அண்டைக்கு கம்பஸ்வரைக்கும் வந்திட்டுப் போயிருக்கிறா...”

“......”

"ஒரு நாளைக்கு நல்லாய் வளந்து, வாயிலை வைப்பான் அப்பை தெரியும்.."

சந்திமவைக் கடைக்கண்ணால் பார்த்தான் நிரோஜன்.

"குமணன், மாறன் எல்லாம் எல்டூடீ தான்..."

"......"

"அவங்க பத்தி புல் டீடேல்ஸ் எடுக்கிறது.... ஹரித?"

பந்துலவின் விரல்கள் சந்திமவுக்குக் கட்டளையிட்டன.

*

19

ஓகஸ்ட், பதினொன்று, இரண்டாயிரத்து ஆறு. நாட்காட்டியை பார்த்துக்கொண்டிருந்தான் மாறன்.

"அம்மா, திங்கட்கிழமை சோதினை தொடங்குது... போனால் சேர்ந்து படிக்கலாம்.. இண்டைக்குத் துருவனும் வந்திருவான்... சுதர்சனும் பாத்துக்கொண்டிருப்பான்..."

"நீ நாளைக்கு வெளிக்கிடு.. இண்டைக்குப் போகாதே... சொல்வழி கேளடா..."

ஒருபோதும் மாறனை வழிமறிக்காத பாரதி இன்று தடுத்துக்கொண்டிருப்பது ஏன் என்ற கேள்வி மனதைக் குடைந்தது. உடுப்புப் பையைப் பறித்து வைத்துவிட்டு, மோட்டார் சைக்கிளை எடுத்து முறுக்கினாள் பாரதி. சிறிது கண்ணயர்ந்தவன், விசுக்கென எழும்பி முகத்தைக் கழுவினான்.

"மகிழன்... அம்மாட்டை சொல்லுங்கோ, நான் யாழ்ப்பாணம் வெளிக்கிடுறன் எண்டு..." மகிழன் இவன் கைகளை இழுத்து தடுத்தான்.

பேருந்தில் ஏறிக்கொள்ளவும் பன்னிரண்டு மணிக்கான தமிழீழ வானொலிச் செய்திக்கான நிலையக்குறியிசை ஒலித்தது. "பயங்கரவாதிகளுடனான சமாதான ஒப்பந்தத்தைக் கிழித்தெறிந்துவிட்டு யுத்தத்தைத் தொடங்க வேண்டும்" ஜே.வி.பி. பாராளுமன்ற உறுப்பினர் மத்துகம பேசியிருப்பதாக செய்தி அதிர்ந்தது.

முகமாலையைக் கடந்தவன், கை தொலைபேசியை எடுத்து துருவனின் இலக்கத்தை அழுத்தினான். "மச்சான் நான் இப்பதான்

யாழ்ப்பாண டவுனிலை இறங்கிறன்... நீ எங்க..." நான் கொடிகாமம் கடந்திட்டன்... நீ போ வாறன்..." மாறன் அடுத்து சுதர்சனின் இலக்கத்தை அழுத்தினான். அவன் தொலைபேசி அணைந்திருந்தது.

மாறனுக்காக பரமேஸ்வராச் சந்தியில் காத்திருந்தான் துருவன். சரஸ்வதி லொட்ஜில் மூன்று சாப்பாட்டுப் பார்சல்களை ஓடர் செய்துவிட்டு பால் தேநீருக்கு காத்திருந்தனர். "சுதர்சனுக்கு ஒருக்கால் போன் எடு... எடுக்க எடுக்க ஓப் எண்டு வருது..." மாறன் சொல்லவும், "நானும் எடுத்தனான். லைன் போகல்ல..." துருவன் தொலைபேசியை எடுத்து மீண்டுமொருமுறை அழுத்தினான்.

பரமேஸ்வராச் சந்தியில் வழமைக்கு மாறாக இராணுவம் அதிகரிக்கப்பட்டிருந்தது. பந்துல வீதியின் ஓரமாக ட்ரக்கை நிறுத்திவிட்டு நோட்டமிட்டபடி நின்றான். அவனின் ட்ரக்கில் பின்னால் இருப்பது நிரோஜன் என்பதை மாறன் கண்டு கொண்டான். பின்னாலும் முன்னாலும் கவச வண்டிகள் ஒரு போரை எதிர்பார்த்து நின்றன.

"என்ன தம்பியாக்கள், இண்டைக்கு ஒரு மார்க்கமாய் நிக்கிறாங்கள்..." தேநீரை மேசையில் வைத்துவிட்டு கடைக்கண்ணால் பார்த்தார் ஈஸ்வரன். "அதுதான் நாங்களும் யோசிக்கிறம்..." துருவனும் சந்திப் பக்கம் ஒருமுறை பார்வையை எறிந்துவிட்டு வந்தான்.

"எனக்கொரு சோடா தாங்க..." களைப்பில் கேட்டான் துருவன்.

"சோடா இல்லையப்பன்..." தன் தோள் துண்டால் குளிர் சாதனப் பெட்டியையும் துடைத்தார் ஈஸ்வரன். துருவன் கண்களை உற்றுத் திறந்து பார்த்தான். குளிர்சாதனப் பெட்டி நிரம்ப பெப்சி, கோலா, ஸ்பிரைட் நிரம்பி வழிந்தது. "இந்தக் கிடக்குது சோடா..." துருவன் குளிர்சாதனப் பெட்டியைக் காட்டினான். "இது சோடா இல்லை..." மாறனுக்கு கண்காட்டினார் ஈஸ்வரன். "எதையாவது தாங்கோ அண்ணை குடிக்க..." துருவன் குழம்பிப் போனான். "கேக்கிறதைத்தானே நான் தரலாம்..." மாறனுக்கு ஒரு பால்த்தேநீரை வைத்தார் ஈஸ்வரன்.

மாறன் கீழே குனிந்து சிரித்தான். துருவனுக்கு விளங்கியிருக்க வேண்டும்.

“பெப்சி சோடா தாங்க...”

“அப்பிடி ஒரு சோடா இல்லையே...”

துருவன் கடுமையாக யோசித்தான்.

“பெப்சி தாங்க...”

குளிர்சாதனப் பெட்டியை திறந்து பெப்சி ஒன்றை எடுத்து, மூடியை சட்டென திறந்து நீட்டினார் ஈஸ்வரன்.

“சுதர்சன் இடியப்பத்தோடை ரோல் சாப்பிடுவான், அவனுக்கு ஒரு ரோலும் வைச்சுக் கட்டுங்கோ...” மாறனுக்கு தலையசைத்த வேகத்திலேயே பார்சலை தயார் செய்துமேசையில் வைத்தார் ஈஸ்வரன்.

“முகமாலையிலையும் கடும் விசாரணை. சரியான கெடுபிடி...”

“நல்லூரானே இந்த நாசமறுவார் என்ன செய்யப் போறாங்களோ...”

தோளில் இருந்த தன் துண்டால் மேசையைத் துடைத்தார் ஈஸ்வரன்.

சோடா எவ்வளவு என்றான் துருவன்.

“அட... திரும்பவும் பாரடா இவனை...”

ஒரு சிரிப்பொலி எழுந்து அடங்கியது.

சாப்பாட்டை வாங்கிக்கொண்டு பரமேஸ்வச் சந்தியைக் கடக்கையில், பந்துலவின் பார்வை இவர்களை மிரட்டியது. “வழமையாக சுதர்சன் முதலிலை வந்திருவான்.. இண்டைக்குக் காணேல்லை...” துருவனின் வார்த்தையில் நடுக்கம் தெரிந்தது. மாறன் அவன் தோள்களைப் பற்றிக்கொண்டு நடந்தான்.

“அம்மம்மா... அம்மம்மா... கதவைத் திறவுங்கோ... நான் மாறன்...”

தரையுடன் உரஞ்சி நடக்கும் கம்பஸ் அம்மம்மாவின் பாதச் சத்தம் கதவிடுக்கால் கேட்டது.

“வந்திட்டியளே மோனை... வாங்கோ... வாங்கோ...”

வந்து கதவைத் திறந்தாள் ஒரு முகம் நிரம்பச் சிரிப்புடன்.

சாப்பாட்டையும் உடுப்புப்பைகளையும் வைத்துவிட்டு விளக்குமாற்றை எடுத்து மளமளவென்று மாறன் கூட்டத் தொடங்கினான்..

"என்ரை பிள்ளையள் இல்லாததிலை முத்தம் எல்லாம் குப்பையாய் போட்டுது..." அவள் ஒரு பித்தளைச் செம்பில் குளிர்ந்த நீரை வைத்தாள்.

"எணை சுதர்சன் இடையிலை வரேல்லையே? வந்தால் கூட்டியிருப்பானே?"

"அட.. தீர அயர்த்துப் போனானடா..."

".....'"

"அவனும் இண்டைக்குத்தான் வந்தவன்..."

கூட்டுவதை நிறுத்திய மாறன், எட்டி கிணற்றடிப் பக்கமாகத் சுதர்சனைத் தேடினான்.

"என்ன வந்திட்டானோ?"

".....'"

"அப்ப துலைக்கே போட்டான் எணை..."

மாறன் கேட்க, துருவனும் ஆவல்பட்டான்.

"உடுப்புப்பையைக் கொண்டுவந்து வைச்சவன்... பிறகு ஒண்டும் பறையாமல் போட்டான்... பங்கைப்பாரடா.... வைச்ச தேத்தண்ணி ஆறிக்கிடக்குது.."

வெளி மேசையில் தேநீர் ஆறி சில்லென உறைந்திருந்தது.

மாலைச் சூரியனின் பொன்னிற ஒளி கூட்டிய முற்றத்தின் கோடுகளில் படிந்தது, கம்பஸ் அம்மம்மாவின் சுருங்கிய முகத்தில் ஒரு பூரிப்பு. மேல் கழுவிவிட்டு உடலை துவாயால் துவட்டியபடி நின்ற மாறனுக்கு தேநீரை நீட்டினாள் கம்பஸ் அம்மம்மா. களம் சென்ற பிள்ளை வீடு திரும்பியதைப்போல அவளுக்கு பெரும் புளுகு. அதையும் இதையும் கொண்டுவந்து வைத்தாள். பிலாப்பழம் சுளையெடுத்து வைத்தாள். அவனுக்காய் செய்து வைத்த பலகாரங்களை ஒரு மண்சட்டியில் போட்டுவைத்து சரக் என தள்ளிவிட்டுச் சென்றாள்.

"கொட்டுண்ணாமல் சாப்பிடடா..."

"பொறனை.. பொறனை..."

".....'"

"எல்லாத்தையும் இண்டைக்கே தந்து முடிக்காதை..."

அவள் பொக்கை வாயால் மலர்ச்சிப்பூக்கள் கொட்டுண்டன.

தீபச்செல்வன் | 127

பற்கள் விழுந்த பொக்கை வாய் நிரம்பப் புன்னகை. சுருங்கிய அவள் கன்னங்களில் ஒளி பரந்திருக்கும். சாதுவாய் குனிந்த தேகம். 'ஏலாத வயதிலை இதைச்செய்யத்தான் வேண்டுமா' மாறன் நினைத்துக்கொண்டான்.

"அட டாக்குத்தர்... வாடா.. வாடா..."

"......"

"நீயும் கிழமைக்கொரு முறை வந்து என்னை செக் பண்ணுறாய்.."

"......"

"உண்ணானை ஒரு நாளைக்கு நீங்கள் ஒருத்தரும் இல்லாத தருணத்திலைதான் நான் அனாதையாய் சாகப் போறன்... நீயும் இருந்து பாரன்..."

"......"

"உதயன் இந்த தேத்தண்ணியைக் குடிப்பியே.."

தெய்வமே அமிர்தத்தைக் கொடுத்து அதை உண்ணுமாறு கெஞ்சுவதைப்போலக் கேட்டாள். உதயன் சுவைத்துப் பருகிக் கொண்டிருந்தான்.

"அம்மம்மா, உங்களுக்குப் பிள்ளை வவுனியாவில் இருக்கிறா எண்டு நினையாதிங்கோ..."

"......"

"இந்த வீட்டிலை இருந்து படிச்ச ஆயிரம் ஆயிரம் பிள்ளையள் இஞ்சை இருக்கினை.." கம்பஸ் அம்மம்மாவின் கன்னங்களைத் தடவினான் உதயன்.

"நீ எங்களுக்குத் தெய்வம்தானே, அம்மம்மா."

வற்றாப்பளை அம்மன் போல இருந்தது கம்பஸ் அம்மாவின் மழலைச் சிரிப்பு.

*

ஓர் ஆட்லறி எறிகணை அதிர்ச்சியுடன் எழுந்தது. மாறன் திடுக்கிட்டான். அறை நடுங்கியது. உடுப்புக்கயிறு அறுந்து விழுந்தது. புத்தகங்கள் பறந்தன. அடுத்தடுத்து நாலா பக்கமும் இருந்து எறிகணைகள் கூவத் தொடங்கின.

நிலத்தைக் கிழித்து பொழுதைக் கழித்து ஒரு பெரும்போர் தொடங்கியதை மாறன் உணர்ந்தான். துருவன் திக்கென அதிர்ச்சியோடு நிலத்தில் விழுந்து பதுங்கினான். "சரி மாட்டித்தம் போல..." துருவனின் விழி பிதுங்கிட்டு.

"இந்த நேரத்தில் சுதர்சன் எங்க போனவனோ தெரியேல்லை..."

கைகள் நடுநடுங்க தொலைபேசியை எடுத்து அழுத்தினான் அவன் இலக்கங்களை. தடுமாற்றத்தில் எண்கள் மாறி மாறி அழுத்தப்பட்டன.

"மச்சான் கவரேஜை கட் பண்ணிட்டாங்கள்..."

மாறனின் முகத்தில் பதற்றம். மின்குமிழ் சட்டென அணைந்தது.

"கரண்டையும் கட் பண்ணிட்டாங்கள்..."

எழுந்து சென்று வானொலியைத் திறந்தான் மாறன்.

"யாழ் முகமாலைப் பகுதியில் இலங்கை இராணுவத்தினர் வலிந்த தாக்குதல்களைத் தொடங்கியிருப்பதால், விடுதலைப் புலிகள் பதில் தாக்குதலை நடத்தி வருவதாக புலிகளின் இராணுவப் பேச்சாளர் இராசையா இளந்திரையன் கூறியுள்ளதாக சூரியன் வானொலிச் செய்தி ஒலிபரப்பாகிக் கொண்டிருக்கையில் அதுவும் துண்டிக்கப்பட்டது.

வானொலியை எந்தப் பக்கம் திருப்பினாலும் யாழ் சேவை மாத்திரமே கேட்டுக்கொண்டிருந்தது.

"எல்டிடிஈ பயங்கரவாதிகள் யாழ்ப்பாணத்தை நோக்கி படையெடுத்திருப்பதால் அவர்கள் மீது எதிர்தாக்குதலை பாதுகாப்புபடையினர் முன்னெடுத்து வருகின்றனர். இதனால் மக்கள் எவரும் வீடுகளைக் விட்டு வெளியேறக்கூடாது ஊரடங்கு யாழ் மாவட்ட இராணுவத் தளபதியால் அமல் செய்யப்பட்டுள்ளது. மீறி வெளியில் வந்தால் கடும் விளைவுகளை சந்திக்க நேரிடும்..."

ஓர் இராணுவச் சிப்பாய் மிரட்டும் தொனியில் அறிவித்தான்.

"சண்டை துவங்கிட்டுதுபோலக் கிடக்குது..."

கம்பஸ் அம்மம்மா மேசை விளக்கு ஒன்றைக் கொண்டு வந்தாள். திரியைத் தெண்டி மேலால் கிள்ளிவிட்டு நெருப்பெட்டியைத் தட்டி விளக்கைப் பற்ற வைக்கவும், அது பக்கென எரியத் துவங்கியது. சாளரத்தை திறந்தான் மாறன்.

எறிகணைகளின் தீம்பிழம்பில் யாழ் நகரம் எரிவதைப் போலிருந்தது. சனங்கள் வீடுகளைப் பதுங்கு குழியாக்கி மறைந்திருந்தனர். வீதிகளெங்கும் இராணுவம், துப்பாக்கிகள், டாங்கிகள், அதிரும் நடைகள்.

*

சூரியன் அச்சத்துடன் எட்டிப் பார்த்தான். மாறன் முகம் கழுவிவிட்டு வர, துருவன் இன்னும் எழும்பாமல் போர்த்துக் கிடந்தான்.

"இரவோடு சண்டை முடிஞ்சுட்டுதாம்... இயக்கம் மண்டைத்தீவில் தரையிறங்கி அடிச்சுப்போட்டு பின்வாங்கிப் போட்டானாம்... பின்வீட்டுக் கணேசன் சொன்னவன்..." கம்பஸ் அம்மம்மா சொல்லியபடி தேநீரை வைத்துச் சென்றாள்.

"முகமாலையையும் பொடியள் பிடிச்சுப்போட்டு விட்டிட்டாங்களாம்..." அவள் இன்னொரு தகவலுடன் வர மாறனுக்குச் சிரிப்பும் வந்தது. பின் மதவால் கணேசனைக் கேட்டு நாட்டுச் சங்கதிகளை அறிவது அவள் வழக்கம். அவள் வீட்டின் பழைய தொலைக்காட்சிக்குச் செய்தி அலைவரிசைகள் எதுவும் தெரியாது. ஏதோ பிடிபடுகிற அலைவரிகளைப் பார்த்துப் பொழுது போகும்.

அந்த தொலைக்காட்சியில் செய்தியை தேடிக் களைத்துப் போன மாறன், தனது வானொலியை திருகினான். இராணுவத்தின் ஊரடங்குச் சட்டம் இன்னும் அச்சுறுத்திக்கொண்டிருந்தது.

சாளரத்தை திறந்து வீதியைப் பார்த்தான்.

திபுதிபுவென இராணுவப் படைகள் நகர்ந்த வண்ணமிருந்தனர்.

படிப்பு மேசையில் ஒரு தாள் காற்றில் படபடத்தது. மாறன் அப்போதுதான் கவனித்தான். அந்தத் தாளுக்குப் பாரமாக வைக்கப்பட்ட பேனைப்பெட்டியை தூக்கி அருகில் வைத்தான். சுதர்சனின் கையெழுத்து. 'அய்யோ! இது சுதர்சன் எழுதின கடிதம்...' பதைபதைத்தது. கைகள் நடுங்கின.

"துருவன் எழும்படா... சுதர்சன் கடிதம் எழுதி வைச்சிருக்கிறான்..."

அவன் படார் என போர்வை எறிந்தபடி எழும்பினான்.

"என் உயிர் நண்பர்களுக்கு!

இந்தக் கடிதத்தை நீங்கள் படிக்கும்போது உங்கள் அருகில் நான் இருக்க மாட்டேன். உங்களைப் பிரியும் தைரியம் எனக்கு இல்லைத்தான். நீங்கள் ஊர் போய்விட்ட பின்னரும் இந்த அறையில் வந்து படுத்திருப்பேன். என்னருகில் நீங்கள் இருப்பதை உணர்வேன்.

உங்களைப் பிரிந்து வெகுதூரம் செல்லவில்லை மாறா. படிப்பாலை அறிவாலை தான் எல்லாத்தையும் சாதிக்கோணும் எண்டு சொல்லுவாய் மாறா. பலத்தாலைதான் சாதிக்க முடியும் என்றதை உன்னோடு வன்னிக்கு வரும்போது விளங்கிக்கொண்டன். புருசனை பறிகொடுத்திட்டு தன்ரை இரண்டு பிள்ளையளையும் நாட்டுக்காகக் குடுத்த பாரதி அம்மா மாதிரி தாய்மார் இருக்கிற தேசத்தில் நான் எடுத்த முடிவு மிகச் சரியானது. மகிழன் மாதிரி அப்பா, அம்மாவை இழந்த சிறுவர்கள் வாழ்ற மண்ணிலை நான் எடுத்த முடிவு மிகச் சரியானது. இதை நீ ஏற்றுக்கொள்வாய் என நம்பிறன்.

பெடியள் எல்லாருக்குமே இயக்கம் எண்டால் உயிர்தானே. நான் அந்த இயக்கத்திலை இருந்து எங்கடை நாட்டு மக்களுக்காக போராடுறது உங்களுக்கு கட்டாயம் பிடிக்கும். ஆம், மாறா நான் இயக்கத்துக்கு போகிறேன்.

துருவன், கெதியிலை இயக்கம் யாழ்ப்பாணத்தைப் பிடிக்கும்.

எனக்கு ஒரு ஆசை தான். எப்பிடியும் நீங்கள் பைனல் இயர் படிக்குறதிக்கை நாட்டுக்கான கடமையை முடிச்சிட்டு, உங்களோடை வந்து இந்தக் கல்லிருக்கையில இருக்கோணும்... விரிவுரையிலை இருக்கோணும். நீங்கள் நல்லாய்ப் படிக்கவும். குமணன் அண்ணாவை கேட்டதாகச் சொல்லுங்கள்.

இப்படிக்கு
பேரன்புடன்
சுதர்சன்

மாறன் இடிந்துரைந்தபடி நிலத்திற் சரிந்தான். அவன் கண்கள் முட்டி உடைந்தன. "அவனை நான் வன்னிக்கு கூட்டிக் கொண்டு போயிருக்கக்கூடாது... அதாலைதான் இவனுக்கு இயக்கத்துக்குப் போற ஆசை வந்தது... அவன்ரை குடும்பத்தை நினைச்சுப் பார்..." மாறன் குற்ற உணர்வில் உழன்றான். கண்களைப் பொத்திக்கொண்டு தன் மடியில் விழுந்தான். "மாறா உனக்கு விசரா? அவன்தான் இப்ப பாதுகாப்பா இருக்கிறான்... சண்டை முடிய வழி திறக்கப் போய் அவனைக் கூட்டிடுத்து வருவம்... நீ ஒண்டுக்கும் யோசிக்காத..." மாறனின் தலையைத் தடவினான் துருவன்.

மாறன் எதுவும் பேசாமல் இருந்தான். சுதர்சனின் நினைவுகள் வந்து போயின. கிளிநொச்சியில் வைத்து அவன் சொன்ன வார்த்தைகள் இவனுக்கு கேட்பதைப் போலிருந்தது. துருவன் போர்த்து மூடிப் படுத்திருந்தான். இருள் மூடிய நகரில் எறிகணைகளின் குரைப்பொலி இரவை அதிரச்செய்தது.

சுதர்சன் இல்லாத அந்த நாள், இருவருக்கும் ஒரு பெரும் தனிமையை சூழ்த்தியது. "அவன் இருந்திருந்தால் இப்ப ஏதாவது கதைச்சு சிரிச்சுக்கொண்டிருப்பான்.." மாறன் நினைத்தபடி விழித்திருந்தான்.

அடுத்த நாள் புலர்ந்தும் ஊரடங்கு அறிவிப்பு தளரவில்லை. வடக்கின் கதவுகளைப்போலவே அறையின் கதவும் பூட்டப்பட்டிருந்தது. தட்டித் தேநீரை நீட்டினாள் அம்மம்மா. திண்ணையிலிருந்து தலையை உணாவியபடி யோசனையில் மூழ்கினாள்.

"சுதர்சன் இப்பிடி செய்திருக்கக்கூடாது அம்மம்மா..."

மாறனால் சுதர்சனின் முடிவை ஏற்றுக்கொள்ள முடியவில்லை. அவன் உதடுகள் அதிருப்தியில் நெளிந்தன.

"ஊசியைக் காந்தம் இழுக்கும்; உத்தமனைச் சிநேகம் இழுக்குமாம் எண்ட மாதிரி இருந்தனியள்.."

கம்பஸ் அம்மம்மாவின் முகச் சுருக்கங்களும் வாடி விழுந்தன.

"நீ கவலைய விடு... குமணன் அண்ணாவையும் கூட்டித்துப் போய் ஆளக் கொண்டு வருவம்..." துருவன் அவனைத் தேற்ற முயன்றான்.

"அவன் திரும்பி வரானடா..."

"......"

"அவன் கிளிநொச்சிக்கு வரேக்குள்ளையே இயக்கத்திலை கண் வைச்சிட்டான்.."

"......"

"இப்பவும் ஒரு முடிவோடைதான் போயிருக்கிறான்..."

அயர்ச்சியுடன் மாறன் சுவரில் சாய்ந்திருந்தான்.

*

அதிரும் இரவில் திடுக்கிட்டுக் கண் விழித்தான். தொலைபேசியை எடுத்து மலரினியின் பழைய குறுஞ் செய்திகளைப் படித்தபடி இருந்தான். ஆய்ந்தெறிந்த மலர்களாய் இருந்த பழைய குறுஞ்செய்திகள் இருட்டில் வாட்டமளித்திற்று. கண்கள் கரையத் துவங்கின. செயலிழந்த தொலைபேசியைப் போல அவன் முகம் வாடிப் போயிருந்தது. செயலிழந்த தொலையைபேசியை மீண்டும் மீண்டும் அழுத்திப் பார்த்தான். மலரினிக்காய் அனுப்பிய குறுஞ்செய்திகள், முடங்கிப்போய் மீண்டும் மீண்டும் திரும்பின.

*

20

சிவந்த மண் வீதி. ஒரு பக்கம் பனையைப்போல நெடுத்த பப்பாசி மரங்கள் நிரம்பிய தோட்டம். இன்னொரு பக்கம் வெங்காயத் தடல்கள் வாள்களாய் விளைந்திருந்தன. தூரத்தில் வாழைத்தோட்டம். வாழைப்பூக்களை மொய்க்கும் சிட்டுக்குருவிகள். “நல்ல செழிப்பான இடம்...” மாறனின் மனம் சிவத்த நிலத்தில் குளித்துக் கிடந்தது.

தோட்டக்காணியின் மூலையில் ஒரு குட்டி வீடு. புகை எழுந்து ஒரு பறவையாய் சிறகசைத்தது. கூரையின் பொட்டல்களில் வாழை இலைகள் செருகப்பட்டிருந்தன. தலையைகுனித்து குடிசைக்குள் சுதர்சன் நுழைந்தான். குனிந்து அடுப்புக்கு உயிரைக் குடுத்து ஊதிக்கொண்டிருந்தாள் லட்சுமி.

“ஆர் இது...”

“......”

“மாறன் போலக் கிடக்குது..”

ஒடுங்கிய கன்னங்கள். பெருத்த நெற்றி. முடியுதிர்ந்து வகிடு விரிந்த உச்சி. சிறிய கொண்டை. அடுப்பங்கரையிலிருந்து இடியப்பம், புட்டு அவித்து, பார்சல் செய்தபடி எட்டிப்பார்க்கும் விதமாய் அருகில் ஒரு பெட்டிக்கடை. அதில் வெற்றிலை, பாக்கு, சாம்பிராணி இன்னும் சில பொருட்கள் தொங்கின.

“என்னண்டு கண்டுபிடிச்சனீங்கள் அம்மா...”

“தம்பி! உங்களைப் பற்றித்தான் நெடுகக் கதைப்பான்.”

அடுப்பங்கரை புகையினால் கறுத்த முகத்தில் அப்படியொரு புளுகம்.

"கம்பசும் இல்லைதானே... உங்களை பாப்பம் எண்டு வந்தனான்.."

ஓர் உடைந்த மரக்கதிரையில் அமர்ந்தான் மாறன்.

"..."

"முதலிலை இடியப்பமும் வடையும் சாப்பிடுங்கோ..."

சாப்பாட்டை நீட்டினாள் சுதர்சனின் அம்மா லட்சுமி.

பிசைந்து சாப்பிட அமிர்தம் போலச் சுவை. அவள் மெல்லிய விரல்களின் கைப்பக்குவம் அப்படி. சிவத்த இடியப்பம் நூலால் பின்னியதைப் போலிருக்கும். "எனக்கு வடை வேண்டாம்..." சுதர்சன் வடையை எடுத்து வேறு கிண்ணத்தில் போட்டான்.

"உவருக்கு இடியப்பத்தோடை ரோல் தான் பிடிக்கும்..."

சுதர்சனுக்கு வெட்கம் கலந்த வில்லங்கச் சிரிப்பு.

"அம்மா இடியப்பம் அந்த மாதிரி இருக்குது..."

"......"

"எல்லாரும் என்ரை அம்மான்ரை சாப்பாடு மாதிரி இருக்கு எண்டுவினம்..."

"......"

"எனக்கு அம்மாவையே தெரியாது..."

"......"

"அவாவின்ரை கையால ஒரு நாளும் சாப்பிட்டதில்லை..."

"......"

"உங்கடை கையாலை செய்த சாப்பாடுதான் எனக்கு அம்மாவின்ரை சாப்பாடு.."

அவள் கண்கள் அணை உடைந்த குளமாய் கலங்கின

"நாங்கள் எல்லாம் இருக்கிறம் அப்பு..."

"......"

"கவலைப்படக்கூடாது..."

"......"

"உங்கன்ரை அம்மா ஒருநாள் வருவா..."

"......"

"நான் சொல்லுறன்... நீங்கள் இருந்து பாருங்கோ..."

வாட்டமாயிருந்த மாறனின் முகம் மலரத் துவங்கியது.

அவள் இடியப்பங்களை இறக்கி, தட்டிலிருந்து உரித்து சுளகில் அடுக்கினாள். பத்துப் பத்து இடியப்பமாக மாறன் அடுக்கி பொதியாக கட்டினான்.

"பேசால் இஞ்சை நிண்டு அம்மாவோடை இந்த பிஸ்னஸை கவனியன்.." சுதர்சன் சொல்லிக்கொண்டே சட்டையின் பொத்தானைப் பூட்டினான்.

"எங்கை வெளிக்கிடுறாய்..."

"உந்த இடியப்பத்தையும் புட்டுப் பார்சலையும் சந்திக்கடையிலை குடுத்திட்டு வாறன் இரு..." சுதர்சன் சைக்கிளை மிதித்தான்.

"அம்மா, நான் இவ்வளவு நாளும் சுதர்சனை கேக்கேல்லை..."

"......"

"சுதர்சன்ரை அப்பா எங்கை..."

அவள் கண்களில் நீர் துளிக்கத் துவங்கின.

"எங்கடை இடம் பலாலி..."

"......"

"தொண்ணூறிலை இடம்பெயந்து நெல்லியடியிலை இருந்தனாங்கள்.."

"......"

"இந்த மனுசன் காணி பாக்க எண்டு போனது.."

"......"

"இண்டுவரை இல்லை அப்பன்..."

"......"

"காணியும் வேண்டாம் பூமியும் வேண்டாம் எண்டு தடுத்தனான்..."

"......"

"மனுசன் கேக்கேயில்லை..."

அவளைவிடவும் பெருத்த கண்ணீர்த் துளிகள் கன்னத்தில் விழுந்து வழிந்தன.

"இவனும் துருதுருவெண்ட சுழியன் ..."

"......"

"ஒரு இடத்திலை இரான்..."

"......"
"இயக்கம் எண்டால் காணும்..."
"......"
"இளங்கன்று பயமறியாது..."
"......"
"கவனமப்பு..."
"......"
"உங்களை நம்பித்தான் இருக்கிறன்..."
"......"
"இட்ட உறவு எட்டு நாளைக்கு, நக்கின உறவு நாலு நாளைக்கு என்ற மாதிரித்தான் எங்கடை சொந்தமும்..."
"......"
"அப்பா என்ன அள்ளிக் குவிச்சிட்டே போனவர்..."
"......"
"இந்த இரண்டு குமருகளையும் வைச்சுக்கொண்டு நான் இவனை நம்பித்தான் இருக்கிறன்..."

அவள் கண்ணீரைப்போல இடியப்ப பானையில் வியர்வை வழிந்தது. மூடியைத் திறந்து இடியப்பத் தட்டுக்களை சுளகில் தட்டி இறக்கினாள். சூட்டுடன் ஊதி ஊதி இடியப்பங்களை உறித்து சுளகில் பரப்பி பிறகு பனையோலைப் பெட்டியில் அடுக்கினாள்.

"கப்பற்காரன் வாழ்வு காற்று அடித்தால் போச்சு.."
தோள்மூட்டால் கண்களை துடைத்துக்கொண்டாள்.
மாறனின் கண்களும் உடைந்தன.

*

துருவன் வானொலியைத் திருக... மாறனுக்கு நினைவுகள் கலைந்தன.

*

21

இருள் பிசையும் நகரின் தெருக்களில் ஊளையிடும் நாய்கள் வெருண்டோடுகின்றன. போவதும் வருவதுமாயிருக்கும் இராணுவ டாங்கிகளுக்கு இடையில் வீதி மிதிபட்டு நசிந்தொட்டும் செவ்வரத்தம் பூவாயிருந்தது. தாழிடப்பட்ட நகரத்தில் துப்பாக்கிகளை கொடுஞ் சிறகுகளாக்கி பறந்தலைந்து நோட்டமிட்டது இராணுவம்.

யாழ் சேவையில் விசேட அறிவித்தல் ஒலித்தது.

“மக்கள் தமக்குத் தேவையான அத்தியாவசியப் பொருட்களை வாங்கிக்கொள்வதற்காகக் காலை ஒன்பது மணி முதல் பதினொரு மணிவரை இரண்டு மணித்தியாலங்கள் ஊரடங்கு தளர்த்தப்படும். மீண்டும் பதினொரு மணிக்கு ஊரடங்கு அமுலுக்கு வரும்..” அறிவித்தலை கேட்டும் கேட்காமலுமாக மாறன், துருவனை ஏற்றிக்கொண்டு பல்கலைக்கழகம் நோக்கி சைக்கிளை உழக்கினான்.

பல்கலைக்கழகம் வெறிச்சோடியிருந்தது.

குமணன் அறைகளில் தங்கியிருக்கும் மாணவர்களின் நிலைமைகளைக் கேட்டறிந்தபடி வாசலில் நின்றான்.

“மாறன் மூண்டு நாளும் என்னடா செய்தனீங்கள்?..”

“அதை ஏனண்ணை கேக்கிறியள்...”

துருவன் சொல்லிக்கொண்டிருக்க, இடைமறித்தான் மாறன்.

“சுதர்சன் எல்லே இயக்கத்துக்குப் போட்டன்...”

மாறனின் கைகளைப் பற்றினான் குமணன்.

"இயக்கத்துக்குப் போகத்தான் வேணும்... ஆனால் அவன்ரை வீட்டு நிலமையெல்லோ சிக்கல்..." குமணனின் முகம் கறுத்தது.

"வழி திறக்க அவனைப் போய்க் கூட்டிட்டு வருவம் அண்ணை..." துருவன் குமணனை தட்டிச் சொன்னான்.

"செஞ்சோலையிலை இண்டைக்கு கிபீரடியாம். அதிலை நந்தன்ரை தங்கிச்சி, இரண்டு பேர்.. இரணைப் பிள்ளையள்.. செத்துட்டுதுகளாம்..."

மாறன் தலையில் கைவைத்தபடி நிலத்தில் குந்தினான்.

"ஐம்பத்தி மூண்டு பிள்ளையள் அதிலையே சரியாமடா..."

குமணன் சொல்லவும் மாறனுக்கு தலை விறைத்தது.

"மாறா, நீங்களும் பேசாமல் கொஸ்டலுக்கு வாங்கோ. எல்லாரும் ஒண்டாய் இருப்பம்... அது கொஞ்சம் நல்லதுபோலக் கிடக்குது..."

"அம்மம்மா தனிய... இண்டைக்கு ஒரு நாளைக்கு பாப்பம் அண்ணை..."

வங்கியில் பணத்தை எடுத்து கடைக்குச் சென்றால் பொருட்கள் எல்லாம் விலை, மழைக்காலத்தில் இரணைமடுக்குளத்தின் நீர்மட்டம் உயர்வதுபோல ஏறிற்று. ஒரு கிலோ புழுங்கல் அரிசியையும் கால் கிலோ சீனியையும் வாங்கிவிட்டு, துருவனையும் ஏற்றிக்கொண்டு சைக்கிளை மிதித்தான் மாறன்.

"இது சைவ இயத்து... இது தீய இயத்து..."

"......"

"இயத்துகளை மாறிக்கீறி புழங்கிராதையடா மாறா..."

கம்பஸ் அம்மம்மா பாத்திரங்களை வைத்துச் சென்றாள்.

மாமரத்தின் கீழ் மூன்று கற்களை வைத்து அடுப்பு மூட்டி சமையலுக்கு அடுக்குப் பண்ணினான். தண்ணீர் நிரப்பிய சருவத்தை அடுப்பில் வைத்தான். துருவன், அரிசி கழுவ குழாயடிக்குச் சென்றான். "மூண்டு நாள் சோறில்லை... சரியான பசியாய் இருக்குது..." புழுங்கல் அரிசிக் கழநீரைப் குடிக்கும் துருவனைப் பார்க்க மாறனின் கண்கள் வாடின.

"கொஞ்சம் பொறு சோறு இப்ப வெந்திரும்..."

"அதுவரை தாங்க ஏலாதுடா..."

“அதுக்காக கழநீரைக் குடிக்கிறதே?”

“‘பசி எடுத்தவனுக்கு ருசி தெரியாது. ”

மாறன் கழநீர் தண்ணியைப் பறித்தான்.

“பொறு.. பிளேன்ரீ போட்டுத் தாறன்.”

‘சட்சட்’ தூரத்தில் சில வெடியோசைகள் கேட்டன.

“ஏதோ வெடிச்சத்தம் கேட்குது!”

மாறன் அடுப்பை ஊதினான். துருவன் எட்டி வீதியைப் பார்த்தான். ஒரு மோட்டார் சைக்கிளில் இருவர். மோட்டார் சைக்கிள் பழுதுபடவும் இறங்கி அதை மீள இயக்க முயன்றான் ஒருவன்.

“என்ன அண்ணை சத்தம்...” துருவனின் வார்த்தைகளைக் கேட்டு அவர்கள் திடுக்கிட்டனர். பின்னால் இருந்தவன் நிரோஜன். அவர்களை துரத்தி வந்த மோட்டார் சைக்கிள் நெருங்கி வரவும் துப்பாக்கியை துருவனை நோக்கி நீட்டினான். சன்னங்கள் சடசடத்தன. மாறன் துருவனை இழுத்துக்கொண்டு வீட்டுக்குப் பின்பக்கமாக ஓடினான்.

நிரோஜன் படபடவென வேட்டுக்களை சுட்டுத் தீர்த்தான். உலைச் சருவம் பறந்தது. வெந்த சோறு மண்ணில் சிதறியது. சன்னங்கள் சுவர்களைத் துளைத்தது. கண்ணாடிகள் உடைந்து தெறிந்தன.

“நிரோஜன்தான்... நான் நல்லாக் கண்டனான்...”

துருவன் இழைத்தபடி சொன்னான். பின்புறமாய் ஓடிய மாறனையும் துருவனையும் வீட்டுக்குள் இருத்தினாள் அம்மம்மா. துருவனுக்கு வியர்த்துக் கொட்டியது. அவன் நடுங்கிக் கொண்டிருந்தான். மாறன், துருவனை உற்றுப் பார்த்தான். பின்னர் தன்னையும் பார்த்தான்.

“என்னடா இப்பிடிப் பாக்கிறாய்?”

“இல்லையெண ஏதும் காயங்கள் இருக்கோ எண்டு பாத்தனான்...”

அடர்ந்த இருள் பரவத் தொடங்கியது.

காலையே இருண்டுவிட்டிருப்பதை மாறன் உணர்ந்து கொண்டான். துருவனுக்கு காய்ச்சல் அடிக்கத் தொடங்கியது. அவன் போர்த்து மூடி அனார்த்திக்கொண்டிருந்தான்.

"இன்றைக்கே பேசாமல் கொஸ்டலுக்குப் போயிருக்கலாம்..." மாறன் வருந்தியபடி வானொலியைத் திருகினான். யாழ்ப்பாணத்தில் சூரியன் செய்திகள் மாத்திரம் ஒலிபரப்ப அனுமதிக்கப்பட்டுள்ளதாக அறிவிக்கப்பட்ட அச் செய்தி முடிவடையும் தருவாயானது.

மீண்டும் தலைப்புச் செய்திகள். 'யாழ் பல்கலைக்கழக மாணவர் இருவர் இனந்தெரியாத நபர்களினால் சுட்டுக்கொலை'

மாறன் இடிந்து விழுந்தான் நிலத்தில்.

"ஆரைச் சுட்டவங்கள்..."

துருவனை தட்டி எழுப்ப... அவன் இன்னும் நடுங்கத் துவங்கினான்.

"என்ரை ஐய்யோ.. இதென்ன கொடுமை..."

"நிரோஜன்ரை வேலைதான்போல..."

"அப்பிடித்தான் கிடக்குது..."

மாறன் நிலத்தில் வீழ்ந்து கிடந்தான். குமணனை மிரட்டிய நிரோஜனின் முகம் இரவு முழுவதும் வந்து உறக்கத்தைக் கலைத்தது.

"மச்சான் எல்லாத்தையும் எடுத்து வை.."

"எங்க, கொஸ்டலுக்குப் போறதா?"

"இண்டைக்கும் நேற்று மாதிரி எடுப்பான் ஊரடங்கு..."

மாறன் புத்தகங்கள், உடுப்புக்களை எடுத்து வைத்துக் கொண்டிருந்தான்.

"அதுதான் மோனை நானும் சொல்ல நினைச்சனான். அங்க எல்லாரும் ஒண்டாய் இருக்கேக்குள்ள ஒரு பாதுகாப்பா இருக்கும்.." பிள்ளைகளை பிரியவொண்ணாத துயரம் கம்பஸ் அம்மம்மாவின் முகத்தில் சாரலாயிற்று.

துருவன் நடுக்கம் குறையாத நிலையில் போர்வையைப் போர்த்தபடி வானொலியை கேட்டுக்கொண்டிருந்தான். ஊடரங்கு தளர்த்தப்படுகிற சிலமனில்லை. கண்ணயர்ந்த மாறன், திடுக்கிட்டெழும்பி வானொலியைத் திறந்தான். திரும்பத் திரும்ப ஊரடங்கே அறிவிக்கப்பட்டது.

அக் கொடிய இரவு சமுத்திர மையிருட்டால் மூடுண்டது.

*

22

ஆலங்குளம் துயிலும் இல்லத்தில் ஒரு புலி வீரனை மண்ணில் விதைக்கும் வீரவணக்க நிகழ்வு நடந்தது. "தாயகக் கனவுடன் சாவினைத் தழுவிய சந்தனப் பேழைகளே..." பாடல் தீர்க்கையில் பத்திநாதனின் வயிற்றுக்குள் ஒரு கருவறை இருந்து தீப்பிடிப்பதுபோலிருந்தது.

பத்திநாதன் சைக்கிளை நிறுத்திவிட்டு மளமளவென ஓடினான்.

விதைகுழியில் வித்துடல் இறக்கப்பட்டது. விதையின்மீது பூக்களைச் சொரிந்தான். மகனை விதைத்த நினைவு வரவும் சில கண்ணீர் துளிகளையும் இட்டு விதைத்தான். நினைவு தாழ்ந்து குழியில் விழுவதைப் போலிருந்தது.

உலராத மண் மேடுகளில் பூக்கள் குவிந்திருந்தன. வாழைப்பழங்களில் குத்திய சாம்பிராணியின் புகை, விதைமேடுகளைச் சூழ்ந்து புகைத்தன.

"என்ரை மகனின்ட கல்லறைக்குப் பிறகு நெடுத்த நாளாய் வீரச்சாவு இல்லை.." பத்திநாதனின் ஆறுதல் இப்போது விசும்பலாய் சிந்தியது.

'என்ரை பிள்ளை உயிரைக் கொடுத்த பிறகு எந்தப் போராளியின் உயிரும் பறிக்கப்படவில்லை. மாவீரர் நாள்களின்போது இறுதிக் கல்லறையில் நிற்கேக்க மனம் பெருமூச்சில் திளைக்கும்...' ஒரு குழந்தையாய் புறங்கைகளால் கண்களைத் துடைத்தான். 'இனிக் கல்லறைகள் வேண்டாம். சமாதானம் வழி இந்த தேசம் மலரட்டும்' தனக்குத் தானே ஆறுதல் சொல்லியபடி துயிலும் இல்ல வெளிவாசலால் திரும்பினான். சைக்கிளை எடுத்து மிதித்தான்.

'சண்டை சம்பூரைச் சூழ்ந்து தருணம் பார்த்துக் கிடந்தது' அவன் மனதில் அதுவே துருத்திக்கொண்டிருந்தது.

"அடுத்தடுத்து வீரச்சாவாய் கிடக்கு..."

அவன் மனமோ இன்னமும் மண்ணையும் பூக்களையும் அள்ளிப்போட்ட விதைக்குழிக்குள் புதையுண்ட வெட்டுக்கிளியாய் அந்தரித்தது.

சம்பூர் நகரம் வழமைக்கு மாறான பதற்றத்தில் இருந்தது. ஆனாலும் நகரின் பரபரப்புக்குப் பஞ்சமில்லை. சிவன் தேநீர்க்கடையின் மேசையில் பத்திநாதனைப் பார்த்தபடி இருந்தனர் சிலர்.

"பத்தி அண்ணை.. உங்கடை மிதிவெடிக்காக வயித்தைக் காயப்போட்டுக் கிடக்கம்..." பத்திநாதனின் முகத்தில் ஒரு பெருமை மிலங்கியது.

"விடியச் சாப்பாடே உங்கட மிதிவெடிதான்.."

பத்திநாதன் மிதிவெடிகளை கண்ணாடிப்பெட்டியில் அடுக்க முதலே அள்ளி எடுத்துக்கொண்டனர். அவுக் என ஒருவன் மதிவெடியைக் கடித்துவிட்டு பத்திநாதனின் கைகளைப் பிடித்தான்.

"இதைச் செய்த கைக்கு மோதிரமே போடலாம்..."

"இப்பிடிப் பாத்தா எனக்கு மோதிரம் போட விரல் இருக்காது தம்பி.." பத்திநாதன் சிரித்துக்கொண்டு வடைகளை இன்னொரு கண்ணாடிப் பெட்டியினுள் அடுக்கிக்கொண்டிருந்தான்.

"அவன்ரை பொடியன் பெரிய படிப்பு படிக்கிறான்..."

"......"

"இன்னும் இரண்டு வருசத்திலை பத்திநாதன் ராசா மாதிரி இருப்பான்..."

"......"

"அவன் நெடுக்கலும் உங்களுக்கு மிதிவெடி செஞ்சு தர ஏலுமா..."

"......"

"இவங்க நாள் முழுக்க ஈயோட்டிட்டு உப்புச்சப்பில்லாத கத சொல்வாங்க..."

சிவன் கடை முதலாளி சொல்லிக்கொண்டே இருநூறு ரூபாவை எண்ணி பத்திநாதனிடம் நீட்டினான். "பத்தி பெரிய

லாபமெல்லாம் பாக்காமல் நல்லா செய்யிறபடியாலை அவன்ரை பலகாரங்களுக்கு நல்ல மவுசு...” சொல்லிக் கொண்டே முதலாளி வழியனுப்பினான்.

சைக்கிளை மிதித்து வீடு திரும்பிக் கொண்டிருந்தான் பத்திநாதன். “என்ட பிள்ளையின்ட படிப்பு... அவன் பாக்கப் போற உத்தியோகம்... எனக்கு எவ்வளவு பெருமை என... அதுக்குப் பிறவுதான் எங்களுக்கு ஈடேத்தம்” அவன் மனதில் பெருகிய மகிழ்வால் சைக்கிளை இன்னும் ஊண்டி உழக்கினான்.

சட்டென கண்கள் இருண்டன. சைக்கிள் தடுமாறியது. கண்கள் சொருக வேலிக்கரையோரமாக தூக்கி எறியப்பட்டான் பத்திநாதன். துயிலும் இல்ல வழியால் திரும்பியது போராளி வாகனமொன்று. பத்திநாதனை ஏற்றிக்கொண்டு சம்பூர்ப் பிரதேச வைத்தியசாலை நோக்கிப் பறந்தது அந்த வாகனம்.

*

“உங்களுக்கு பிரசர் கூடுது... சைக்கிள் மிதிக்க கூடாது... நானே போய் கடையிலை பலகாரங்களை போடுறன் என்றால் கேட்கமாட்டியளே...” காந்தாள் மாத்திரைகளைக் கொடுத்து, தண்ணீரைப் பருக்கினாள்.

கானவியின் முகத்தில் வாட்டம் கூடியிருந்தது. ஏன் கானவி இப்படி இருக்கிறாள் என சைகயால் கேட்டான் பத்திநாதன்.

“நீங்கள் நேற்று மயங்கி விழுந்ததிலை இருந்து டைகர் சாப்பிடாமல் சத்தி எடுத்துக்கொண்டு இருக்கிறான். சோர்ந்து தலையை தொங்கப்போட்டுட்டான்...”

பத்திநாதன் எட்டிப் பார்த்தான். டைகர் நாய் மண்ணில் தலையைக் குத்திக் கிடந்தது. அதன் வாயால் உமிழ்நீர் வடிந்தது. கண்களில் வழக்கான தினுசு குறைந்து ஒரு ஏக்கத்துடன் கிடந்தது. “டைகர் எழும்பிச் சாப்பிடு...” கானவி தட்டி எழுப்பிப் பார்த்தாள். டைகர் தலையைத் தூக்க முடியாமல் கிடந்தான்.

*

துருவன் சைக்கிளை வளைத்து வளைத்து மிதித்தான். கானவி துருவனைக் கட்டிக்கொண்டு கண்ணை மூடினாள்.

“அண்ணா நீ வேணுமெண்டுதான் இப்பிடி ஓடுற என...”

கானவி துருவனின் முகத்தில் தன் பிஞ்சுக்கரங்களால் அடித்தாள். “சுக்குநூறானதே சிக்குறு...” என்ற பாடலைச்

சத்தமாகப் பாடிக்கொண்டு சிரித்தபடி சைக்கிளை மிதித்தான் துருவன்.

ஒரு நாய்க்குட்டியின் தீனக் குரல் கேட்டது.

கானவியின் கண்கள் பனித்தன. துருவன் சைக்கிளை நிறுத்தினான். வேலிக்கரையோரமாக பூவரசமரத்தடியில் ஒரு நாய்க்குட்டி தடுமாறிக்கொண்டு கத்தியது. துருவனைக் கண்டதும் அவனை நோக்கி ஓடி வந்தது. வெள்ளை வெளீர் என்ற நிறம். கழுத்தில் வட்ட வட்டப் புள்ளிகள். பஞ்சுக் காதுகள். மருட்டுகிற விழிகளுடன் அணைக்கத் தோன்றுகிற அந்தக் குட்டியை அள்ளித் தூக்கிக்கொண்டான் துருவன்.

"சீனி போடாமல் பாலை வை... பூச்சி வைச்சிரும்..."

காந்தாள் சொல்லிக்கொண்டிருந்தாள். பாடசாலை விட்டு வந்தும் சீருடைகளைக் கழற்றாமல் நாய்க்குட்டிக்கு பாலை வைக்க... அதுவும் பெருத்த தாகத்தில் மடமடவென நக்கிப் பருகிற்று. அதன் கண்கள் ஒளிர்ந்தன.

"அண்ணா, அது தம்பி நாய்க்குட்டியா? தங்கை நாய்க்குட்டியா?"

கானவி கேட்கவும் துருவன் பரிசோதனை செய்தான்.

"இவர் பொடிப்பிள்ளை... இவருக்குப் பேர் டைகர் என்ன?"

"நல்ல பேர் அண்ணா..."

டைகர் கால்களைக் கூட்டி, அதில் தலையை வைத்துப் படுத்து நன்றி சொல்லும் தொனியில் துருவனையும் கானவியையும் பார்த்தான்.

அதற்கு தன் பழைய சட்டையை விரித்துவிட்டாள் கானவி. பால் வைக்க சிறிய கிண்ணமும் சோறு வைக்க சிறிய தட்டும் வைத்தான் துருவன். வீட்டில் முடிசூடா ராஜாவாக ஆனான் டைகர்.

*

டைகரின் உடல்நிலையில் மாற்றமில்லை. காந்தாள் பாதிப் பனடோலைப் பருக்கினாள். அது அதையும் வாந்தியெடுத்துக் கிடந்தது. அதன் செழித்த உடல் இப்போது காய்ந்து ஒடுங்கிப் போயிற்று. கண்களில் இருந்த மினுமினுப்பு இப்போது இல்லை. காதுகள் சோர்ந்து தொங்கிப் போயின.

தீபச்செல்வன் | 145

“நானும் அண்ணாவும் பள்ளிக்கூடம் போகேக்குள்ள, துயிலும் இல்லம் வரைக்கும் வந்து விட்டிட்டுத்தான் திரும்பி வரும்..” கானவிக்கு சொல்ல அழுகையும் வந்தது.

“நான் அண்ணாட கல்லறைக்குப் போய் பூ வைக்கிற நேரம் எல்லாம் பின்னால வரும். கல்லறைக்குப் பக்கத்திலை படுத்திருந்து பாக்கும்.”

காந்தாவின் முகத்திலும் ஏக்கம் படர்ந்தது. பத்திநாதன் எழுந்து சென்று டைகரை தட்டிப் பார்த்தான். லேசாக கண்களை திறந்து பார்த்துவிட்டு மறுபடியும் மூடிக்கொண்டது.

“என்ன கால கஷ்டமோ...” தலையில் கை வைத்தான் பத்திநாதன்.

“அதான் எனக்கும் யோசனை...” காந்தாளின் முகமும் வாடிற்று.

“தம்பி அறிஞ்சால் துடிச்சுப் போயிருவான்...” சொல்லிக் கொண்டே பத்திநாதன் ஒரு சாக்கை விரித்து டைகரைக் கிடத்தினான்.

*

கிழக்கின் முகம் கறுத்துக் கிடந்தது.

மூச்சடங்கிக் கிடந்த டைகர் நல்லடக்கம் செய்யப்பட்டான்.

ஊர் களையிழந்து ஒரு மரண முகத்தை அணிந்திருந்தது. ஏதோ சகுனம் சரியில்லை என்றபடி சைக்கிளை எடுக்கச் சென்றான் பத்திநாதன். வீட்டுக்குள் இருந்து வடை வாளியை தூக்கிக்கொண்டு வெளியில் வந்தாள் காந்தாள்.

வானத்தை கிழித்துக்கொண்டு நுழைந்தன கிபீர் விமானங்கள். எறிகணைகள் இன்னொரு பக்கத்தில் இருந்து வந்து விழத் துவங்கின. கடலிலும் சண்டை மூண்டது. நிலத்தில் திடுக்கிட்டு விழுந்தாள் கானவி. ஓடி வந்து அணைத்துக்கொண்டாள் காந்தாள். நெஞ்சைப் பொத்திக்கொண்டு சைக்கிளைப் போட்டுவிட்டு ஓடி வந்தான் பத்திநாதன். கிட்டக் கிட்டவாய் நெருங்கின எறிகணைகள். கிபீர் விமானங்கள் குண்டுகளைக் கழற்றின. அழல்ப் பிழம்பு நிலத்தின் கழுத்தை நெரிக்க... கரும்புகை ஊரை விழுங்கிற்று.

*

23

இராணுவத்தின் ஊரடங்கு உத்தரவுக்கு அஞ்சி சூரியன் உதித்திருக்கவில்லை போலும். மதிற் சுவர்களில் நின்று சிறகடித்து துள்ளி ஓடும் புலுனிக் குஞ்சுகளும் வரவில்லை. எறும்புகளும் சுவர் வெடிப்பு இடுக்களில் ஒளிந்திருந்தன. கந்தகப் புகை படிந்த ஆகாயம் விசமேறியிருந்தது.

மாறன் வானொலியைத் திருகியபடி இருந்தான்.

ஊரடங்கு இரண்டு மணிநேரம் தளர்த்தப்படுவதாக வானொலியில் அறிவிக்கப்பட்டது. இதுதான் தருணமென விடுதிக்குப் புறப்பட மளமளவென அடுக்குப் பண்ணிவிட்டு கடைக்கு ஓடினான் மாறன்.

"இதுகளைப் பிடியணை..." கம்பஸ் அம்மம்மாவுக்குத் தேவையான சில பொருட்களை வாங்கி வைத்தான் மாறன்.

"கவனமென... ஊரடங்கு எடுக்கிற தருணத்திலை நாங்கள் வந்து பாக்கிறம்..." குழந்தையைப் பிரியும் தாய்போலத் தேற்றின மாறனின் கண்கள்.

"இந்த பால்த் தேத்தண்ணி எப்பனை குடிச்சுப் போட்டு போங்கோடா..." இரண்டு மூக்குப் பேணிகளை நீட்டினாள் கம்பஸ் அம்மம்மா.

மூட்டை முடிச்சுக்களுடன் இடம்பெயரும் அகதிகளாய் விடுதியை நோக்கி மாறனையும் துருவனையும் பார்த்தபடி நின்றாள் கம்பஸ் அம்மம்மா.

விடுதி வாசலில் குமணன் பதற்றத்துடன் நின்றான்.

"நேற்றுச் சுட்டது இதயராஜையும் சக்கரவர்த்தியையும்…" மாறனின் கண்களில் பேரதிர்ச்சி. அவன் சைக்கிளைத் தொப்பெனப் போட்டான். "பொடி கொஸ்பிட்டல்ல இருக்குது.." குமணன் வெவெலத்துப் போயிருந்தான்.

விடுதி மரணவீட்டின் கோலத்தில் இருந்தது.

"வெடிச்சத்தம் கேட்டதும்.. நிரோஜன்தான் வந்தவன்… அவன் எங்கள நோக்கியும் சுட்டவன்…"

துருவன் பதறியபடி செல்லவும் குமணன் கண்கள் அதிர்ச்சியில் பிரண்டன.

"என்ரை ரூமிலை இடம் இருக்குது…"

"……"

"நீங்கள் இரண்டு பேரும் என்னோடை இருக்கலாம்…"

மாறனின் உடுப்புப்பைகளை வாங்கிக்கொண்டான் குமணன்.

இரவு கவிந்திற்று.

"கம்பசிலை போராட்டம் என்றால் முன்னுக்கு நிப்பாங்கள்…"

"……"

"வீட்டுக்காரர் பாவம் என்ன.."

"……"

"எவ்வளவு எதிர்பாப்போடை கம்பஸ் அனுப்பியிருப்பினம்.."

"……"

"இப்பிடிக் கொன்று துலைச்சிட்டாங்கள்…"

"……"

"இரண்டு பொடியையும் எரிக்கப் போறாங்களாம்.. சுடலைக்கு வீட்டுக்காரரை மட்டும் வரச் சொல்லியிருக்கிறாங்கள்…"

"……"

குமணன் கண்களைத் துடைத்துப் பொருமினான். அறையின் மின் குமிழ் நடுங்கியபடி எரிந்தது. மாறன் உறக்கம் இல்லாமல் உழன்றான்.

ஆறு இரவுகள் அச்சத்தில் அனார்த்திய துருவன் இன்றைக்கு சற்று அயர்ந்து நித்திரையானான்.

*

“இரண்டு கிண்ணங்களையும் பிடியுங்கோ...”

தட எடீபப்னின குமணன,

“இன்றைக்கு கஞ்சிதான் சாப்பாடு...”

“......”

“இப்ப போனால்தான் கிடைக்கும்.... எழும்பி வாங்கோடா...”

மாணவர்கள் கிண்ணங்களோடும் சிரட்டைகளோடும் வரிசையில் நின்றனர். அது மாணவர் விடுதியல்ல, ஒரு அகதி முகாம் என்றே மாறனுக்குத் தோன்றியது.

“அரிசி முடிஞ்சுது. கம்பஸ் கன்ரீனுக்குள்ளை ஒரு மூட்டை கிடக்குது. போய் எடுத்தாறன் இருங்கோ...”

அரைக் கிண்ணம் கஞ்சியைக் குடித்துவிட்டு எழுந்தான் குமணன். பசியில் கஞ்சியை மடமடவெனக் குடித்தான் மாறன். இன்னொரு தரம் கஞ்சி வாங்க எழுந்து ஓடினான் துருவன்.

“தம்பி முடிஞ்சுதடா...” கிடாரத்திற்குள் தண்ணீரை ஊற்றினான் திலகன்.

கஞ்சியைக் குடித்துவிட்டு ஒரு கல்லிருக்கையில் இருந்தான் மாறன். துருவன் இன்னொரு கல்லிருக்கையில் படுத்திருந்தான்.

விடுதி அதிரத் தொடங்கியது. மாணவர்கள் திடுக்கிட்டனர். சட்டென இருள் சூழத் தொடங்கியது. திபுதிபுவெனப் படைகள் நுழைந்தன. முகங்களில் கோர வெறி. மளமளவென விடுதி எங்கும் நுழைந்து நிலையெடுத்தது இராணுவம். மாறனை மூன்று சிப்பாய்கள் சூழ்ந்துகொண்டனர். துருவனை இன்னும் மூன்று சிப்பாய்கள் சூழ்ந்தனர். நிலத்தில் குந்தியிருக்குமாறு மாறனைப் பணித்தான் ஒரு இராணுவச் சிப்பாய்.

விடுதி அறைகளுக்குள் நுழைந்த இராணுவச் சிப்பாய்கள், உடுப்புக்கள், புத்தகங்களை கிளறி எறிந்தனர். கதவுகள், அலமாரிகளை உதறியெறிந்தனர். கூரைக்கு மேலும், மேல் மாடிகளிலும் எங்கும் துப்பாக்கிகளை நீட்டிய இராணுவத்தினர். துருவனை அறைக்குள் அழைத்துச் சென்ற ஆமிக்காரன், “குமணன் எங்கை போனது.” விதைகளைக் கசக்கினான். துருவனின் கன்னங்களில் ‘பளார்’ என அறைய சுடுமணலில் விழுந்த புழுவாய் அவன் துண்ணெனத் துடித்தான்.

எதுவும் செய்ய முடியாத கையறு நிலைப் பார்வையுடன் சந்திம காணொளி கேமராவைத் திறந்து பதிவு செய்ய... ஒரு சிப்பாய் கேள்விகளைத் தொடுத்தான்.

“பேர் இன்ன?”

“மாறன்.”

“சொந்த ஊர்?”

“கிளிநொச்சி.”

“படிக்கிற வருசம்.”

“செக்கன்ட் இயர்.”

“ஆ... போ...”

மாறனைத் தள்ளிவிட்டான் அந்தச் சிப்பாய். சந்திமவின் கண்கள் நடுங்கி அவனைத் தூக்கிவிட முயன்றன. பெயர், முகவரி பதிவு செய்யப்பட்டவர்கள் மாணவர் பொது அறையில் இருத்தப்பட்டனர்.

மளமளவென பீல் பைக் மோட்டார் சைக்கிள்கள் விடுதிக்குள் வேட்டை நாய்களைப்போல குதித்தோடின. தலையில் ஹெல்மட். கறுப்புக் கண்ணாடி. கழுத்து, முகம் கறுப்புத் துணியால் மறைக்கப்பட்டிருந்தது. அங்குமிங்கும் உறுமிக்கொண்டு திரியும் அந்த மோட்டார் சைக்கிள்கள் மாணவர்களை அச்சுறுத்தின. துருவன் நடுக்கத்தில் துடித்தான்.

ஒரு ட்ரக் வர, அதிலிருந்து இறங்கினான் பந்துல. ஒரு பியர் போத்தலை எடுத்துக் குடித்துவிட்டு சிகரட்டைப் பற்றப் வைத்தான். புகைவிட்டபடி மாணவர் பொது அறைக்குள் நுழைந்தான். அருகில் நிரோஜன். சந்திம கைகளைக் கட்டிக் கொண்டு நின்றான். அவன் மாணவர்களின் அச்சம் பிறளும் விழிகளை வாசித்துக் கொண்டிருந்தான்.

“அடே... அடே ஒக்கொம நெகிட்டின்ட”

“......”

“எழும்புஊஊடா...”

“......”

“இருஊஊடா...”

அடிமைகள்போல் நடத்திப் பெரிதாய் சிரித்தான் பந்துல.

“உங்கடை தலைவன் குமணன் இருக்கார்தானே.. அவரை நாங்க ஹேப்பூ நேரத்திலை, கம்பஸ் உள்ள ஆயுதங்களோடை கைது பண்ணிருக்குது...”

“உங்கடை கதை இனிச் சரி...” நிரோஜன் பந்துலவுக்கு கை கொடுத்தான்.

“அவர் வன்னிக்குப்போய் இயக்கத்திலை ரெயினிங் எடுத்ததும் பந்துல சேருக்குத் தெரியும்...” நிரோஜன் கரை படிந்த பற்களால் பேசினான்.

“சேர், குமணன் கன்ரின்ல அரிசி எடுக்கப் போனது... எல்லா ஸ்டூடன்ஸும் அதுதான் சொன்னது சேர்..”

சந்திமவைப் பார்த்து விரலை வாயில்லை வைத்து ஒரு பார்வை பார்த்தான் பந்துல. மாறனின் கண்களில் கொதி கனன்றது. அழல் பொங்கியது.

“நீங்க உண்மை சொன்னா... மம ஒன்னும் செய்யாது.... ஆர் ஆர் எல்டிடிஈ ரெயினிங் எடுத்தது..? அந்தத் தகவல் எங்களுக்குக் குடுக்கிறது...” பீல் பைக் அணிகள் இன்னும் விசர் நாய்கள்போல உலவித் திரிந்தன.

பந்துல ஒவ்வொருவராய் முகங்களைப் படம் பிடிப்பதுபோலப் பார்த்தான்.

“படிக்க வந்தா படிக்கிறது.... அது செய்யாம தமிழீழம் புடிச்சா நாங்க சுட்டுத் தள்றது...” ஒவ்வொருவராய் தன்னிடம் அனுப்புமாறு பந்துல நிரோஜனுக்குச் சொல்லிவிட்டு ட்ரக்கடிக்குச் சென்றான்.

“அடேய்! இனி நான்தான்டா உங்களுக்குத் தலைவன்... அந்த குமணன்டை கதை முடிஞ்சு... அவனோடை சேந்து எல்லாரும் கொஞ்சமா ஆடினனீங்கள்... இனி செத்திங்கடா...” நிரோஜன் எல்லாரையும் மிரட்டிக்கொண்டு மாறனை எழுப்பி பந்துலவின் ட்ரக்கை நோக்கித் தள்ளினான்.

“குமணன்கே ஈளன்க எல்ரிரிஈ மாறன் மெயா தமயி...”

சிப்பாய்கள் மாறனைச் சூழ்ந்தனர்.

“குமணன் மாதிரி... ஒயா எல்டிடிஈ தானே... பிரபாகரன் வளர்த்தது. ரெயினிங் குடுத்து இங்க அனுப்பினது... நீ சுதர்சன் கோழையா... சுதர்சன் இயக்கம் போனது... ரெயினிங் எடுக்கிறது எல்லாம் மம அறியும்... ஹரிதா..?”

“என்னை.. வளர்த்தது... படிக்கத்தான்...”

வார்த்தைகள் உடைந்து விழுந்தன. மாறன் குனிந்து கொண்டான்.

“எல்டிடிஈ அழிச்சு... நாட்டு மக்களுக்கு சமாதானம் குடுக்கிறது நாங்க... ஒக்கம எல்டிடிஈ ரெயினிங் எடுத்தது, சப்போட் பண்றது.. ஒக்கொம மேடர் கரன்ன...” கொலைப் பசியில் அதிகாரமிட்டான் பந்துல.

அகதிகள் முகாம், சிறைச்சாலை ஆகியிருந்தது.

இருள் படரத் தொடங்கியும் படைகள் வெளியேறுவதா யில்லை. நிரோஜன், துருவனின் கன்னங்களில் அறைந்து வெறி தீர்த்தான். ஒரு போர் சத்தமின்றி நடந்துகொண்டிருந்தது. மாறன் பயத்தில் உறைந்திருந்தான். அவன் முகத்தில் பேருழைச்சலும் பெரும் களைப்பும்.

ஒரு கிராமத்தைக் கைப்பற்றியதைப்போல் களிப்பாடினர். நிரோஜனை அரசனாக்கி மகிழ்ந்தான் பந்துல. “நிரோஜா எலிமட்ட கொந்தாய்... ஓமஸ்துதி சேர்” நிரோஜன், பந்துலவின் கால்களை சுற்றிக்கொண்டு நின்றான்.

விடுதியிலிருந்து இராணுவம் ஆக்கிரமிப்பை விலக்கிக் கொண்டது.

திலகனுக்கு துவக்கின் பின் பகுதியால் ஒரு சிப்பாய் தாக்கியதால் முதுகில் பெருத்த காயம். துருவன் வானொலியை திறந்தான்.

“யாழ் பல்கலைக்கழகத்தில் பாதுகாப்புப் படையினர் நடத்திய தேடுதலில் பெருமளவு ஆயுதங்கள் கைப்பற்றப்பட்டுள்ளதுடன், அவற்றை வைத்திருந்த மாணவர் ஒன்றியத் தலைவர் குமணன் கைது செய்யப்பட்டு கோப்பாய் பொலிஸ் நிலையச் சிறையில் அடைக்கப்பட்டுள்ளார்.”

மாறன் திகைத்தான். துருவனுக்கு நடுக்கமெடுத்தது.

விடுதியைச் சூழ்ந்தது இருளென்னும் பெருஞ்சிறை.

*

24

*சா*ளரங்களின் இடுக்குகளில் குருதி வழிகிறது. துவக்குகள் தெண்டி திறப்பதைப் போலிருக்க, சாளரக் கதவுகள் மெல்ல அச்சப்பட்டு முட்டுகின்றன. அறையின் மூலைகளில் பயந்து ஒளிந்திருந்தது ஒளியும் இருளும். இருளே கண்டஞ்சுகிற இராணுவச் சிப்பாய்கள் உலுப்பும் நகரில் ஒரு பறவையும் இல்லை.

"போனிலை கதைச்சும் ஒரு கிழமை ஆகிற்றுது…"

"……"

"வந்ததுக்கு அவளைப் பாக்கவுமில்லை…"

"……"

"மலரினி என்ன மாதிரி எண்டு ஒருக்கால் பாத்திட்டு வருவமே…"

துருவன் போர்வையை விலக்காமல் படுத்த படுக்கையாய் இருந்தான்.

"வெளியில போகாத மச்சான்… ஏதும் சிக்கல்கள் வரும்…"

".."

"கண்டபடி சுட்டுக்கொல்லுறானுகள்…"

போர்வைக்குள் கைகளைக் காட்டி தடுத்தான் அவன். கட்டிலில் பேசாமல் இருந்து நகங்களைக் கடித்து துப்பிக்கொண்டிருந்தான். துருவன் குறட்டையொலி கேட்கவும் மெல்ல கதவைச் சாத்திவிட்டு மாறன் சைக்கிளை எடுத்தான்.

திருநெல்வேலி சங்கிலியன்புரத்தில் இருக்கும் அவளது வீட்டுக்குச் செல்ல, பல்கலைக்கழக முன்

வீதியில் சைக்கிளை விட்டான். யாழ் நகரமே ஆட்களற்றுக் கிடந்தது. பாழடைந்த நகரத்தின் தெருக்களில் எவரும் இல்லை. வீடுகள் எல்லாம் மூடி மக்கள் முடங்கிக் கிடந்தனர். ஊரடங்குதான் நகரை மூடியிருந்தது. வீதியில் இராணுவத்தினர் குவிக்கப்பட்டிருந்தனர். திருநெல்வேலி சந்தியைக் கடந்தான் மாறன்.

"பந்துல சேர்... மாறன் பார வெனஸ் கரனவா..."

வோக்கி டோக்கியின் இரைச்சல் மாறனின் காதில் புயலாய் அடித்தது.

மலரினியின் வீட்டு அழைப்பு மணியை அழுத்தினான் மாறன்.

"ஆரு தம்பி இந்த நேரத்திலை..." அது சித்தி வாணியின் குரலாக இருக்க வேண்டும். "நான் மலரினியோடை கம்பஸிலை படிக்கிறனான்..." அவள் விழுந்தடித்து வந்தாள்.

"இருங்கோ..."

"......"

"எப்பிடி இருக்கிறியள்..."

"......"

"எல்லாம் ஓகேதானே..."

அவள் படபடத்தாள். முகமெல்லாம் வாட்டம். ஒரு வாரமாக அவள் உறக்கமின்றி, நிம்மதியின்றி இருப்பதாகப் பட்டது மாறனுக்கு. விரல்களில் நடுக்கம் இன்னும் குறையவில்லை. தன்னை பற்றிய தகவல்களின்றி அவள் கண்களின் கலக்கத்தை உணர்ந்தவன், இப்போது அது மெல்ல விலகுவதையும் உணர்ந்து கொண்டான்.

"ஓம்..."

"......"

"நானும் துருவனும் கொஸ்டல் வந்திட்டம்..."

"அது நல்லது... ரூமிலை பாதுகாப்புச் சிக்கல்..."

"சுதர்சன்தான்..."

"என்ன சுதர்சனுக்கு?.."

"இயக்கத்துக்குப் போட்டான்..."

முகத்தை மூடிக்கொண்டான் மாறன்.

"கவலைப்படாதையுங்கோ..."

"நாங்கள் இங்க இருக்கிற நிலைமையை வைச்சுப் பாத்தால், அவன் போயிருக்கிற இடம் பாதுகாப்பு..."

மாறனும் தலையசைத்தான்.

"ஊரடங்குச் சட்டம் எடுக்கிற மாதிரி இல்லை..."

"......"

"பாதையும் திறக்க மாட்டாங்களாம்..."

வீதியால் ஆமிக்காரர் மலரினியின் வீட்டை நோட்டமிட்டபடி சைக்கிளில் ரோந்து சென்றனர். "ஒவ்வொரு நாளும் ரேடியோவைத் திறந்தால் பத்துப் பேர் சுட்டுக்கொலை... ஒரு முடிவோடைதான் இருக்கிறாங்கள்..." மாறன் எழுந்து கொண்டான்.

"இந்த தேத்தண்ணியை குடிச்சுப்போட்டுப் போங்கோ..." வாணி உபசரிப்பாக நீட்டினாள். வன்னி வாடையடிக்கும் மாறனின் தோற்றம், ஒரு போராளியைப் போலிருந்தது.

"கவனம் தம்பி! கண்டபடி ஊரடங்கு நேரத்திலை வெளிக்கிட்டு திரியாதேயுங்கோ..." அவள் கண்கள் அச்சத்தில் உருண்டன.

மலரினி வாசல் வரை வந்தாள். இவன் சைக்கிளைத் திருப்பிக்கொண்டு அவளை ஒருமுறை பார்த்தான். அவள் கண்களும் தாகமெடுத்தன. வறண்டுலர்ந்த அவள் உதடுகள் எதையோ சொல்ல எம்பின. மாறனின் முகம் ஒருமுறை இருண்டு புலர்ந்தது.

"பாக்காமல், கதைக்காமல் இருக்கிறது எவ்வளவு கஷ்டம்.."

"எனக்கும் அதுதான் வாட்டமாய் கிடக்கும்..."

"அதான் வந்தனான்..."

"மலரினி... கெதியா உள்ளுக்கு வாங்கோ..." வாணியின் குரல் கேட்கவும் அவன் முகம் அசைத்தபடி விடைபெற்றான். அவன் ஒழுங்கையில் மறையும் வரையில் நின்று பார்த்துக் கொண்டிருந்தாள்.

தீபச்செல்வன் | 155

வாசலில் வாடிப் போயிருந்த செவ்வரத்தையில் ஒரு பூ மலர்ந்திருந்தது.

மாறன் பலாலி வீதியில் ஏறினான்.

இராணுவத்தினரின் நடமாட்டம் அதிகரித்தது. இராணுவ வண்டிகள் பெரும்பசியுடன் எங்கோ மளமளவென விரைந்தன. எங்கும் பச்சை உடைகள். இராணுவ நகரம்போலத் தோன்றியது மாறனுக்கு. சந்திமவின் காவலரணில் பந்துல ஒரு சிகரட்டை புகைத்தபடி நின்றான். மாறனுக்கு சைக்கிள் மிதிக்கக் கால்கள் வரவில்லை. சந்திம, பந்துலவிடம் கைகூப்பி கெஞ்சிக் கொண்டிருந்தான்.

மாறனுக்கு வியர்த்துக் கொட்டியது. எல்லாம் இருண்டது. தடுமாறித் தடுமாறி சைக்கிளை மிதித்தான். எதிர்வந்தவையெல்லாம் இராணுவத்தின் முகங்கள். திருநெல்வேலிச் சந்தியை அடையவும் அவன் கண்களை மூடிய இருட்டு சற்று விலகியது. ஒரு பெருமூச்சு.

ஒரு கொத்துரொட்டிக் கடை திறந்திருந்தது.

இவனுக்கு தண்ணீர் தாகமெடுத்து களைப்பு முட்டியது. அந்தக் கடைக்கு முன்னால் சைக்கிளை நிறுத்திவிட்டு உள்ளே சென்று ஒரு தண்ணீர்ப் போத்தலை எடுத்து மளமளவெனக் குடித்து முடித்தான்.

இரண்டு ஆமிக்காரர்கள் இவனை நோட்டம் போட்டுக் கொண்டு நகர்ந்தனர். இராணுவம் உலவும் நகரில் சில ரொட்டிகளை கண்ணாடிப்பெட்டியில் போட்டிருந்தான் கடைக்காரன். “தம்பி, என்ன வேணும்...” என்ன சொல்வதெனத் தெரியாதவன் “ஒரு கொத்து ரொட்டி தாங்கோ“ என்றபடி மேசையில் அமர்ந்தான். கடைக்காரன் மேசையைத் துடைத்தபடி “அங்காலை பாக்காதையுங்கோ தம்பி... ஆரோ இரண்டு பேரைச் சுட்டுப் போட்டிருக்கிறாங்கள்...” மாறன் கண்கள் திக்கென அதிர்ச்சியில் மிரண்டன. அவனால் பார்க்காமல் இருக்க முடியவில்லை.

இரண்டு பேர் சுட்டுக்கொல்லப்பட்டு வெள்ளைத் துணியால் மூடப்பட்டிருந்தனர். குருதி கசிந்து நிலமெல்லாம் வழிந்தது. யாருமற்ற நகரில் கேட்கும் ரொட்டியைக் கொத்தும் சத்தம் கிலியைப் பெருக்கியது. கொத்துரொட்டியை அப்படியே மேசையில் போட்டுவிட்டு எழுந்தான் மாறன்.

காசைக் கல்லாவில் வைத்துவிட்டுச் சைக்கிளை எடுத்து மிதிக்கத் தொடங்கினான். மிதிக்க மிதிக்க சைக்கிள் நகரவில்லை.

தபால்கட்டை சந்தி வரவும் விடுதி வந்துவிட்டாற்போல் ஓர் உணர்வு. மக்கள் வங்கி முடக்கில், திக்கென இவனுக்கு முன்னால் ஓர் ஆமிக்காரன். இவன் குனிந்தபடி சைக்கிளை மிதித்தான். விடுதி வாசலில் சைக்கிளைப் போட்டுவிட்டு உள்ளே ஓடினான் மாறன்.

நகரம் இருண்டு துலைந்தது. எங்கும் குருதியின் மொச்சை.

யாழ் நகரே குருதி வழிய இராணுவ உடையால் போர்த்தப்பட்டிருந்தது.

*

25

மலையை தின்றுவிடத் துடிக்கும் பசி. கடலைப் பருகிவிடத் தவிக்கும் தாகம். விடுதியின் படலை ஒரு சிறையின் இரும்புக் கரங்கள் ஆயின. இருண்ட நகரில் பசியால் கண்கள் இருண்டன. விளக்குகள் ஏற்றப்படாத நகரிலிருந்து முற்றுமுழுதாய் ஒளி காணாமல் போயிருந்தது. விடுதியின் கல்லிருக்கைகளில் பசி முட்டி ஒட்டிய வயிறுகளுடன் கிடந்தனர் மாணவர்கள்.

"பதில் மாணவர் ஒன்றியத் தலைவராக திலகனைப் போடுவம் என..."

"அதுதான் நல்லம் மாறா."

துருவனும் பல்கலைக்கழகத்திற்கு உற்சாகமாகப் புறப்பட்டான்.

விடுதியில் தங்கியுள்ள வெளிமாவட்டங்களைச் சேர்ந்த இரண்டாயிரம் மாணவர்களையும் சொந்த இடங்களுக்கு அனுப்ப நடவடிக்கை எடுக்க வேண்டும் என வலியுறுத்தி திலகன் போராட்டத்தை அறிவித்தான். மலரினி இரண்டு செய்திப் பத்திரிகைகளுடன் போராட்டத்திற்கு வந்திருந்தாள்.

"யாழ்ப்பாணமே சுடுகாடுபோல் கிடக்குது..."

"......"

மலரினி வெறுத்துப் போயிருந்தாள்.

"உதுகளுக்காலை வர பயம் எல்லோ... பேசாமல் நில்லுங்க வீட்டை..."

"உங்களையும் பாக்கிறதுக்காகத்தான் வந்தனான்..."

பசியாலும் தனிமையாலும் வாடியிருந்த மாறனின் முகத்தில் சிறிது மலர்ச்சி. அவள் கொண்டுவந்த புட்டும் கத்தரிக்காய் பொரியலையும் சாப்பிட்டுக்கொண்டிருந்தான்.

"உங்கடை வீட்டிலை மச்சம் எல்லாம் காய்ச்சிறேல்லையா..." துருவனும் இன்னொரு பக்கம் அள்ளிச் சாப்பிட்டான்.

"சரியான குறைவு..." மாறனுக்கு தண்ணீர்க் குடுவையைத் திறந்து நீட்டினாள் மலரினி.

"யாழ் மக்கள் பசியால் அழிக்கப்படுகின்றனர். மனிதாபிமான அடிப்படையில் ஏ–9 வீதியைத் திறக்க வேண்டும் – அரசியல் துறைப் பொறுப்பாளர் தமிழ்ச்செல்வன் கோரிக்கை" செய்தியை துருவன் சத்தமாக படித்துக்கொண்டிருக்க மாணவர்கள் செவிசாய்த்தனர்.

அடுத்த நாளும் போராட்டம் தொடர்ந்தது.

"பாதையைத் திறந்தால் இயக்கம் ஆயுதம் கொண்டு வந்து யாழ்ப்பாணத்தை பிடிச்சுப் போடுவாங்களாம்... இராணுவப் பேச்சாளர் சொல்லியிருக்கிறார்.. மீனைக் கொல்ல கடலைப் பிழிஞ்ச கதைதான் இது..." மாறனின் பேச்சைக் கேட்டு மலரினியும் துருவனும் சிரித்தனர்.

பல்கலைக்கழகச் சங்கதிகளை செய்தியாக்க சில ஊடகவியலாளர்கள் வந்திருந்தனர். "இராணுவம் கப்பலாலை லீவிலை போய் வருது.. அவைக்கு சாமான் எல்லாம் அதிலை வருது... மாணவர்களை மட்டும் ஏன் வெளியிலை அனுப்ப ஏலாது..." திலகன் கேள்வி எழுப்பினான்.

"எங்கடை மாணவர்களை வெளியிலை அனுப்ப வேணும். அதோடை குமணன் அண்ணாவை உடனடியாக விடுதலை செய்ய வேணும்... கொல்லப்பட்ட மாணவர்களுக்கு நீதி கிடைக்க வேணும்..." மாறனின் செவ்வியை அனைத்து ஊடகங்களும் பதிவு செய்தன.

"இப்போதைக்கு கொஞ்சம் அடக்கிவாசியடா..!"

மாறனைத் தட்டினான் திலகன்.

மலரினி கொண்டுவந்த சாப்பாட்டை உண்டுவிட்டு, தாகத்துடன் அவளின் தண்ணீர்ப் போத்தலை உயர்த்திக் குடித்தான் மாறன். அவன் தொண்டைக்குழி நாண் துடிதுடிக்கக்

குடித்தான். தண்ணீரைக் குடித்து முடித்தவன், இவள் மீது ஒரு பார்வை எறிந்தான்.

"என்ன?"

"......"

"ஏதோ யோசிக்கிற மாதிரிக் கிடக்குது..?"

"பேசாமல் நானும் உங்களோடை வரட்டா..?"

"அதுக்கென்ன.. வாங்கோ போவம்!"

"......"

"பாரதி அம்மாவைப் பார்க்கலாம்... மகிழனைப் பாக்கலாம்.."

"அவன் உங்களையே விடுறான் இல்லை..."

"......"

"சித்தியும் தனிய..."

துணைவேந்தருக்கும் பந்துலவுக்கும் சந்திப்பு ஒன்று பல்கலைக்கழகத்தில் ஏற்பாடு செய்யப்பட்டிருப்பதாகவும் அதில் திலகன் கலந்து கொள்ள வேண்டும் என்றும் துணைவேந்தர் அலுவலகத்தில் இருந்து அழைப்பு வந்தது.

திலகன், மாறனையும் துருவனையும் அழைத்துக்கொண்டு போராட்டக் களத்திற்குச் சென்றான். பந்துலவின் ட்ரக் பல்கலைக்கழக வாசலில் தரித்தது. பல்கலைக்கழகத்திற்குள் ஆயுதங்கள் கொண்டுவரக்கூடாது என்ற காவலாளியின் விதியையும் மீறி ட்ரக் துணைவேந்தர் அலுவலக வாசலை நெருங்கியது. அதிலிருந்து இறங்கிய பந்துல, போராட்டத்தில் ஈடுபடும் மாணவர்களின் பக்கம் பார்வையை எறிந்தான். கலந்துரையாடலுக்கான நேரம் வந்துவிட்டதாக சந்திம நினைவுபடுத்தினான்.

"மம, அப்பே யுத்த கமுதாவே, அப்பே கவர்மன்ட் ஸ்டூடன்டிற்கு எதிர் இல்லே.. இந்த யுனிவசிற்றிக்கு எதிர் இல்லே..." பந்துல நற்பிரசாங்கம் செய்தான்.

"ஸ்டூடன்ட் இப்பிடி கஸ்டப்படுறது எங்களுக்குக் கவலே.."

'ஆடு நனையுதெண்டு ஓநாய் அழுதிச்சாம்...' திலகனுக்கு ஏளனச்சிரிப்பு வந்தது.

“தொடர்ந்து படிப்பு இல்லாமல் பிள்ளையள் கொஸ்டல்லை இருக்க ஏலாது... சாப்பாடு, காசு எண்டு பெரிய சிக்கல்கள் இருக்கு..” துணைவேந்தர் பந்துலவுக்கு தெளிவுபடுத்தினார்.

“அதோடை இஞ்ச இருக்கிறது உயிருககு உத்தரவாதமில்லாத ஒரு சூழல்...” திலகன் சொல்வதைக் கேட்டு கீழே பார்த்துப் பற்களைக் கடித்தான் பந்துல.

“ஒரு நாளைக்கு நூறு பேர் மட்டும் கப்பல்ல அனுப்பிறது...” இப்போதைக்கு இதுவே பெரிய விசயம் எனத் துணைவேந்தர் திலகனுக்குச் சொல்லி போராட்டத்தை முடிக்குமாறு மாணவர்களைப் பார்த்துக் கூறினார்.

“சேர், இது நல்ல விசயம்.. நீங்க நினைச்சா அவங்கள ஒரு நாளிலைகூட அனுப்பலாம் சேர்.. அது மிச்சம் நல்லம் சேர்...” சந்திமவின் கதையைக் கேட்டு ஓர் ஏளனச் சிரிப்புச்சிரித்துத் தலையாட்டினான் பந்துல.

“அப்பே ஆமி போறதுக்கு பாதுகாப்பு வேணும்... டெய்லி நூறு பேர் போய் வந்தால் எங்களுக்கு சேப்டி... எல்டிடிஈ ஸ்டூடன்ட் போறதாலை அட்டாக் பண்ணாது...” பந்துல தன் திட்டத்தைச் சொன்னான்.

“சேர்... எங்கடை கப்பல் வன் மந்த் முல்லைத்தீவு கடலாலை ஆமி ஏத்தி போறது எல்டிடிஈக்குத் தெரியும்... அவங்க அப்படி அட்டாக் செய்யிறது இல்லே சேர்...” சந்திமவைப் பார்த்து ஒரு முறாய்ப்பு. அவன் கைகளைக் கட்டிக்கொண்டு பின்னால் நடந்தான். ட்ரக்கில் ஏறினான் பந்துல.

*

மலரினியின் கண்கள் சிவத்துப் போய்விட்டன. அவள் விக்கி விக்கி அழுதாள். மாறன் பேருந்துச் சாளரம் வழியே அவளைப் பார்த்தபடி இருந்தான். துருவன் உடுப்புப் பைகளை எடுத்து இருக்கையின் கீழ் செருகினான்.

“ஈரல் கருகிற மாதிரி இருக்குது...”

“......”

“இஞ்சையும் கொலையள்... அங்கையும் சாவுகள்...”

“......”

அவள் உதடு நடுங்கின. தன் மெல்லிய விரல்களாற் கண்களைத் துடைத்துத் தோற்றுப் போனாள்.

"அழாதை... கெதியிலை எல்லாம் மாறும்... திரும்ப வருவன்... நாங்கள் அந்த பெஞ்சிலை இருந்து கதைப்பம்... படிப்பம்..."

மலரினி நம்பிக்கையுடன் தலையசைத்தாள்.

தன் புன்னகையின் ஒரு துளியால் அவனை வழியனுப்பினாள்.

பேருந்து புறப்பட... அவளால் தாங்க முடியவில்லை.

அவள் குலுங்கி அழுதாள். பேருந்து பல்கலைக்கழக வாசலை விட்டு வெளியேறியது. பரமேஸ்வராச் சந்தியில் மறைந்தது.

உடலைவிட்டு உயிர் அகல்வதைப் போலிருந்தது அவளுக்கு.

*

26

யாழ் நகரத்தில் சனக்கடல். கண்ணுக்கு எட்டிய தூரமெல்லாம் குலைந்துவிழும் வரிசைகள். கைளில் சிறுபொதிகள். கனத்த உடல்களையும் அதைவிடக் கனத்த மனங்களையும் சுமக்க முடியால் சரிந்து விழும் மனிதர்களின் வரிசை நெளிந்து துடிதுடித்தது. மாறனும் துருவனும் ஒரு வரிசையின் பின்னால் நின்றுகொண்டனர். ஏ – 9 வீதிபோல மிக நீண்ட வரிசைகளின் நெரிசலில் "என்னை எப்பனுக்குப் போக விடுங்கோ..." ஒரு குரல் மிதிபட்டது.

"அட கம்பஸ் அம்மம்மா..."

மாறன் அவளின் பைகளை வாங்கிக் கொண்டான்.

களைப்பில் அவளுக்கு வார்த்தை வரவில்லை. "எப்பனுக்குப் பொறு மேனே" சைகை செய்தாள் அம்மம்மா.

"நாங்கள் கனடாவிலை இருந்து யப்னா வந்த இடத்தை மாட்டிட்டம்... இவர் பிரசர் ஏறி இப்ப நாலுதரம் மயங்கி விழுந்திட்டார்.. உவங்கள் லைனிலை நிக்கிற ஆக்களை எடுக்கிறாங்கள் இல்லை..." ஒருத்தி சொல்லிக்கொண்டே தனது கணவரின் முகத்தில் தண்ணீரைத் தெளித்தாள்.

ஒரு பெருத்த அல்லோலகல்லோலம்..

"இந்தப் பெரிய சனக்கூட்டத்திலை எங்களுக்கு இடம் கிடைக்குமே?" துருவன் பீதியில் பதைபதைத்தான். பெருந்திரளாகின்றன சனங்கள் . எல்லோரும் இந்த நகரை இராணுவத்திடம் கையளித்துவிட்டு வெளியேறுவதை உணர்ந்தான்

மாறன். அடுத்தடுத்த வரிசைகளில் நின்ற யாரோ மயங்கி விழுந்தனர்.

"பசி... தனிமை... ஊரடங்கு... இதுவும் ஒரு யுத்தம்தான்..." மாறன் கண்களில் சினம் எரியச் சொன்னான் துருவனுக்கு.

"ஆமி காம்புக்கு கல் எறியிறது... பொங்குதமிழ் போராடுறது... பிரபாகரன் படம் பிடிக்கிறது... ஈழம் கேக்கிறது... இப்ப எங்கை ஓடுறது..."

"......"

"அங்கை இன்னும் ரெயினிங் எடுக்கப் போறது... எல்லாம் தெரியும்..."

பந்துல வெறித்தனமான ஆணவச் சிரிப்புடன் மாறனைக் கண்டும் காணாமலும் சொல்லிக்கொண்டு போனான்.

வரிசை நகர்வதாய்த் தெரியவில்லை. காலையில் நின்ற அதே இடம். மதியமாகியும் நகரவில்லை. உறைந்த தயிர் போலிருந்தது வரிசை.

மூன்று மணியளவில் விசாரணைக்கொட்டிலை நெருங்கினான் மாறன்.

"எங்க போறது..."

"கிளிநொச்சிக்கு..."

"இப்போ அங்கை போய் என்ன செய்யப் போறது..?"

"என்ரை வீடு அங்கைதான்... வேற எங்கை போறது நான்?"

"யாப்பாணத்திலே ஆமிப் பாதுகாப்பு இருக்கு.. இங்கை இருக்கிறதுதானே..."

இராணுவச் சீருடையால் நான்கு பக்கமும் மூடப்பட்ட கூடு. ஒரே விசாரணை, ஒரே கேள்வி, ஒரே பதிவு, இருபது இடங்களில் நடந்தது. வெளியேறுபவர்களை படம் பிடிக்கும் இடத்தில் பந்துல. படம் பிடிக்கும் சிப்பாயின் காதில் ஓதினான்.

பின்னால் நின்ற துருவன் திடுக்கென மயங்கி விழுந்தான். அவன் முகத்தில் தண்ணீரைத் தெளித்தான் மாறன். "வேணும் எண்டு இப்பிடிச் செய்யிறாங்கள்..." துருவனால் பேசவும் இயலவில்லை. எங்கும் களைத்த முகங்கள். சுருண்ட கண்கள். கலைந்துழலும் கேசங்கள். "கடவுளுக்கும் கண்ணில்லை... உந்தக் குறுக்காலை போவார்... கோதாரி விழுவாருக்கு கேடு

வருகுதில்லை" கம்பஸ் அம்மம்மா கடிந்தாள். உயிர் வந்தவளாய் இழைத்து இழைத்து மூச்செடுத்தாள்.

"என்னாலை நிக்க ஏலாது... கால் உளையுது மோனை... உந்த பஸ்சில ஏறி எப்பனுக்கு இருக்கிறன்டா..." கெஞ்சும் கம்பஸ் அம்மம்மாவைத் தள்ளிவிட்டான் ஒரு ஆமிக்காரன். விரலை வாயில் வைத்து மிரட்டினான். "நாசமறுவார் இப்பிடி உத்தரிக்க வைக்கிறாங்கள்..." மார்பில் அடித்துத் திட்டினாள்.

"இன்னும் எப்பனுக்குப் பொறணை... பஸ்ஸிலை ஏறிறலாம்..." துருவனின் வார்த்தைகள் அவளுக்கு ஆறுதலளித்தன. "ஒரு எப்பனுக்கு காலாற விடுறாங்கள் இல்லை..." கம்பஸ் அம்மம்மா அவதிப்பட்டாள்.

ஓர் ஆமிக்காரன் ஆட்களை எண்ணினான். பிழைக்க திரும்பத் திரும்ப எண்ணிக்கொண்டிருந்தான். பந்துல வந்து வரிசையில் நின்ற கம்பஸ் அம்மம்மாவிடம் "ஐசி தெண்ட..." என்றான். அவள் பதறிக்கொண்டு தேடி எடுத்து நீட்டினாள். "எத்தினை தரம் பாக்கிறாங்கள்..." அடுத்து மாறனிடன் அடையாள அட்டையைக் கேட்டான். மிரட்டும் அவன் கண்களைப் பார்க்க முடியாமல் மாறன் குனிந்தான். துருவனின் அடையாள அட்டையைக் கேட்க, அவன் தேடினான்.

"ஐயோ 'அய்சியைக்' காணேல்லை..."

"என்னடா? எங்கை விட்டனீ..."

"முதல் இருந்தது..."

"அப்ப பதிஞ்ச இடத்திலை விட்டிட்டியோ..." துருவன் நடுங்கினான். தடுமாறினான். வரிசையைவிட்டு வெளியில் வருமாறு சைகை செய்தான் பந்துல. "நீ போ, நான் வாறன் பின்னாலை..." கைகாட்டும் துருவனை இழுத்துச் சென்றான் பந்துல. மாறன் திகைத்தான். வாயடைத்து அதிர்ந்தான்.

இன்னொரு கை இழுத்து மாறனை பேருந்தில் தள்ளியது. அது நிரோஜன். பச்சை நிறத்தில் வட்டக் கழுத்து ரீசேட். இராணுவத்தின் ஜீன்ஸ். "துருவனை அவங்கள் கொண்டு போட்டாங்கள் போலக் கிடக்குது... நீ உள்ளுக்கை போ அப்பு..." கம்பஸ் அம்மம்மா மாறனைப் பரிதாபத்துடன் பார்த்தாள்.

நேரம் இரவு பத்தைக் கடந்தது. துருவன் வரப்போவதில்லை என்று மாறனுக்கு விளங்கிவிட்டது. இருண்ட அறையில்

தனித்திருக்கும் துருவனின் பரிபாதக் கண்கள் நினைவுக்கு வரவும் குழந்தையை தொலைத்த தாயின் மனமாய் பதறினான் மாறன். திடுக்கிட்டான். மாறனுக்கு இரத்தம் உறைந்தது.

சனங்களை ஏற்றிய பேருந்துகள் வரிசையில் நெடுநேரமாய்த் தரித்து நின்றன. இராணுவச் சிப்பாய்கள், பேருந்து வாசல்களுக்கு இரும்புக்கதவுகளாய் அடைத்து நின்று துப்பாக்கியை நீட்டினர்.

மாறன் கண்ணயர்ந்து இருக்கை கம்பியில் மோதுண்டு விழித்தான்.

பேருந்துகள் நகரத் தொடங்கின. எல்லாத் தெருக்களும் இருண்டிருந்தன. எங்கோ நெடுத்த வழியில் போகிறது பேருந்து.

"ஏதோ அடிமையளைப்போல கொண்டுபோறாங்கள்..." மாறனின் கதை கேட்டு இயலாமல் மெள்ளமாக தலையை ஆட்டினாள் கம்பஸ் அம்மம்மா.

பன்னிரண்டு மணி கடந்தும் இருட்டில் திரிந்தன பேருந்துகள். அஞ்சி நடுங்கும் துருவனை நினைக்க அவனுடல் கூசியது.

திரும்பத் திரும்பத் திடுக்கிட்டான்.

"இவ்வளவு நேரமாய் எங்கை கொண்டுபோய் துலைக்கிறாங்கள்..."

கம்பஸ் அம்மம்மா அரியண்டப்பட்டாள்.

பேருந்து தெல்லிப்பளை மகஜனாக் கல்லூரி வாசலில் தரித்தது.

ஓர் ஆமிக்காரன் ஆட்களை எண்ணி இறக்கி பள்ளி வளாகத்திற்குள் போகுமாறு சைகை செய்தான்.

"எங்களுக்கு முன்னாலை எத்தினை பஸ் நிக்குது மாறா.."

"எட்டு பஸ் நிக்குது அம்மம்மா..."

"ஈவிரக்கம் இல்லாதவங்கள் நூறு தரம் எண்ணி, நூறு தரம் பதியிறாங்கள்..."

"......"

"ஆனையின்ரை வாயிலை அகப்பட்ட கரும்பாய் போனோம்..."

கம்பஸ் அம்மம்மா எரிந்தாள்.

அவள் மௌனித்து தலையை இருக்கை கம்பியில் சாய்த்தாள். வறண்ட கண்கள் குளமாயின. கைகளில் முதிர்வின் நடுக்கம் கூடியது. ஒட்டி உலர்ந்த அவள் மார்பு துடித்தது. ஒரு கையால் மாறனை பிடித்துக் கொண்டாள்.

"சீவன் போகிற மாதிரிக் கிடக்கடா..."

"......"

"வவுனியாவுக்கு மேள் வீட்டை போறனடா மாறா..."

திரும்ப ஆயிரம் கேள்விகள், நூறு விசாரணை, பதினெட்டு படமெடுப்பு வாசலில் நடந்தது. மாறன் தலைக்கு உடுப்புப் பையை முட்டுக்குடுத்து நிலத்தில் படுத்தான். வயிறு கடித்து நெருப்பாய் புகைய... கண்கள் சொருகின.

எழுந்து இலக்க முறைப்படி நிற்கவேண்டும் என ஓர் ஆமிக்காரன் கட்டளையிட்டான். கம்பஸ் அம்மம்மா ஒரு தண்ணீர் போத்தலை இவனுக்கு நீட்டினாள். இவன் ஒரு மிடரு தண்ணீர் குடித்தான். அது காய்ந்த குடலுக்குள் அடைத்தது. வயிற்றைப் பிடித்துக்கொண்டு குந்தினான் மாறன்.

"என்னடா ராசா செய்யுது..." கம்பஸ் அம்மம்மா தலையைத் தடவினாள்.

"வயிற்றுக்குள்ளை கொழுவிப் போட்டுதெணை..."

கண்கள் இருண்டன.

"கிறுதி வார மாதிரிக் கிடக்கெனை..."

"இன்னும் எப்பன் தண்ணியைக் குடி..."

"......"

"இந்த பிஸ்கட்டிலையும் எப்பனைக் கடியடா..."

நிலத்தில் குந்தியிருந்த மாறனை எழுந்து நிற்குமாறு மீண்டும் சொல்லிச் சென்றான் அந்தச் சிப்பாய். எல்லாம் முடிந்து மரமொன்றின் கீழ் இருத்தப்பட்ட மாறன் அதில் உறங்கிப் போயிருந்தான். பாழடைந்த அந்தப் பள்ளிக்கூடம், காடென சடைத்த இப்பிலிப்பிலி மரங்கள், பற்றைகள் எல்லாம் சூரிய விழுகையில் பயங்கரமாய் தெரிந்தன.

அரணைக் குஞ்சு ஒன்று மாறனின் ஜீன்ஸிற்கு மேலால் தொடையில் விழுந்து சட்டெனக் கவ்விவிட்டு விழுந்தது.

"அய்யோ... 'அரணை கடிச்சால் உடன மரணம்' எண்டுவாங்கள்..." மாறனுக்கு தலை சுற்றியது.

"செத்தால் சாவம்..." வெறுப்பில் உழன்றன மாறனின் உதடுகள். "என்னடா தம்பி..." "ஒண்டும் இல்லையென..." மாறனுக்கு லேசாக மயக்கம் வருவதைப் போலிருந்தது. "அரணை கடிச்சது எண்டாலும் உவங்கள் ஒண்டும் செய்ய மாட்டாங்கள்... இவங்களின்ட உபத்திரத்தைவிட இது பரவாயில்லை..." மாறனின் கண்கள் சொருகின.

விசம் மெல்லப் பரவத் துவங்கியது. அரணை கடித்த இடத்தில் ஒரு பெருங்கடுப்பு. குருதிக் கொப்புளித்து ஜீன்ஸை நனைத்தது. "அம்மம்மா... அம்மம்மா..." மாறனால் அழைக்க முடியவில்லை. கண்கள் இருண்டு சொருகின. கைகளைத் தூக்க முடியவில்லை. எழுந்திருக்க முடியவில்லை. அசைவற்றுக் கிடந்தது அவனுடல். அவன் மூச்சு அடங்கிப் போனது.

ஆமிக்காரன் தட்டவும் திடுக்கிட்டான் மாறன்.

கடிக்கவில்லை. அது ஜீன்ஸிற்கு மேலால்தான் கடித்தது. தான் மயங்கி உறங்குவது பசியில்தான் என மாறன் உணர்ந்து கொண்டான்.

'திரும்ப வெள்ளென துவங்கின விசாரணை' ஆழி வெயில் நெருப்பாயிருந்தது. சனங்கள் வெளியில் இருத்தப்பட்டனர். எத்தனை விசாரணைகள்? எத்தனை படமெடுப்புக்கள்? எத்தனை கேள்விகள்? சிலர் திருப்பி பேருந்தில் ஏற்றப்படுவதையும் இலேசாக கண்களைத் திறந்து மாறன் பார்த்தபடியிருந்தான்.

பசி வயிற்றைப் பிசைந்தது. மயக்கம் கண்களை இழுத்துச் சொருகியது. "அடேய் மாறா... மாறா..." கம்பஸ் அம்மம்மா தண்ணீர் தெளித்தாள்.

"ஆவெண்டு வாயைக் காட்டப்பன்.... இந்தச் சோத்திலை எப்பனைச் சாப்பிடு..." அவனை மடியில் இருத்தி சோற்றைத் தீத்தினாள் அவள். இலேசாக கண்களை விழித்தான் மாறன். சிப்பாய்கள் அடிமைகளைப்போல சோற்றுப் பாசல்களை வீசிக்கொண்டிருந்தனர்.

"எனக்கு வேண்டாம் எணை..." சோற்றை தீத்தும் கையை விலக்கினான் மாறன். வயிறு குமட்டியது. மீண்டும் கண்களை மூடிக்கொண்டான். "என்ன செய்யிறது... எல்லாம்

எங்கடை நிலமை... இந்த பாவப்பட்ட சோத்தை இண்டைக்கு மட்டும் சாப்பிடு...” “சில நேரத்திலை சாமியும் விசத்தைச் சாப்பிடுறதுதானே...” மாறனுக்கு தண்ணீரைப் பருக்கினாள். சோற்றைப் பிசைந்து ஒரு கவளம் தீத்தினாள்.

எல்லோரும் வரிசையாக இருத்தப்பட்டிருந்தனர். காங்கேசன்துறை துறைமுகத்தில் கப்பல் கரையெதுங்க. ஒவ்வொருவராக கப்பலுக்குள் அனுப்பப்பட்டனர். மாறன் கப்பலுக்குள் உள்நுழைந்தான்.

ஆயிரக்கணக்கான இராணுவத்தினர் நிறைக்கப்பட்ட அந்தக் கப்பலில், சனங்களுக்கு அருகாக சவப்பெட்டிகளும் இருந்தன. “மட்டக்களப்பிலை இருந்து யாழ்ப்பாணத்துக்கு அலுவலாய் வந்த பொடியனை சுட்டுப் போட்டாங்களாம்...” கம்பஸ் அம்மம்மாவுக்கு யாரோ சொல்வது மாறனின் காதில் விழுந்தது. கடலில் ஒரு மெல்லிய தடுமாற்றம். எல்லாம் மூடுண்டிருந்தது. இருட்டில் துலைகிறது கப்பல்.

“அந்தக் கொடிய நகரத்தில் துருவன் எப்பிடித் தவிப்பான்”

மாறனுக்கு நெஞ்சில் பெருத்த கனம் உருண்டது. கண்களை மூடினான்.

இருட்டில் ஒரு சைக்கிளை மிதித்தபடி சென்றாள் மலரினி. வீதியெங்கும் இராணுவத்தினர். பதறிக்கொண்டு எழுந்தான். அவள் உதடுகளில் வழிந்த அழுகை அவன் நெஞ்சைப் பிழிந்தது. அவளின் கடைசிப் பார்வை ஓர் ஊசியாய் இதயத்தைக் குத்தியது. திரும்பி அவளிடம் செல்லவேண்டுமென கால்கள் உந்தின. கைகளால் வெறும் வயிற்றை அணைத்துக்கொண்டு முழங்கால்களை மடக்கி கூனிக்குறுகிச் சுருண்டான் மாறன்.

கண்ணீர் முட்டி மூடியிருந்த அவன் விழிமடல்களுக்குள் சுழன்றாள். இவன் தலையை மடியில் வைத்து தலைகோதிவிடவும் உறங்கிப் போனான் மாறன்.

*

27

கிழக்கின் சூரிய ஒளி உடல் தழுவ முகம் காட்டினான் மாறன். திருகோணமலைத் துறைமுகத்தில் கரையொதுங்கிய கப்பலில் இருந்து வரிசையாக சனங்கள் இறக்கி அனுப்பப்பட்டனர். துறைமுகத்தில் இருந்து ஒரு பேருந்தில் ஏற்றப்பட்டான் மாறன். திருகோணமலை நகரப் பேருந்து நிலையத்தில், இராணுவத்தினர் சனங்களை விடுவித்தனர்.

கம்பஸ் அம்மம்மாவின் பின்னால் மாறனும் இறங்கி நடந்தான்.

"தம்பி, உந்தக் கடையிலை ஒரு தேத்தண்ணி குடிப்பமடா... நீயும் சாப்பிடு..." அவள் கைகளை இழுத்துக்கொண்டு நடந்தாள். "யாழ்ப்பாணத்திலை இருந்து வாறியளே... தம்பியாக்கள் இவங்களை வடிவா கவனிங்க..." உணவக முதலாளி வரவேற்றார். "உள்ளுக்கை போய் முகம் கழுவலாம்... வொஸ் ரூம் போகலாம்..." அழைத்துச் சென்றார் கடை முதலாளி.

ஆவி பறக்க அந்த தேநீரை பெருந் தாகத்துடன் குடித்தாள் கம்பஸ் அம்மம்மா. பசியடங்க அள்ளி அள்ளிப் புட்டைச் சாப்பிட்டான். ஒரு பெருத்த களை தீர்ந்த மாதிரியொரு உணர்வு. தண்ணீரை அண்ணார்ந்து குடித்தான் மாறன்.

"அண்டைக்கும் இயக்கம் சம்பூரிலை இருந்து செல் அடிச்சவங்க... அங்கை அவங்கள் இருக்கிறதாலைதான் நாம இஞ்ச தைரியமாய் இருக்கிறம்... தம்பி வவுனியாவா?" வாஞ்சையுடன் கேட்டான் கடை முதலாளி.

"கிளிநொச்சி அண்ணை..." மாறன் புன்னகைத்தான். "நாம எல்லாம் ஒரு இடம்தானே.

நான் கிளிநொச்சி அடிக்கடி வாறனான்..." மாறன் நன்றிப் பார்வையுடன் விடைபெற்றான். வவுனியா பேருந்தில் கம்பஸ் அம்மம்மாவுக்கு இடம்பிடித்து தானும் ஓர் இருக்கையில் அமர்ந்தான்.

நகரத்திலிருந்து பேருந்து புறப்படத் தொடங்கியது.

காவலரணில் இருந்த இராணுவம் பேருந்தைத் தடுத்தது. "எல்லாரும் இறங்கி வரிசையாய் போங்கோ..." நடத்துனர் அறிவித்தார். ஒரு பக்கம் உடுப்புக்கள் கிளறி சோதனை செய்யப்பட்டன. இன்னொரு பக்கம் பெயர் விவரம் பதிவு செய்யப்பட்டது. பேருந்தில் ஏற இயலாமல் தடுமாறிய கம்பஸ் அம்மம்மாவின் கையைப் பிடித்து தூக்கினான் மாறன்.

"அண்ணை இரண்டு மணித்தியாலத்திலை போயிரலாம் தானே?"

"இரண்டு மணித்தியாலமோ? இதுதானே முதல் செக் பொயின்ட்... இனி முழத்துக்கு முழம் வரும் பாருங்கோ... ஒன்டரை மணித்தியாலத்திலை வவுனியாவிலை நிப்பாட்டுற பஸ்... இண்டைக்குப் போய்ச்சேர நாலு மணி ஆகும்..." இன்னும் அபாயங்களை கடந்துமுடியவில்லை என்று மாறன் யோசித்தான். "தம்பி வன்னியிலை குண்டு போட்டு கொல்லுறாங்கள். இஞ்ச செக் பொயின்ட் போட்டுக் கொல்லுறாங்கள்..."

பேருந்து ஓட்டுனர் சொல்லிக்கொண்டு அடுத்த இராணுவ சோதனைச்சாவடியில் பேருந்தை நிறுத்தினார்.

"யாழ்ப்பாணத்திலை இருந்து கிளிநொச்சிக்கு ஒரு மணித்தியாலப் பயணம்.. ஆனால் இதுக்கு மூண்டு நாளாய் பெரிய அலைச்சல்..." மாறனின் முகத்தில் களைப்பின் வெக்கை. அந்தப் பேருந்திலிருந்த சனங்கள் ஒவ்வொரு சோதனைச் சாவடியிலும் விழுந்தெழும்பினர்.

களைத்துப் போய் அப்போதுதான் உறங்கிய மாறனைத் தட்டி எழுப்பினார் நடத்துனர். பேருந்து வவுனியா நகரத்தில் தரித்தது. கம்பஸ் அம்மம்மா சேலையுடன் சிறுநீர் கழித்து உறங்கிப் போயிருந்தாள். மாறன் தட்டி எழுப்பினான். கம்பஸ் அம்மம்மாவின் மகள் வந்து தூக்கி இறக்கி ஆட்டோவில் ஏற்றிக்கொண்டாள்.

"ஓமந்தைக்குப் போறதுக்கு இன்னும் ஓராள் தேவை... அங்கை சண்டை நடக்கும்... பஸ் எல்லாம் போகாது... தம்பி

வாறீங்களா? மூந்நூறு தாங்கோ... கொண்டே இறக்கி விடுறன்.." மனம் நகர மறுத்தது.

இருள் ஒரு பக்கம் பெருகியது.

பேச முடியாத களைப்பில் உழன்றாள் கம்பஸ் அம்மம்மா. மாறனின் கன்னங்களைத் தடவி வழி அனுப்பினாள்.

அவன் அந்த வாகனத்தில் ஏறினான்.

"ஆறுமணியானால் விடமாட்டான்..." வாகனம் வேகமெடுத்தது.

இலங்கையின் மிக நீண்ட அந்தத் தெரு மூடப்பட்டு சருகுகளும் புழுதியுமாயிருந்ததைப் பார்க்க மாறன் மனம் ஒப்பவில்லை. வீதியைத் தடுத்து தகரங்களைத் தைத்து வேலியிட்டிருந்தனர் இராணுவத்தினர்.

"பாதை மூடி இருக்குது... உள்ளே போக ஏலாது... எல்லாம் திரும்பு, திரும்பு." உறுதிபடக்கூறி சைகை செய்யும் அந்த இராணுவத்தினன், அவ்விடத்திற்கு பொறுப்பாக இருக்கும் அதிகாரி போலிருந்தான்.

"என்ரை பிள்ளை அங்காலை ஐயா... வவுனியாவுக்கு மருந்துக்கு வந்த இடத்திலை மாட்டுப்பட்டிட்டன்..." யாரோ ஒருத்தி மாறனின் முன்னால் கெஞ்சி மன்றாடிக் கொண்டிருந்தாள். அவன் மாறனை நெருங்கி அடையாள அட்டையை வாங்கினான்.

"ஓவ்... கம்பஸ்..."

"......"

"பொங்கு தமிழ் டீம்..."

"......"

"பாதை மூடியாச்சு... உள்ளே போனால் சோறு இல்லே..."

"......"

"அங்கை நாங்க கிபீர் குண்டு போடுறது... போய் சாகப் போறதா..." அவன் விடுகின்ற சிலமனில்லை. பத்துப் பேரும் வீதியில் குந்தினர். அவன் இவர்கள் எழுந்து திரும்பிச் செல்லட்டும் என்ற பார்வையுடன் இருந்தான். அவர்களை இறக்கிய வாகனம் இம்மட்டில் வவுனியாவைத் தொட்டிருக்கும்.

எங்கும் பேரிருட்டு... திடீரென மிகப் பெரிய வெளிச்சம். இராணுவத்தினர் பெரிய பரா வெளிச்சமிட்டனர். எல்லோரும் கத்திக் கூச்சலிடவும் தரதரவென இழுத்து வந்து பாதையைப் பிரித்து ஒரு பொட்டால் "போய்த் தொலையுங்கள்..." எனத்

தள்ளினான் அவன். நிலத்தில் துடிதுடித்து விழுபவர்களை ஒரு சிப்பாய் பரிதாபத்துடன் பார்த்தபடி நின்றான். சில எறிகணைகள் சற்றுத் தள்ளி விழுந்து தீப்பிழம்பெழுந்தது.

"வன்னி நிலம் வரவேற்கிறது..."

எறிகணை வெளிச்சத்தில் அழைப்புப் பலகை வரவேற்றது. அது துப்பாக்கிச் சன்னங்களாலும் எறிகணைகளாலும் சல்லடையாக்கப்பட்டிருந்தது.

"ஹலோ! மதி மதி மதி அங்காலை இருந்து சனம் வருதே... ஓவர்... ஓவர்!"

"ஓம் அண்ணை... பத்துப்பேர் வாறினம்... ஓவர்... ஓவர்..."

போராளிகளின் கட்டுப்பாட்டுக்குள் வந்து சேர்ந்தான் மாறன். ஒரு பெருமூச்சு. ஆறுதலின் ஒளி கண்களில் பரவியது. போராளிகளைக் காணவும், தலைக்கு மேலாய் தொங்கித் தொடர்ந்த எறிகணையை தட்டிவிட்டவனாய் மாறனின் முகத்தில் பிரகாசம் கொழித்திற்று.

"தம்பி... அங்காலை பேருந்து நிக்குது... போய் இருங்கோ..."

அந்தப் போராளியின் கனிவுச் சொற்கள், ஒரு மெல்லிய காற்றாய் வந்து மோதியது. "அவன் சனத்தை அனுப்பிப்போட்டு செல் அடிப்பான்... இப்ப இவையளோடை பேருந்தை எடுங்கோ... பிறகு சனம் வந்தால் பாப்பம்..." பேருந்து நடத்துனருக்கு இன்னொரு போராளி அறிவுறுத்தினான்.

புளியங்குளக்காடு நிலவொளியில் மினுமினுத்தது.

காட்டிலிருந்து வரும் ஈரக்காற்று ஒரு காதலியின் தொடுகையைப்போல இதமூட்டிற்று. கண்களை மூடிக் கொண்டான். மலரினி இவன் உதடுகளில் தன் இதழ் குவித்தாள். ஈரமான அந்த விழியசைவுகள் அவனைத் தீண்டின.

"வீரன் மண்ணில் புதையும்போது விதையாய் தானிருப்பான்..." புலிகளின் குரல் பாடல்களைத் திறந்தான் பேருந்து ஓட்டுனர்.

"புலிகள் சாய்ந்தாலும் ஏந்திய துவக்குகள் சாயாது..."

தியாக தீபம் திலீபனின் நினைவு நாள் சிறப்பு ஒலிபரப்பு போய்க்கொண்டிருந்தது. பாடலின் ஈரத்தில் உறங்கிப் போனான் மாறன்.

அமைதி ததும்பும் கிளிநொச்சி நகரத்தில் தரித்தது பேருந்து.

"மாறன் வாறார்..." காவலாளியின் குரலை நம்பாமல் ஓடி வந்தாள் பாரதி.

"இஞ்சை பார்... என்ரை பிள்ளை வாறான்..."

கட்டி அணைத்துக் கொண்டாள் அவள்.

"எப்பிடி அம்மா இருக்கிறியள்... தம்பியாக்கள் எல்லாம் எப்பிடி?.."

"எங்களுக்கு இஞ்ச ஒரு பிரச்னையும் இல்லை..."

"......"

"உன்னைப் பற்றித்தான் ஒரே யோசனை..."

"......"

"அங்க இருந்து ஒரே சாவுச் செய்தியள்தானே வருகுது..."

உறக்கத்தில் இருந்த மகிழன், போர்வையையும் விலக்காமல் கண்களைக் கசக்கிக்கொண்டு ஓடிவந்தான். மாறனின் மடியில் அமர்ந்துகொண்டான்.

"அண்ணா, அங்கை ஆமி உங்களை அடிச்சவனா..."

"......"

அவன் மாறனின் கன்னங்களில் முத்தமிட்டான். "முதலிலை என்ரை பிள்ளைக்குச் சாப்பாடு குடுக்க வேணும்... நான் ஒரு விசரி கதைச்சுக் கொண்டிருக்கிறன்..." நிலவொளியில் ஒரு கிண்ணத்தில் சோற்றைப் பிசைந்து மாறனுக்கு ஊட்டினாள் பாரதி. அவன் கண்களிலிருந்து முத்தாய் கண்ணீர் கொட்டுண்டது. மாறன் அவனுக்கு குடிக்கத் தண்ணீர் எடுத்து வந்தான்.

தென்னையின் அசைவு அமைதியான அந்த இரவில் ஒரு பாடலாய் ஒலித்தது. நிலவொளி பனைவரிச்சல் சாளரம் வழியே முகத்தில் விழுந்தது.

"ஒண்டரை மாதம் நிச்சயமில்லாத வாழ்க்கை... சரியான நித்திரை இல்லை. பசியும் சாவும் எண்டு அங்கை பெரிய அக்கிரமம்..."

"......"

"கப்பல் பயணம்... பெரிய மலையைச் சுமந்து ஆழக் கடலைக் கடந்த மாதிரி..."

மாறனின் வார்த்தைகள் பாரதியின் கண்களை நடுங்கச் செய்தன. அவள் மாறனின் தலையைத் தடவினாள்.

"சுதர்சனை எல்லே இஞ்சை கண்டனான்..."

பதறிக்கொண்டு எழுந்தான் மாறன். பாரதியின் கைகளைப் பிடித்தான்.

"எங்கை அம்மா? எங்கை கண்டனீங்கள்..?"

"ரெயினிங்கிலலை நிண்டவன்..."

"என்ன சொன்னவன்...?"

"கொம்மாவை இந்த நிலையிலை விட்டுப்போட்டு ஏன்டா இயக்கத்துக்கு வந்தனீ?"

"......"

"நல்ல பேச்சுத்தான் குடுத்தனான்..."

"......"

"இயக்கத்துக்கு வாற சில போராளியளின்டை அம்மாக்கள் தன்ரை அம்மாவைவிடவும் கஷ்டமாம்.. அவன் எனக்கு அங்கயற்கண்ணியின்டை கதையைச் சொல்லி வகுப்பு எடுக்கிறான் எண்டால் பாரன்..."

அதைக் கேட்க மாறனுக்கு சிரிப்பும் வந்தது.

"இப்ப நல்ல வாட்டசாட்டமாய் இருக்கிறான்..."

"......"

"அவனுக்கு இயக்கப் பேர் தமிழினியன்..."

'உங்களுக்கு எல்லாம் நல்ல தமிழ் பேர்... எனக்கு அப்பிடி ஒரு பேர் வைக்கேல்லை எண்டு கவலை...' சுதர்சனின் வார்த்தைகள் மாறனின் நினைவில் உருண்டன.

"தலைவருக்கு கடிதம் எழுதப் போறன்..."

"......"

"திரும்ப கஸ்பஸ் போகேக்கை சுதர்சனோடைதான் போறது..."

மாறன் உறுதிபடக் கூறிக் கொண்டு படுக்கையில் போய் படுத்தான்.

"அது சரி, ஆரடா அந்தப் பெட்டை..."

"..,..."

"சுதர்சன் எல்லாம் சொன்னவன்..."

"......"

"மாறனும் பேய்க்காய் தான்..."

இவன் நித்திரைபோல போர்வையை மூடிக்கொண்டான்.

"இப்பதான் படுத்தவர், அதுக்குள்ளை நித்திரையோ..."

"......"

தீபச்செல்வன்

“பாதை திறக்கட்டும் ...”

“......”

“மலரினியைப் பொம்பிளை கேட்டு யாழ்ப்பாணம் போகிறன்..”

“அப்பிடியெண்டால் சரி...”

மாறனுக்கு உச்சி குளிர்ந்தது. போர்வையை விலத்தி எழுந்தான். மகிழனும் போர்வையை விலக்கி எழுந்து கிட்ட வர... ஏனையவர்களும் எழுந்து சங்கதி அறிய மாறனைச் சூழ்ந்து கொண்டனர்.

“அவா என்ன அப்பிடிப் பெரிய வடிவோ...” மகிழன் கன்னங்களைத் தட்டினான்.

“இவ்வளவு நேரமும் கள்ள நித்திரையாடா கொண்டனீங்கள்...”

அவர்களைத் துரத்திச் செல்லும் மாறனின் சிரிப்பொலி அறிவுச்சோலையைக் கலகலப்பாக்கிற்று. நெடுநாளாக இல்லாத அந்தச் மகிழ்வைக் கண்டு பாரதியின் முகத்தில் பெரிய ஆறுதல் குவிந்திற்று.

கண்களை மூடவும் மலரினி. சும்மாவே அவள் அழகி. இருள் அவளை இன்னும் பேரழகியாய் தீட்டியது. இருளில் தோய்ந்த ஒளித் தேவதையாய் மினுங்கி அவனை உசுப்பினாள். போர்வைக்குள் மூச்சைப் பெருக்கினாள். அவள் வாசம் இருட்டில் அவனை நெருங்கி நிறைத்திற்று. அவள்தான் தொடுகிறாள். அவள் பிஞ்சு விரல்களின் வாசம் மூச்சை இழுத்தது. அதிலொரு முத்தமிட அவ்விரல்களை இருட்டில் தேடினான் மாறன்.

கண்ணயர்ந்தான் மாறன்.

பேரிரைச்சல். வானம் அதிரத் தொடங்கியது. “கிபீர் வந்திட்டுது.. எல்லாரும் எழும்பி பங்கருக்கு ஓடுங்கோ...” மகிழனைத் தூக்கியபடி ஓடினாள் பாரதி. அவளுக்கு முன்னால் எல்லாரும் ஓடி வீழ்ந்தனர் பதுங்குக் குழிக்குள். தன் முட்டைகளை மடிக்குள் வைத்து முட்சிறகுக் கரங்களை சூழ்த்தி அடைகாக்கும் எகிட்னாவைப்போல குழந்தைகளை மண் பதுங்கு குழியில் மறைத்திருந்தாள் பாரதி. வானம், நிலவு, நட்சத்திரங்கள் யாவும் பதுங்குகுழியில் சரிந்து வீழ்ந்தன.

*

28

இருளின் கடைசித் துளி கடலில் கரைந்தது. ஒரு குதூகல வெளிச்சம் துருவனின் முகத்தில் அப்பியது. தோள்கள் ஒரு முயல் குட்டியைப் போல உற்சாகம் கொண்டன. புத்தகப் பையை தோளில் கொழுவினான் துருவன். கப்பல்கள் தரிக்கும் சத்தமும் புறப்படும் சமிக்ஞையுமாய் இருந்தது திருகோணமலைத் துறைமுகம். துருவன் வரிசையில் காத்திருந்தான்.

இறங்கும் பயணிகளை அடையாள அட்டையை பரிசோதித்து விடுவித்துக்கொண்டிருந்த கடற்படைச் சிப்பாய்கள் துருவனின் அடையாள அட்டையைப் பார்த்து பதிவு செய்துவிட்டு வெளியேற அனுமதித்தனர்.

துருவன் பேருந்தில் ஏறிக்கொண்டான்.

தலைநகர் அவன் தலைதடவி வரவேற்றாற் போல மனமெங்கும் மஞ்சள் வெயிலடித்தது. ஒரு இருண்ட நாடு தூரத்தில் காக்கையாய் கரைந்தது. யாழ்ப்பாணத்தை நினைக்க அவனுடல் நடுங்கியது. யாழ்ப்பாணத்தின் இரவுகளை நினைக்க அவன் மனம் இருளில் முக்குளித்ததது.

யாழ்ப்பாணத்திலிருந்து திருகோணமலைக்கு மீண்டிருப்பதை நம்ப முடியாமலிருந்தது. ஒரு சிறையிலிருந்து மீண்டவனாய் அவன் தன்னை ஆறுதல்படுத்தினான். அவனுதடுகளில் புன்னகை அரும்பின.

“திருகோணமலை டவுணில அம்மாவுக்கு ஒரு சாரி... தங்கச்சிக்கு ஒரு சட்டை.... அப்பாவுக்கு ஒரு சரம்... வாங்க வேணும்..”

பேருந்தை விட்டிறங்கி கடைகளுக்குள் நுழைந்தான்.

"அந்தப் பூப்போட்ட சட்டையை தாங்கோ... அது தங்கச்சிக்கு..."

"......"

"அந்த பச்சை சாரியை எடுங்க..."

"......"

"இந்த ரோஸ் சேட்டு எவ்வளா..."

"......"

"இந்த வெள்ளை சரத்தையும் தாங்க..."

துருவனின் முகம் அந்தக் கடையின் ஆடைகளை எல்லாம் அள்ளிக் கொண்டு செல்ல வேண்டும் என்ற அங்கலாய்ப்பில் துடித்தது.

*

சம்பூருக்கு செல்லும் லோஞ்சை இயக்கினான் ஓட்டி. ஆழிக் காற்றின் ஈரம் ஒரு குளிர்ந்த நதியாய் மனதில் சுடர்ந்தது. இடையிடை முகத்தில் படும் சிற்றலை, கானவியின் குறும்புச் சீண்டலாய் இருந்தது. "அவளைப் பார்த்து மூண்டு மாசம் ஆகித்து.." மனக்கணக்குப் பார்த்தான் துருவன்.

தூரத்தில் தெரியும் கலங்கரை விளக்கு துருவனை தலைகாட்டி வரவேற்றது.

லோஞ்சை விட்டு இறங்கினான்.

"துருவனைக் கண்டு எத்தினை நாளாப்பொயிற்று.."

அது அவன் வீட்டுக்கு அருகில் இருந்த சிவரதன்.

"ஊருக்குள்ளை சனம் இல்லை..."

"......"

"அண்டைக்கு சண்டையோடை எல்லாம் இடம்பேந்து கிளிவெட்டியிலை இருக்கிறம்.."

".."

துருவனை சைக்கிளில் ஏற்றி மிதித்தான் சிவரதன்.

"நல்லா காலம் நீ தப்பித்தா மச்சான்..."

"......"

"ஒரு பக்கம் செல்லடி... ஒரு பக்கம் கிபீரடி... ஒரு பக்கம் கடலாலை அடி..."

"......"

"எங்கட சனம் எல்லாம் செத்து சீரழிஞ்சு போயித்து..."

துருவன் நடுங்கத் துவங்கினான்.

"இப்ப எல்லாரும் நாலடி குடிசையிலதான்..."

"......"

"இதான் நாங்க இருக்கிற அகதி முகாம்.."

ஒரு சகதியான வயல் வெளி. ஈர நிலத்தில் துருவேறிய தகரங்களால் கூடுகள். அருகருகான அந்தக் கூடுகளுக்கு இடையில் சில சிறுவர்கள் ஓடித் திரிந்தனர். துருவன் கானவியும் விளையாடுகிறாளா எனத் தேடினான்.

சிவரதன் அந்தக் கூடாரத்திற்குள் நுழைந்தான். தன் தோள் பையைக் கழற்றிவிட்டு "அம்மா!" எனவழைத்தான் துருவன்.

"கானவி எங்க நிக்கிறா... அண்ணா வந்திருக்கிறன்..."

புழுதி படிந்த ஆடையுடன் கானவி நின்றிருந்தாள். காந்தாளின் முகம் வாடியிருந்தது. அவள் துருவனின் பையை வாங்கிக் கொண்டாள்.

துருவன் தந்தையைத் தேடி வெளியிலும் சென்று பார்த்தான்.

"அப்பா எங்கை நிக்கியள்?"

குழந்தையைப் போல அழைத்தான்.

"இது உங்களுக்கு..."

"......"

"இது தங்கச்சிக்கு..."

"......"

"இது அப்பாவுக்கு..."

"......"

"உங்களுக்கு ஒரு உடுப்பு.. அப்பாவுக்கு இரண்டு உடுப்பு.."

"......"

"சரமும் சேட்டும்..."

கூடாரத்திற்குள் அவன் சிரிப்பு தனித்தது. காந்தாளின் முகம் கறுக்கத் துவங்கியது. அவள் அவைகளை வாங்கி கூடார மரத்தில் கொழுவினாள்.

"முதலிலை வந்து சாப்பிடு நீ.."

காந்தாள் கூடாரத்திற்குள் இழுத்தாள்.

"அப்பா எங்க அம்மா..."

"......"

காந்தாள் பதிலற்றபடி நின்றாள்.

"அம்மா.. அப்பா எங்கை?..."

"......"

"கேட்டுக் கொண்டு இருக்கன்... ஏன் பேசாமல் நிக்கிறியள்..."

துருவன் உருக்குலைந்து போனான்.

காந்தாள் தலையைக் குனிந்தாள். கானவி சினுங்கத் தொடங்கினாள்.

"அப்பாவைத்தான் தேடித்து இருக்கிறம் மகன்..."

துருவன் நொருங்கிப் போனான். தொப்பென விழுந்தான் நிலத்தில்.

"சம்பூர் சண்டையிலை எல்லாம் போச்சுது..."

"......"

"அப்பா காணாமப் போயித்தாறு.."

காந்தாள் குளறத் தொடங்கினாள். கனவி கண்களை கசக்கினாள். துருவன் தாயின் தோளில் தலை பதித்தான். கிழக்கில் இருள் மூண்டது.

*

29

தோளில் துவக்குகளைச் சுமந்தபடி சீரான இடைவெளியில் சைகிளில் நகரும் போராளிகள். வீதியின் கரையாக கால்வாய்கள், கடைவாசல்களில் தேடுதல் நடத்தி பாதுகாப்பு செய்யும் போராளிகள். வீதியின் கரையாக ஆக்கிரமிப்பை எதிர்த்து போர்க்களத்திற்கு அழைக்கும் போராளியின் வீரப்படம். நகரத் தெருக்களெங்கும் புகுந்து ஒளியூட்டுகிறது புரட்சிப் பாடலொன்று.

மாறன் புதுக்குடியிருப்பு பேருந்தில் ஏறிக் கொண்டான். குன்றும் குழியுமான அந்த மண் வீதியில் பேருந்து படகைப் போல மிதந்தது.

நெத்தலியாற்றடியில் தமிழீழக் காவல்துறையின் சோதனைச்சாவடி.

"அன்பான தமிழீழ உறவுகளுக்கு, எதிரி மக்கள் என்ற போர்வையில எங்கடை மண்ணுக்குள்ளை நுழைஞ்சு தகவல்களை எடுத்து தாக்குதல்களை நடத்திறதாலை எங்கடை மண்ணின்ரை மக்களின்ரை பாதுகாப்பு கருதி இந்த சோதனையை நடத்துகிறோம். அன்பான எமது உறவுகள் தமிழீழ அடையாள அட்டையை காண்பித்து உங்கடை அடையாளத்தை உறுதிப்படுத்த வேண்டுறம்..." தமிழீழ காவல்துறை சிப்பாய் நெருங்கி வரவும், மாறன் தமிழீழ அடையாள அட்டையை நீட்டினான். "உங்கடை மேலான ஒத்துழைப்புக்கு நன்றி..." கைகூப்பிய புன்னகையுடன் பேருந்தை விட்டு இறங்கிச் சென்றார் தமிழீழக் காவல்துறைச் சிப்பாய்.

'புதுக்குடியிருப்பு சந்தி கடக்கப் பேருந்து நிலையம் வரும். அதிலை இறங்கு... கேப்பாப்புலவு வீதியிலை

ஒரு எப்பனுக்கு போக இன்னொரு உள் ஒழுங்கை வரும்.. அதிலை எப்பன் தூரம் போ...' மாறன் பேருந்தைவிட்டிறங்கி பாரதி சொன்ன வழிக்குறிப்பில் நடந்தான்.

புதுக்குடியிருப்பு விமானத் தாக்குதல்களால் சிதிலமாகியிருந்தது. நகரமெங்கும் காயங்கள். சிலர் அதனை மண் பூசித் துடைக்க முயன்றனர்.

ஒரு மாமரக்காடு. நேர்த்தியான பனைவேலி. வாசலில் காவலுக்கு ஒரு போராளி. அதுதான் பாசறை என மாறன் உணர்ந்து கொண்டான்.

"நான் மாறன்... அறிவுச்சோலையிலை இருந்து வாறன்... தமிழினியன் என்ரை நண்பர்... அவரைப் பாக்க வந்தனான்.."

அவன் உள்ளே அனுப்பி மேலிடத்திற்கு தகவல் அறிவித்தான்.

சில போராளிகளின் சிரிப்பொலி பெரிதாய் கேட்டது. அவர்கள் கிளித்தட்டு விளையாடிக் கொண்டிருந்தனர். கழுத்தில் குப்பியும் தகடும் அசைய வெறும் மேலுடன் ஆடும் அந்த வீர உடல்களை வியர்வை நனைத்தது.

ஒரு போராளி குளித்து தலையைத் துவட்டிக் கொண்டு தன் உடைகளைக் கொடியில் உலரப் போட்டுக் கொண்டிருந்தான்.

"ஆர் வந்திருக்கிறது..."

"உன்னைப் பாக்கத்தான் போல போய் விசாரி..." ஒரு போராளி வாய் புன் சிரிப்புடன் சொல்லிச் சென்றார்.

"என்னைப் பாக்க ஆர் இருக்கிறது..." ஆனாலும் அப் போராளியின் கண்கள் மாறனை நோட்டமிட்டு ஒரு புன்னகை செய்தன.

"அவர் தமிழினியனிட்டை வந்திருக்கிறார்... அவரோடை கம்பஸில படிக்கிறவராம்..." பாசறைப் பொறுப்பாளர் வந்து கதிரையில் அமர்ந்தார். வரிச்சீருடையில் மினுமினுக்கும் மிடுக்கு. தலையில் புலிச் சின்னம் பொறித்த தொப்பி. "வணக்கம் தம்பி..." மாறன் எழுந்து நிற்க முயன்றான்.

"முதலிலை இருங்கோ..."

"......"

"தமிழினியன் இஞ்சை தான் நிக்கிறார்.."

"......"

"இப்ப ஒரு இடத்திற்கு ஆள் போயிற்றார்..."

"......"

"நீங்கள் உங்கடை முகவரியை தாங்கோ... அவர் வர நாங்கள் அறிவிக்கிறம்..."

"......"

"அநேகமாக, அவரே உங்களை வந்து பாக்கிற மாதிரி இருக்கும்.."

ஒரு போராளி பழப்பானத்தைக் கொண்டு வந்து மாறனுக்கு கொடுத்தான்.

"நீங்கள் இஞ்சை சாப்பிடலாம்..."

"இல்லை எனக்கு பசிக்கேல்லை... வெளிக்கிடுறன்.."

"விளங்குது.. யோசிக்காமல் போங்கோ..."

"கண்மூடித் தூங்கும் எந்தன் தோழா கல்லறை திறந்து கொஞ்சம் வாடா... சுதர்சனுக்கு பிடித்த பாடல் பேருந்தில் ஒலித்தது.

*

"**அ**ம்மா உங்களை வரட்டாம்..." சொல்லிக் கொண்டே ஒரு விளையாட்டு வண்டியை உருட்டிக் கொண்டு ஓடினான் மகிழன்.

பாரதி அலுவலகத்தில் ஏதோ எழுதிக் கொண்டிருக்க, மாறன் அவள் முன்னால் அமர்ந்து கொண்டான்.

"பாதை பூட்டினதாலை யாழ்ப்பாண ரீச்சர்மார் வாறேல்லை..."

".."

"உன்னை தமிழ்ச் சோலை வித்தியாலயத்திலை படிப்பிக்க கேக்கினம்.."

அவள் வார்த்தைகள் பெரிய நியமனத்தைப் போலிருந்தது. மாறனின் முகத்தில் அப்படியொரு மலர்ச்சி.

"சும்மா இருக்கிறது லேசுப்பட்ட காரியமில்லை... விசரடிக்குது..."

".."

"நான் போய் நல்லாய் படிப்பிக்கிறன்..."

"இந்த விண்ணப்ப படிவத்தை நிரப்பிக் குடு..."

மாறன் விண்ணப்ப படிவத்தின் இரண்டு பிரதிகளை நிரப்பி ஒன்றை கல்வித் திணைக்களத்திலும் மற்றையதை கல்விக் கழகத்திலும் ஒப்படைத்தான்.

*

தமிழீழக் கல்விக் கழகத்தின் அழைப்பு கடிதத்தை எடுத்துக்கொண்டான். "நேர்முகம் வைக்கப் போகினமோ..." மாறனுக்கு சின்னதாக பதற்றம் தொற்றிக் கொண்டது. பாரதி வாழ்த்தி அனுப்பியிருந்தாள் அவனை.

"இரும் தம்பி..." எழுந்தவை முதுகில் தட்டி இருத்திவிட்டு முன்னால் அமர்ந்து கொண்டார் பொறுப்பாளர் தமிழேந்தி.

"என்ன பெரிய நேர்முகத்துக்கு தயாராகின மாதிரி இருக்குது..."

மாறன் தயார் என்பது போல முகமசைத்தான்.

"அதெல்லாம் ஒண்டும் இல்லை.. இந்தப் பத்திரிகையைப் பிடியும்.. இந்த செய்தியிலை என்ன பிழையள் இருக்குது..."

"மோசமான மக்களழிப்பைச் செய்யும் மகிந்த அரசு" சூரியன் நாளிதழின் ஆசிரியர் தலையங்கத்தை எடுத்து நீட்டினார் தமிழேந்தி.

"சமாதான காலங்களில் போர்க் குற்றங்களை செய்துவரும் மகிந்த அரசு தமிழர் தாய் நிலமெங்கும் கண்மூடித்தனமாக இனவழிப்பை செய்து வருவது சர்வதேசத்தில் இலங்கை அரசுக்கு எதிராக பெரும் எதிர்ப்பலைகளை ஏற்படுத்தியுள்ளது."

தலையங்கத்தைப் படித்தான் மாறன்.

"இதிலை ஒற்றுப் பிழையள் கனக்க இருக்குது..."

"......"

"செய்தியின் தலைப் பகுதியிலையே இலக்கணப் பிழை இருக்குது..."

"......"

"தலைப்பிலை பொருள் மயக்கம் இருக்குது..."

"அவங்கள் மட்டும் தமிழைக் கொல்லேல்லை... நாங்களும்தான் என்ன?"

நரைத்த மீசையுடன் அவன் பார்க்கும் முதல் போராளி அவர். சீருடையின் மிடுக்கு. புலிச் சின்னம் பாய்கிற தொப்பி. மொழிமீது பெரும்பற்று.

*

பட்டப்படிப்பு முடிய முன்பே ஆசிரியராகிவிட்ட மகிழ்வில் மாறனின் மனம் குதித்தது. செஞ்சிலுவை சங்கம் வரவும், பேருந்தை விட்டிறங்கினான்.

செஞ்சிலுவை சங்கத்தின் வாயிலில் பலர் காத்திருந்தனர்.

கைகளில் புகைப்படங்கள். பிறப்பு அத்தாட்சிப் பத்திரங்கள். சிவத்தப் பொட்டும் பெருத்த தாலியுமாய் ஒருத்தி, தன் கணவனின் புகைப்படத்துடன் இருந்தாள். பணியாளர் மாறனை உள்ளே வருமாறு அழைத்தார்.

"எங்கடை யாழ்ப்பாண ஒப்பீஸிலையும் உங்கடை விபரம் எடுத்து வைச்சிருக்கிறம்..."

"......"

"உங்கடை அம்மா இறந்ததுக்கு எந்த தடயங்களும் இல்லை. உயிரோடை இருக்க வாய்ப்பு இருக்குது..."

மாறனின் முகத்தில் புது வெளிச்சம். சிறு புன்னகை. அவன் கண்கள் களிப்பில் உருண்டன. "நாங்கள் கடுமையாக தேடிக் கொண்டுதான் இருக்கிறம்..." அவர் மேலும் சில கோவைகளை திறந்து காட்டினார்.

*

"**போ**ர்க்காலச் சூழலில் பாடசாலைகளில் ஏற்பட்டுள்ள ஆசிரியர் பற்றாக்குறையை நிவர்த்தி செய்யும் பொருட்டு தமிழீழக் கல்விக் கழகத்தினால் கிளிநொச்சி தமிழ்ச் சோலை வித்தியாலயத்தின் ஆசிரியராக தாங்கள் நியமிக்கப்படுகிறீர் என்பதை மகிழ்வுடன் அறியத் தருகிறோம். தங்களுக்கான மாதாந்த கொடுப்பனவு தமிழீழக் கல்விக் கழகத்தினால் வழங்கப்படும். தங்கள் பணியேற்பு குறித்து பாடசாலை முதல்வர், வலய இயக்குனர் ஊடாக அறியத்தரவும்" அந்தக் கடிததத்தை பார்த்துக் கொண்டே இருந்த மாறனின் நினைவுளில் அவனது அம்மா அருபமாய் அலைந்தாள்.

"பொறு ஒரு நாளைக்கு கொம்மா வந்து உனக்கு முன்னாலை நிக்கப் போறாள்..." பாரதி அம்மாவாய் தேநீரை நீட்டினாள்.

"என்ரை அம்மா எப்பிடி இருப்பா..."

அந்தக் கேள்விக்கு ஒரு பெருமூச்சைத்தான் பதிலிட்டாள் பாரதி.

“உங்களுக்குத்தான் நெடுக கரச்சல் என்ன அம்மா...”

“கொடிக்கு காய் கனமா?...”

“......”

“கருணை இல்லத்திலை பொம்பர் அடிச்சு உன்னை மீட்ட தருணத்திலை உனக்கு ஒண்டரை வயது..”

“......”

“இனியாவை அம்மா அம்மா ஏன்று தேடி அழுவாய்...”

“......”

“நான்தான் உன்ரை அம்மா எண்டு காலிலை போட்டு தாலாட்டுவன்..”

“......”

“என்ரை மார்ப கடிச்சு பால் குடிப்பாய்..”

“......”

“என்ரை பொடியள் பால் குடிச்ச நினைவுதான் வரும்...”

“......”

“வளர்ந்து அம்மாவை எங்கை எண்டு கேப்பாய் எண்டு தெரியும்...”

“அப்பவும் என்னட்ட பதில் இருக்கேல்லை...”

“......”

“இப்பவும் என்னிட்டை பதில் இல்லை ராசா...”

பாரதி குலுங்கிக் குலுங்கி அழுதாள். மாறன் அவள் கால்களைப் பற்றிப் பிடித்தான். “அழாதேங்கோ அம்மா...” அவள் கண்களைத் துடைத்தான். மகிழவனும் கண்களைக் கசக்கிக் கொண்டு நின்றான். ஒரு கையால் மாறனையும் மறுகையால் மகிழனையும் அணைத்தாள்.

“கருவில சுமக்காமல், மனசிலை சுமக்கிறது தான் பெரிய வலி...”

“......”

“உங்களை மாதிரி பிள்ளையளிலைதான் என்ரை பிள்ளையளைப் பாக்கிறன்..” மகிழனின் நெற்றில் முத்தமிட்டாள் பாரதி.

*

30

சூரியன் பெரும் குதூகலிப்பில் மினுங்கியது. நாவல் மரத்தில் இருக்கும் குயிலின் பாடலிலும் பெருமகிழ்ச்சி. புழுதி படர்ந்த நந்தியாவட்டைப் பூக்களுக்கு தண்ணீர் தெளித்தாற் போல சிறுமழை. அவைகள் இன்றைக்கு வளைந்து சிரித்தபடியிருந்தன. யாரோ புதிததாக வந்திருப்பதாக வீடு பரபரத்தது.

அது மாறனின் அம்மாதான். பாரதி சொன்னதைப் போலவே அவளுக்கு முன்னால் வந்து நின்றாள். பெருத்து வளைந்த கண்கள். நெற்றி நிரம்பக் குங்குமம். நரை விழுந்த கொழுத்த கொண்டை. மஞ்சள் நிறச் சேலை. வாய் நிறைந்து வழியும் தெய்வீகச் சிரிப்பு. கன்னங்களில் படர்ந்த தாய்மை.

"இண்டைக்கு முதல் நாள் வேலைக்குப் போகவேணும்... பஞ்சிப்படாமல் கெதியாய் எழும்பு..." திடுக்கிட்டு கண் விழித்தான் மாறன்.

தேநீரின் வாசனை போர்வையை ஊடுருவியது. அம்மாவின் நடைதான். ஏதோ சொல்லிக் கொண்டு அங்குமிங்கும் நடந்தாள்.

"எப்பவும் நேரத்தோடை போக வேணும்... நேரம் என்றது ஒழுக்கம்..."

மாறன் போர்வையை விலக்கிப் பார்த்தான். பாரதி இவனுடையை உடைகளை அயன் செய்தாள். அருகில் மகிழன். அவள் சீருடையை பிடித்துக் கொண்டு நின்றான். "ஏதோ கனவு கண்ட மாதிரி மாறன் அண்ணா முழிக்கிறார் அம்மா..." பாரதி ஒரு முறை இவனைப் பார்த்தாள். "மலரினி

வந்திருப்பாள்..." மாறன் மகிழனைத் திரத்திக் கொண்டு ஓடினான்.

"அண்ணா இஞ்சை பாருங்கவன்..." பூவரசங் கொப்பொன்றில் முசுறுகள் கூடு கட்டியிருந்தன. இலைகளை வெள்ளை பிசினால் பொருத்தி அழகிய கூடு கடற்புலிகளின் சிறு படகுகள் போலிருந்தது. சூரிய வெளிச்சம் கூட்டின் இடுக்கொன்றினால் உள் நுழைந்தது.

முசுறுகள் உற்சாகத்துடன் ஒன்றன் பின் ஒன்றாக நகர்ந்தன.

"வடிவா இருக்கெல்லோ..."

கூடு நிறைய முட்டைகள் குவிந்திருந்தன.

"இதுகளும் இயக்கப் போராளியள் மாதிரித்தான் என்ன.." மகிழன் ஆச்சரியமாகப் பார்த்தான்.

"இதுகள் கடிச்ச உடன செத்துப் போயிருங்கள்.."

"......"

"போராளிகள் குப்பி கடிச்சு வீரச்சாவடையிற மாதிரி..."

மகிழன் , அந்தக் கூட்டைப் பார்த்தபடி நின்றான்.

பாரதியின் கால்களில் மாறன் விழுந்து ஆசி பெற அவள், வாழ்த்தி அனுப்பினாள். படபடக்கும் சேர்ட். கையில் நியமனக்கடிதம் இருக்கும் ஒரு கோவை. அந்தச் சிற்றூர்தி அறிவியல் நகரை நெருங்கியது.

தமிழ்ச்சோலை வித்தியாலயம், கிடுகுகளால வேயப்பட்ட அந்தப் பள்ளிக்கூடம் பூக்களால் நிறைந்திருந்தது. சிவந்த மண்ணால் இடப்பட்ட பிரதான வீதியின் நேர் எதிரில் அலுவலகம் இருந்தது.

மாறனுக்கு அதிபர் சுந்தரம் கை கொடுத்து வரவேற்றார். பணியேற்புக் கடிதத்தில் ஒப்பமிட்டான் மாறன். காலைப் பிரார்த்தனை தொடங்கியது.

"எங்கடை பள்ளிக்கூடத்துக்கு புதிசாய் ஒரு ஆசிரியர் வந்திருக்கிறார்.." மாணவர்கள் கைதட்டி ஆரவாரித்தனர்.

"உங்களுக்கு தமிழீழக் கல்வியியல் கல்லூரியிலை சனி ஞாயிறிலை ஆசிரியர் பயிற்சி வகுப்பு இருக்குது..." அதிபர் பாட அட்டவணையை நீட்டினார். முதலாம் பாடம், தரம் ஒன்பது வகுப்புக்கு தமிழ்.

வகுப்பறையில் ஏனோவொரு அமைதி.

எல்லோரும் எழுந்து வணக்கமிட்டு அமர்ந்தனர்.

மாறன் தன்னை அறிமுகப்படுத்திக் கொண்டான். மாணவர்கள் ஒவ்வொருவராய் அறிமுகப்படுத்தத் துவங்கினர்.

"என்ரை பேர் குமரன், மலையாளபுரம்.."

காய்ந்து உலர்ந்த முகம். பாலைபோல வறண்ட கன்னங்கள். துயரக் கோடுகள் நிறைந்த கண்கள். புழுதி படிந்த தேகம். காற்றில் இழுபடும் கேசங்கள். அவன் கைகள் மேசையில் ஏதோ வரைந்தன.

யாரோ குமரனின் காலை மேசைக்குக் கீழால் கிள்ளவும் அவன், "ஐயோ... அம்மா..." எனக் குளறினான்.

"இவன் பொல்லாத ஆள் சேர்..."

"......"

"சரியான குழப்படி.."

"......"

"பள்ளிக்கூடத்துக்கு ஒழுங்குமில்லை..."

"......"

"படிக்கவும் மாட்டான்.."

"......"

"சொல்வழி கேளான்.."

"......"

"இஞ்சை எங்கடை உயிரை எடுக்க வாறவன்..."

மதி ரீச்சர் உள் நுழைந்து சொல்லி விட்டு அடுத்த வகுப்பறைக்குச் சென்றாள்.

மாறன் முதல் பாடத்தை தொடங்கினான்.

"இண்டைக்கு நாவலியூர் சோமசுந்தரப் புலவரைப் பற்றி படிப்பம்..."

வெண்நரை பூத்த தாடி. சோமசுந்தரப் புலவரின் படமொன்றை சுவரில் மாறன் ஒட்ட மாணவர்கள் எல்லோரும் குழுமி அவரைத் தொட்டுப் பார்த்தனர்.

"ஆடிப்பிறப்புக்கு நாளை விடுதலை
ஆனந்த மானந்தம் தோழர்களே!
கூடிப்பனங்கட்டி கூழுங் குடிக்கலாம்
கொழுக்கட்டை தின்னலாம் தோழர்களே!"
மாணவர்கள் புலவரின் பாடலைப் பாடினர்.

*

வகுப்பறை அமைதியிலிருந்தது. "பாரதியின்ரை விடுதலை எண்டுற பாடலை எடுங்கோ..." சொல்லிவிட்டு, வரவு இடாப்பை பதிவு செய்தான் மாறன். இவனருகில் ஒரு கோவையுடன் குமரன் வந்து நின்றான். ஏதோ ஒரு தயக்கத்தில் தடுமாறின கண்கள். வார்த்தை வராமல் இறுகின உதடுகள்.

"என்ன அப்பன்..."

மாறன் அவன் தலையைத் தடவி ஆசுவாசமாகப் பார்த்தான்.

"சொல்லுங்கோ அப்பன்..."

அவன் கைகளைப் பற்றி அவனுக்கேற்றால் போல, தன் தலையைக் குனித்தான் மாறன். தன் கோவையை விரித்தான். பாரதியின் ஓவியம். தேசப் பற்றுக் கவிஞனை அவன் நெருப்பாய் வரைந்திருந்தான்.

"இது நீங்களா வரைஞ்சது..."

"......"

அவன் மெள்ளமாக தலையசைத்தான்.

"இஞ்சை பாருங்கோ... குமரன்ரை ஓவியத்தை... அவன் எவ்வளவு கெட்டிக்காரன் பாத்தியளே..." எல்லோரும் ஓடி வந்து அவன் ஓவியத்தைப் பார்த்து வியக்க, குமரனின் முகத்தில் மெல்லிய புன்னகை அரும்பியது.

"குடத்தில் இட்ட விளக்கு மாதிரி இருகக்கூடாது..."

"......"

"எல்லாருக்கும் ஏதோ ஒரு திறமை இருக்கும்..."

"......"

"அதை வெளிப்படுத்த வேணும்..."

மாறன் அந்த ஓவியத்தை சுவரில் கொழுவினான்.

எல்லோரும் வெளியேறிய வகுப்பறையில் இடுப்பில் கைகளை வைத்துக் கொண்டு தன் ஓவியத்தை தானே ரசித்தான் குமரன்.

பாடசாலைத் தேநீரகத்தின் சிற்றுண்டிகளை மாணவர்கள் அடிபட்டு வாங்கியபடி இருந்தனர். மாறன் ஒரு தேநீரை பருகிக் கொண்டிருந்தான். "உங்கடை மாணவர் ஒன்றியத் தலைவர் குமணனை கொழும்புக்கு விசாரணைக்கு கொண்டு போட்டாங்களாம் என்ன..." அதிபர், படித்து முடித்த பத்திரிகையை மேசையில் வைத்துவிட்டு வகுப்பறை பக்கங்களுக்கு நகர்ந்தார்.

*

குமரனின் முகத்தில் மெல்லிய வெளிச்சம் வீசியது. அவனது சீருடைகள் பிஞ்சு மனமாய் வெண்மையில் பளபளத்தன. பாடப்பதிவுப் புத்தகத்தில் ஒப்பமிட்டு அதனை சரிபார்த்துக் கொண்டிருந்தான் மாறன். "சேர், இதை ஒருக்கால் பாக்க ஏலுமோ.." தயக்கமாக வந்து நின்றான். அவன் முகத்தில் இப்போதுதான் மழலைச் சிரிப்பு எட்டிப் பார்த்தது.

"இது நான் படம் வரையிற கொப்பி சேர்..."

போரினால் சிதைந்த வீடு. விமானம் தாக்கிய பள்ளிக்கூடம். இடப்பெயர்வு. இடம்பெயர்ந்தவர்களின் வீடு. பொதி சுமக்கும் சிறுமி. போர்க்களத்தில் தாகத்துடன் சமராடும் போராளி. கடலின் பறக்கும் கரும்புலி. பதுங்கு குழிக்குள் வசிக்கும் சிறுமி. நீர் வண்ணத்தைப் பயன்படுத்திய அந்த ஓவியங்கள் தேர்ந்த கோடுகள். தேர்ந்த வண்ணப் பூச்சு. மாறன் ஒரு பெரும் வியப்புடன் அவனைப் பார்த்தான். குமரன் முன் வரிசையில் இருந்த சுடரோனுடன் ஏதோ பேசிக் கொண்டிருந்தான்.

"இவன் இப்பிடி எல்லாம் வரைவான் எண்டு எங்களுக்குத் தெரியாதே..." அதிபர் கண்ணாடியைப் போட்டுக் கொண்டு பக்கங்களைத் தட்டினார். "சேர் குமரன் இப்படி சரியான வித்தியாசம்.. நல்ல மாற்றம் ஆளிலை..." மதி ரீச்சர் சொல்லிக் கொண்டே தினரவு டாப்பை அலமாரியில் வைத்தாள்.

"இவனின்ரை ஓவியங்களை வைச்சு ஒரு கண்காட்சி செய்யலாம் சேர்.."

"......"

"எல்லாமே ஒரு பெரிய ஓவியரின்ரை ஓவியங்களாய் இருக்குது...."

"......"

"அவ்வளவு நேர்த்தி சேர்..."

"......"

"அவன் கடும் கெட்டிக்காரன் சேர்..."

ஓவியங்களைப் புரட்டிப் புரட்டி பார்த்த அதிபர் குமரனையும் வியப்பு தாழாமல் பார்த்தார்.

"கையாளாத ஆயுதம் துருப்பிடிக்கும்..."

"......"

"இதைச் செய்ய மாறன் சேர் வர வேணும் எண்டு இருந்திருக்குது..."

மாறனை மேலும் கீழுமாய் ஒரு புகழ்ச்சியுடன் பார்த்தார் அதிபர்.

பாடசாலை மண்டபத்தில் குமரனின் ஓவியக் கண்காட்சி நடந்தது. பொதுமக்கள் முண்டியத்துப் பார்த்தனர். "உந்த வயதிலை இப்பிடி வரைஞ்சிருக்கிறான்.." பாரதி வியந்தபடி பார்த்தாள். பாடசாலை மாணவர்கள், போராளிகள் எனப் பலரும் ஓவியங்களைப் பார்க்க வந்தனர்.

ஒரு சிறுவனின் வியக்க வைக்கும் ஓவியங்கள், ஈழ நாதம் பத்திரிகையின் நடுப் பக்கத்தில் குமரனின் கோடுகள் மட்டுமே இருந்தன. "சேர் நான் இந்த முறை ஏழாம் பிள்ளை..." அவனின் முகத்தில் பிரகாசம் ஒளிர்ந்தது.

*

மாறன் தொலைக்காட்சி அலைவரிகளை மாற்றிக் கொண்டிருந்தான். தமிழீழத் தேசியத் தொலைக்காட்சியில் செய்தி. "இந்த அரசாங்கம் எங்கடை மக்களை பசியாலை கொல்லுறதை நிறுத்த வேணும் முதலிலை. பாதையைத் திறக்க வேணும் அதுக்கு. அதைத்தான் இண்டைக்கு நடந்த சுவிஸ் பேச்சுவார்த்தையில் நாங்கள் வலியுறுத்தினம்.." அரசியல் துறைப் பொறுப்பாளர் தமிழ்ச் செல்வனின் கருத்து ஒலிபரப்பானது.

கதிரையில் சாய்ந்தபடி கண்ணயர்ந்தான் மாறன். நிலவரம் நிகழ்ச்சி தொடங்கியது. "ஒரு மனிதாபிமான கோரிக்கையான

பாதை திறப்பை ஏற்க முடியாத அரசாங்கம் எப்படி தமிழருக்குத் தீர்வைத் தரும். பேச்சுவார்த்தை தோல்வி ஆகிட்டு. அரசு யுத்தம் செய்து தமிழர்களை அழிச்சு ஒழிக்க தீர்மானிச்சிட்டு..." நிலவரம் நிகழ்ச்சியில் அரசியல் ஆய்வாளர் திருக்குமரன் தன் கணிப்பை கூறவும் முழித்து தொலைக்காட்சியைப் பார்த்தான் மாறன்.

*

மாணவர்கள் வரிசையாக மைதானத்திலிருந்து வகுப்புக்குச் சென்று கொண்டிருந்தனர். மாம்பழக் குருவியொன்று பாடசாலைக் கூரைக்குள் இருந்து பறந்தது. குமரன் புத்தகப் பையை கொழுவிக் கொண்டு வந்து அருகில் நின்றான்.

"என்னப்பு..."

"சேர் கொஸ்பிட்டலுக்கு போக வேணும்.. அம்மா சொல்லிட்டு வரச் சொன்னவா..." கழுத்துப் பட்டியை பிடித்துக் கொண்டு முழித்தான்.

"ஏன் பிள்ளைக்கு காய்ச்சலா.."

மாறான் அவன் கழுத்தையும் நெற்றியையும் தொட்டுப் பார்த்தான்.

"சேர் எனக்கு ஐஞ்சு வயசு இருக்கும்..."

குமரனின் கண்கள் இருண்டன. அவனுதடுகள் துயரத்தில் வளைந்தன.

"பொம்பரடியிலை காயப்பட்டனான்..."

"......"

"அதிலைதான் அப்பாவும் செத்தவர்..."

அந்தச் சின்ன விழிகள் சிவந்து கலங்கி நடுங்கின.

"தலைக்குள்ளை.. பீஸ் இருந்தது..."

மாறன் அதிர்ந்து போனான். அவனுக்கு என்ன சொல்வதெனத் தெரியவில்லை. அவன் இவனை அழைத்துக் கொண்டு வீடு நோக்கி நடந்தான். அவன் கண்களில் மரணம் வந்து குடியிருப்பதைப் போலிருந்தது மாறனுக்கு.

குமரனின் விழிகள் மாறனைத் தூங்காமல் உலைத்தன. சுவரில் தொங்கும் அவனோவியங்களைப் பார்த்துக் கொண்டிருந்தான். விசுக்கென எழுந்தவன் ஒரு பேனாவை எடுத்து ஒரு தாளில் எழுதத் துவங்கினான்.

அன்புள்ள தலைவர் மாமாவுக்கு!

நான் நலம்.

உங்கள் நலத்திற்கு மாவீரர்கள் துணையிருப்பர்.

நான் தற்போது ஆசிரியராக பணியாற்றும் தமிழ்ச் சோலை வித்தியாலயத்தில் தரம் ஒன்பதில் கல்வி பயிலும் சி. குமரன் என்ற மாணவன் பொம்பரடியிலை காயப்பட்டவன். அவன்ரை அப்பாவும் அதிலைதான் செத்தவர். அந்த பொம்பரடியில் காயப்பட்ட குமரனின் தலையில் பீஸ் துண்டு இருக்கின்றது. விரைவில் அறுவை சகிசிச்சை செய்து அதனை வெளியேற்ற வேண்டும். அது அவன் உயிரைக்கூடப் பறித்துவிடுவாம் தலைவர் மாமா!. சரியான கஷ்டப்பட்ட குடும்பம். தாய் கூலி வேலை செய்துதான் அன்றாட பிழைப்பு. அவனின் மருத்துவ செலவுகளுக்கு உதவி செய்வீர்களா?

அவன் நன்றாக ஓவியம் வரைவான். அவன்ரை ஓவியங்களையும் இத்துடன் உங்களுக்கு அனுப்பி வைக்கிறேன்.

நன்றி.

இப்படிக்கு

மாறன்

அறிவுச்சோலை, கிளிநொச்சி.

*

மாணவர்கள் மாறனின் கற்பத்தலில் தம்மை அயர்த்துப் போயிருந்தனர்.

"அற்றைத் திங்கள் அவ் வெண் நிலவின்,
எந்தையும் உடையேம்; எம் குன்றும் பிறர் கொளார்;
இற்றைத் திங்கள் இவ் வெண் நிலவின்,
வென்று எறி முரசின் வேந்தர் எம்
குன்றும் கொண்டார்; யாம் எந்தையும் இலமே!"

பாடலை கற்பித்துக் கொண்டிருந்தான் மாறன். "பாரி மன்னன் போரிலை தோற்றுப் போறான். எங்க பாத்தாலும் அழிவு. பறம்பு மலை எதிரகளிட்டை வீழுது... அந்த மலையைப் பிரிய ஏலாமல் மலையைவிடவும் கனத்த மனதோடை பாரி மகளிர் பாடுறினம்" திரும்பவும் ஒருமுறை பாடலைப் படித்துக் காட்டினான் மாறன். புலுனிக் குஞ்சுகள், கிடுகுச் சாளரத்தின்

வழியே எட்டிப் பார்த்தன. வீரமரக் காற்று முகத்தை தழுவி இதப்படுத்தியது.

பாடசாலை வாசலில் தியாக தீபம் திலீபன் மருத்துவமனை என எழுதப்பட்ட ஒரு அம்புலன்ஸ். கதவு திறக்க உள்ளே நுழைந்தது.

மாணவர்களின் கவனம் திரும்பிற்று.

அதிபர் மாறனை வரச் சொல்லியிருந்தார். மாறனுக்கு விசயம் புரிந்து விட்டது. அவன் குமரனை அழைத்துக் கொண்டே சென்றான். அதிபரும் மாறனும் குமரனை திலீபன் மருத்துவமனைக்கு அழைத்துச் சென்றனர்.

"முதலிலை சோதனை செய்ய வேணும்..."

மாறன் குமரனை தன் மடியில் இருத்தியிருந்தான்.

மழை விட்டும் தூவானம் விடாதை கதையாய் கடந்த காலத்திலை ஏற்பட்ட இப்பிடி கனக்கப் பாதிப்புக்கள் இப்பவும் தொடர்ந்து கொண்டிருக்குது... இப்பதான் சுகப்படுத்திக் கொண்டு வாறம்..."

"......"

"தலைவர் இந்த மாதிரி பிள்ளையின்ரை நலனிலை சரியான அக்கறை... அதுக்காகத்தான் திலீபன் மருத்துவனையை உருவாக்கினவர்..."

"......"

"சத்திர சிகிச்சை செய்து பீஸ் துண்டை அப்பிடியே நீக்கவும் வாய்ப்பிருக்குது..."

"......"

"குமரன் ஒண்டுக்கும் யோசிக்கத் தேவையில்லை... சரிதானே..."

போராளி மருத்துவர் தமிழவள் அவன் தலையைத் தடவினாள்.

*

31

உதிர்ந்து ஓடுகளில் பரவியிருக்கும் வேப்பம் பூக்களைப் போல மலரினியின் மனம் சுருண்டு கிடந்தது. சுவர்க் கரையில் செவ்வலரிப் பூக்கள் தேனை நிறைத்திருந்தன. ஒடுக்கிய நகரில் திருநெல்வேலி சிவன் கோவில் மணி அமுங்கி ஒலித்தது. வெறும் கோயிலிற்குள் அய்யரின் மந்திரம் அனாதரவாய் விசும்பியது.

வாணி அரச்சனை தட்டை அய்யர் எடுத்துக்கொள்ளுமிடத்தில் வைத்தாள். மலரியினின் கூந்தலில் சந்தனம் நடுவில் மிலங்கும் வெண்தேமா மலர் ஒன்று பூத்திருந்தது. கண்களை மூடிக் கொண்டாள்.

அவள் கண் மலர்கள் மொட்டுக்களாகின.

மாறனின் தோளில் ஒரு துவக்கு. தேசக் கனவை வரைந்த வரிச் சீருடையுடன் களமுனையில் கம்பீரமாக நடந்து செல்கிறான். நெற்றி வியர்த்து கறுத்துப் போயிருந்தது. காயம் பட்ட லாபிள் மரமொன்று. அதன் கீழ் சில போராளிகள். பசியில் உணவுப் பொட்டலங்களைப் பிரித்து எடுத்து விரித்துக் கொண்டனர். கைகளில் துவக்கின் இரும்புப் புழுதி.

மாறன் துவக்கை மடியில் மடக்கி வைத்துக் கொண்டான். அவன் வரிச்சீருடையின் கோடுகளில் செம் புழுதி படிந்திற்று. அவன் உயர்ந்த தோள்களில் போராளியின் கம்பீரம். மளமளவென பொட்டலத்தை விரித்து அள்ளிச் சாப்பிட்டான். புரை ஏறியது. போராளிகள் தலையில் தட்டினர்.

"மாறனை ஆரோ நினைக்கினம்..."

"......"

அவன் கண்கள் முழுசத் துவங்கியது. அதில் காதலின் நிழல் படர்ந்திற்று. ஒரு போராளி தனது தண்ணீர் குவளையைத் திறந்து நீட்டினான்.

"வேற ஆர் மலரினிதான்..."

அப் போராளி சொல்லிக் கொண்டே பொரித்த மீன் துண்டொன்றை இவன் சோற்றுப் பாசலில் திணித்தான். கந்தகப் புகை படிந்து கறுத்துப் போன மாறனின் முகத்தில் கார்த்திகைப் பூவாய் காதல் கொழித்தது.

"சண்டை முடியட்டும்... பேந்து மாறனுக்கு கலியாணம்தான்.."

மாறன் வெட்கத்தில் நெளிந்தான். தூரத்தில் இருந்து வந்த எறிகணையொன்று லாபிள் மரத்தின் மோதி வெடித்தது. மரம் தீப் பிடிக்க புகை மூடியது கண்களை.

மலரினி திடுக்கிட்டுக் கண் விழித்தாள்.

அவள் கண்கள் உருகத் துவங்கின. இரவில் மாறன் கனவில் வந்தான் என்று மகிழ்வதா? இல்லை களத்தில் ஒரு போராளியாக அவனை ஏன் கண்டேன் எனத் துயர்கொள்வதா? கேள்விகள் அவளை உலைத்தன. கூப்பிய கைவிரல்கள் நடுங்கத் துவங்கின. மீண்டும் மீண்டும் வரிச் சீருடையுடன் மாறன் இவள் கண்களுக்குள் களமாடினான்.

"மாறன் நாமதேசிய..."

வாணி அய்யரிடம் அர்ச்சினை சொல்லிக் கொண்டாள்.

"காப்பு சொல்லும் கை மெலிவை..."

"......"

"நெடுக மாறனைப் பற்றியே யோசிக்கிறாய்..."

"சித்தி நீங்கள் வெளிக்கிடுங்கோ..."

"......"

"நான் எப்பனுக்கு கோயில் வெளிவீதியில இருந்திட்டு வாறன்..."

பட்டு விழுந்த இரட்டைக் கோடுகளால் ஆன கழுத்து மற்றும் கை. சுடிதாரின் கீழ்வட்டத்தில் பெருத்த இரண்டு பட்டு

வரிசைகள். ரதிக்குங்குமக் கலரில் இடையிடை வட்டமான நூல் வேலைப்பாடு. சிவந்த அவளுதடுள் பூவிதழ்களைப்போலக் குவிந்திருந்தன.

கண்களில் சலனம் இல்லை. அவை நிலத்தில் விழுந்திருந்தன.

முன்னால் மாறன். அவனேதான். தொடுகிறாள். அவன் கை ரோமங்களை இடுங்கினாள். டெனிம் ஜீன்ஸ். வட்டக் கழுத்து ரிசேர்ட். நெருங்கி மார்பில் சாய்ந்தாள். அவனில் கமழும் வாசனை மயக்கிற்று. அவன் தாடியை வருடினாள். அவன் கைகளை கழுத்தில் கோர்த்தான். இவள் நெற்றியில் முத்தமிட்டான்.

உயிர்க்கொடி துளிர்த் தழும்பியது.

அவளுடலை நெருங்கி அணைத்தான். காற்றில் மிதந்தாள் மலரினி. இதழ்களைச் சுவைத்தான். அவளுதட்டின் நித்தியத் தேனைப் பருகினான். 'இடம் குடுத்தால் மடம் கட்டுவியள்.' அவளுதடு இன்னும் சிவந்து மலர்ந்தது. அவன் மோனப் பார்வை காந்தமாய் இவளை இழுத்தது. அவன் மீசை வாசம் அவளை உத்தரிக்கச் செய்தது. உயிரால் அவளைத் தைத்தான். அவளுக்குள் கடல் பெருகியது. மோகம் உலையெனக் கொதித்தது. திவ்வியக் கண்களின் ஈரக்கொழுந்தை உறிஞ்சினான்.

அவள் மார்பு, அவன் நெஞ்சில் பொருமியது. காதலின் வெட்கை இதயங்களில் கொதித்தது. அவன் கைப்பூட்டுக்குள் குலுங்கினாள். தகிக்கும் அவள் மாரப்பை அள்ளினான். அவளை இரு கைகளினால் ஏந்திச் சுழற்றினான். திடுக்கிட்டாள். தலைசுற்றி நிலத்தில் விழுந்தாள்.

மாறன் இல்லை. தனித்தே வெறுமையில் பொசுங்கினாள். கண்களை மலர்க்கைகளால் பொத்தினாள். கண்களில் கண்ணீர் கனன்றது. அவளுக்குள் எங்கோ ஒரு தீ சுடர்ந்து எரிந்தது.

எழுந்தாள். கண்களைத் துடைத்து விழித்தாள். இருண்ட நகரில் அவன் நினைவுகள் நெஞ்சுக்குழிக்குள் அழல் விளக்காய் சுடர்ந்தது. வீடு நோக்கி நடந்தாள். இராணுவ டாங்கிகள் ஊளையுடன் விலகிச் சென்றன.

*

32

"**சு**தர்சன் உன்னை தேடியெல்லே வந்தவன்..!"

"எப்பை அம்மா..?"

"உன்ரை பள்ளிக்கூடத்துக்கும் போனதாம்... நீ இல்லை எண்டான்..!"

"......"

"நீ துலைக்கே போனனீ..?"

"நான் குமரனை ஆசுபத்திரிக்குக் கூட்டிக் கொண்டு போனான்..."

"......"

"ஏதும் சொன்னவனே..?"

"திரும்ப வாறன் எண்டவன்..."

வானம் செக்கச் சிவந்திருந்தது. அந்திப் பொழுதில் பறவைகள் திரும்பின.

*

குமரன் ஓவியங்கள், அந்திவானம் பதிப்பு செய்த புத்தகத்தின் வெளியீடு, கிளிநொச்சி கலாசார மண்டபத்தில் அதிபர் சுந்தரம் தலைமையில் நடந்தது. "இது வெறும் ஓவியங்கள் அல்ல, ஒரு சிறுவனின் வாக்குமூலங்கள்..." அதிபர் எடுத்துரைத்தார். அறுவை சிகிச்சை முடித்த குமரன் நல்ல ஆரோக்கியத்துடன் இருப்பதைப் பார்த்து மாறனின் கண்கள் மகிழ்ச்சியில் திளைத்தன.

புத்தக வெளியீட்டுக்கான ஏற்புரையை வழங்கிய குமரன் ஒருமுறை நிறுத்திவிட்டு, மேடையின் முன்னாலிருந்த மாறனைப் பார்த்தான்.

மாறன் பார்வை குமரன் முகத்தில் சிரக்தையாய்ப் பெருகியது.

*

இல்லம் திரும்பியவனுக்கு, "தம்பி! உனக்கு புதுக்குடியிருப்பிலை இருந்து ஒரு கடிதம் வந்திருக்குது..." நீட்டினாள் பாரதி. மாறன், கடித உறையைப் பிரித்தான். சுதர்சனின் முத்துக் கையெழுத்து. "தனக்குப் பயிற்சி முடிஞ் சிட்டுதாம்.... தன்னைச் சந்திக்க வாற சனிக்கிழமை காலமை பத்து மணிக்கு புதுக்குடியிருப்புக்கு வரட்டாம் எண்டு சுதர்சன் எழுதியிருக்கிறான்..." மாறன் முகத்தில் பெரும்புளுகு.

*

வரவேற்பறையில் மாறனை இருத்தினார் ஒரு போராளி. "நீங்கள் வந்து ஒரு வருசம் இருக்கும்... இப்பதான் பாக்கக் கிடைச்சது என்ன..." பொறுப்பாளர் சுதர்சனை அழைத்து வந்தார். "தமிழினியன், நீங்கள் கதையுங்கோ.. நான் பேந்து வாறன்..." பொறுப்பாளர் சில கோவைகளுடன் அகன்றார்.

மாறன் பல்கலைக்கழகத்தில் பார்த்த சுதர்சன் இல்லை அவன்.

பச்சை வரிச்சீருடை. தலையில் தொப்பி. அந்த மெல்லிய தேகம் இப்போது இல்லை. அசிரத்தையான அவன் முகமும் இப்போது இல்லை. நிமிர்ந்த மார்பு. உயர்ந்த தோள்கள். தோளில் துப்பாக்கி.

"என்ன மச்சான்! கதைக்காமல் யோசிக்கிறாய்..."

தொப்பியைக் கழற்றினான் அவன். சீராக வெட்டப்பட்ட முடி. மீசை வைத்து மழிக்கப்பட்ட கன்னங்கள். பளிச்சென்ற தீஞ்சுடர் முகம். வீரத்தின் அழகு நிறைந்த அவன், பல்கலைக்கழகத்தில் பார்த்த சுதர்சன் இல்லை.

இப்போது அவன் தமிழினியன்.

மாறனை அணைத்துத் தோள்களில் தலை பதித்தான் தமிழினியன். கலங்கிய மாறனின் கண்களைப் பார்த்து புன்னகையால் தேற்றினான்.

"என்னாலைதான் நீ இயக்கத்துக்கு வந்தனீ..."

"......"

"எனக்கு எவ்வளவு கவலை தெரியுமோ?"

"நான் இயக்கத்துக்குத் தானே வந்தனான்..."

"......"

"உன்னாலை ஒரு நல்ல விசயம்தானே நடந்திருக்குது..."

"விளையாடாதை மச்சான், உன்ரை அம்மாவை நினைச்சுப் பார்..."

"போராடத்தானே வந்தனான்.. அம்மாக்கு அது விளங்குமடா..."

"பேசாமல் கடிதம் குடுத்துப்போட்டு, விலத்து மச்சான்..."

"நண்பா, முதலிலை இந்தப் பிரச்னையள் முடியட்டும்.. எல்லாரும் சந்தோசமாய் கம்பஸ் போய் படிப்பம்..." தமிழினியன் ஒரு முடிவுடன்தான் இருப்பதாக மாறனுக்குப் பட்டது. அவன் துப்பாக்கியைச் சரித்து மிகுந்த சிரத்தையுடன் மடியில் வைத்துக் கொண்டான்.

"மச்சான், நான் இப்ப ஆட்லறி இயக்குவன், ஆர்.பி.ஜி. அடிப்பன். முழு ரைபில்களும் இயக்குவன். ஆனால் பொறுப்பாளர் என்னை மருத்துவப் பிரிவுக்குப் போகச்சொல்லி நிக்கிறார். எனக்குச் சண்டைதான் விருப்பம்... இப்பவும் சண்டைக்கை நிண்டுதான் வந்தனான்..." அந்த வீரப் பேச்சுகளை ஏற்காத மாறன், அவனை வியப்போடு பார்த்தான்.

"தமிழினியன், இரண்டு பேரும் சாப்பிட வாங்கோ..."

ஒரு போராளி அழைத்துச் சென்றார். மேசையில் இருவருக்கும் உணவு தயார் நிலையில் இருந்தது. பச்சை அரிசிச் சோறு. மீன் கறி. பொரித்த மீன்கள் ஒரு கிண்ணத்தில். சாப்பாட்டை எடுத்து மாறனுக்குக் கொடுத்தான் தமிழினியன்.

மாறன் பேசாமலே இருந்தான்.

"என்னவாம் மலரினி."

விறைத்த மாறனின் முகம் சிறிது இளகியது. ஆனாலும் பதில் இல்லை.

"உங்களை எல்லாம் மறப்பனாடா? சில நேரம் சண்டையிலை சின்ன ஓய்வு கிடைக்கும்போது நினைப்பன். பாக்க வேணும் போல கிடக்கும். வந்து உங்களோடை பம்பலடிச்சு படிக்க,

விளையாட எனக்கும் ஆசைதான்... எண்டாலும் நாடும் முக்கியம்தானே மாறா...” அதுவரை வீரமாயிருந்த தமிழினியன் மெல்ல உடைந்தான். கண்கள் கலங்கின. மாறன் குழந்தைபோலத் தேம்பினான்.

“நாங்களும் உன்னை நினைக்காத நாளில்லை...”

“......”

“உன்ரை கதை கதைக்காத நேரமில்லை...”

“......”

“திரும்ப என்னெண்டு அந்தக் கஸ்பசுக்குப் போறது...”

“......”

“நீ எல்லாம் இல்லாமல்...”

சாப்பாடு இறங்கவேயில்லை. தமிழினியனுக்கு விக்கல் எடுத்தது. மாறன் தண்ணீர்க் கோப்பையை எடுத்துப் பருக்கினான். “சாப்பிட்டதும், வெளியிலை ஒருக்கால் போவமே அண்ணை...” தமிழினியனுக்கு சம்மதிக்கும் விதமாய் தலையசைத்தார் பொறுப்பாளர்.

மாறனும் தமிழினியனும் ஏறிக்கொள்ள, போராளிகளின் ட்ரக் மாத்தளன் கடற்கரை நோக்கிப் பறந்தது.

“குமணன் அண்ணையை விட்டிடாங்களாம் என...”

“ஓம்... துருவன் படிக்க கம்பசுக்குப் போட்டானாம்...”

“நீ போற திட்டம் இல்லையே...”

“நீயும் வந்தால் போகலாம்...” தமிழினியன் பதிலுக்குச் சிரித்தான்.

மணல்வெளியில் கால் புதைய இருவரும் நடந்தனர். பொறுப்பாளர் இன்னொரு பக்கமாக வோக்கி டோக்கியில் ஏதோ பேசிக்கொண்டிருந்தார். களத்தில் நடக்கும் நகைச்சுவைக் கதைகளை சொல்லி சிரித்தான் தமிழினியன். மாறனுக்கு அவன் அம்மா நினைவுக்கு வந்துபோனாள்.

“போன கிழமை ஒரு பொடியன் வீரச்சாவு. என்னோடை நல்ல மாதிரி. ஒண்டாய்தான் சாப்பிடுவான்.. கதை, பேச்சு, சண்டை... நெடுகலும் எனக்குப் பக்கத்திலைதான் நிக்கிறவன். சண்டையிலை செத்திட்டான்!”

"......"

"இந்தக் கையாலைதான் மண் அள்ளிப் போட்டனான்!"

உடைந்தழும் தமிழினியனை மாறன் தேற்றினான். கண்களைத் துடைத்துக்கொண்டு கடலில் துவங்கி விரியும் வெளியைப் பார்த்தான் தமிழினியன்.

ஆட்காட்டிப் பறவையொன்று பெரிதாய்க் கத்தியபடி சுழன்றது.

"எல்லாம் ஒருநாளைக்கு மாறும் மச்சான்..."

"......"

"எங்கடை தேசம் விடியிற நாள் கன தூரத்திலை இல்லை."

இறுகியிருந்த மாறனின் முகத்தில் ஒரு பறவையின் அசைவு, ஒரு மலர்ச்சி.

தமிழினியனும் பொறுப்பாளரும் மாறனை கிளிநொச்சிப் பேருந்தில் ஏற்றிவிட்டனர். தமிழினியன் அவன் மறையும் வரை கையசைத்தான். "எப்பிடி மாறிட்டான்..." மாறனுக்கு இன்னும்தான் பெருத்த ஆச்சரியம்.

பேருந்து இருக்கையில் தலை சாய்த்தான்.

கிளிநொச்சி பதற்றமாயிருந்தது.

"கிபீர் அடிச்சுப் போட்டுதாம்..." எதிரில் வந்த நடத்துனர் சொன்னதாக கதை பேருந்தில் பரவியது. அம்புலன்ஸ் வண்டிகளின் அபாய ஒலியில் நகரமெங்கும் ஓலமாய்ப் பரவியது. குருதி பட்ட ஆடைகளுடன் போபவர்களும் வருபவர்களும். "கொஸ்பிட்டலுக்குப் பக்கத்திலை அடிச்சுப் போட்டானாம்..." பதைபதைத்தபடி ஒருவன் சொல்லிக்கொண்டே பேருந்தை விட்டிறங்கினான்.

மீண்டும் கிபீர் வானத்தை அதிரச் செய்தது.

"எல்லாரும் இறங்கி ரோட்டுக் கரையிலை இருக்கிற பங்கரிலை படுங்கோ..." நடத்துனர் குளறினார். பதறியடித்துக் கொண்டு எல்லோரும் பேருந்தை விட்டிறங்க முயன்றனர். வெளியில் செல்ல முடியவில்லை. மாறன் எட்டிப் பார்த்தான். நகரமெங்கும் சனங்கள் சிதறிக்கொண்டிருந்தனர். கிபீர் இரைச்சல் இன்னும் பெருகி காதை அடைத்தது. சிலர் சாளரங்களால் குதித்து ஓடினர். மாறன் ஒரு பதுங்குகுழியில் போய் விழுந்தான்.

தீபச்செல்வன் | 203

அதற்குள் நடுங்கியபடி ஒரு பள்ளிச் சிறுமி. கிபீர் அடுத்தடுத்து ஐந்து குண்டுகளை கொட்டித் தீர்த்தது.

எங்கும் புகை. கூச்சல். ஓலம். நிலம் அதிர்ந்து வெடித்தது. புகையைக் கிழித்துக்கொண்டு பொருக்கென விரைந்தன அம்புலன்ஸ்கள். மாறன் எழுந்து ஓடத் துவங்கினான். இல்லம் நோக்கி கால்களை எட்ட எட்ட வைத்து ஓடினான். வெகு தூரமாகுவதைப் போலிருந்து. எதிரில் பதறிக்கொண்டு வருபவர்கள்.

அறிவுச்சோலைப் பக்கமாகவே புகை எழும்பியது. அவன் நெஞ்சறைகள் பொருமின. கண்கள் வெருண்டன. அந்தப் பக்கமாக இருந்தே ஓலத்துடன் வருகின்றன அம்புலன்ஸுகள்.. மாறன் செருப்பு அறுந்து போக, வெறும் காலால் ஓடுகிறான். நிலமெங்கும் கிபீர் வெடிகுண்டின் பாகங்கள். கால்களில் சதைப் பிண்டங்கள் மிதிபட்டு வழுக்குகின்றன.

கண்கள், கைகள் எங்கும் சிதறுண்டிருந்தன. குருதி தெறிக்கிறது.

அறிவுச்சோலை இல்லம், மண்ணோடு மண்ணாய்க் கிடந்தது. பாரதி குற்றுயிராய் துடிதுடித்துக்கொண்டு கிடந்தாள். சில பிள்ளைகள் தலை துண்டிக்கப்பட்டுக் கிடந்தனர். மகிழன் ஏங்கிய விழிகளுடன் வானம் நோக்கியிருந்தான். குண்டின் பாகங்கள் துளைத்த நெஞ்சில் குருதி. அவன் மார்பில் விழுந்து புரண்டு குளறத் தொடங்கினான் மாறன்.

முசுறுகள் கட்டிய பூவசரம் இலைக்கூடு கருகிப் போயிற்று. அதன் முட்டைகள் நிலத்தில் நசுங்கிப் போயின. ஏங்கிய விழியோடு முசுறொன்று மகிழனின் கன்னத்தில் இறந்துகிடந்தது.

*

இன்னும் விடிந்திராத மாதிரி சூரியன் மங்கிப் போனது. அதன் ஒளிக்கீற்றுக்களில் உயிரில்லை. பயங்கரவாதிகளின் கட்டுப்பாட்டுப் பகுதிமீது அரச விமானப்படையினர் நடத்திய தாக்குதலில், மூத்த பெண் பயங்கரவாதி உட்பட நாற்பது பயங்கரவாதிகள் அழிக்கப்பட்டுள்ளதாக இலங்கை வானொலியின் செய்தி, பேருந்தில் ஒலித்தது. மாறன் இறங்கி நடக்கத் துவங்கினான்.

காலைப் பிரார்த்தனையின் முடிவில் அதிபர் சில விவரங்களை அறிவித்தார். "அதோடை, கொழும்பிலை இருந்து

வாற, 'பட்டம்' சிறுவர் பத்திரிகை தன்ரை முகப்புப் படமாக குமரன்ரை ஓவியத்தை வெளியிட்டிருக்குது... இது எங்கடை பள்ளிக்கூடத்துக்கும் மண்ணுக்கும் பெருமை தாற விசயம்.. எல்லாரும் ஒருக்கால் கைதட்டி விடுங்கோ..."

"அடுத்த விசயம் எண்ணெண்டால்..."

அதிபரின் முகம் வாடத் தொடங்கியது.

"எங்கடை மாறன் சேர் யாழ்ப்பாணம் போகப் போறார்..."

அதிபருக்கு நா தளுதளுத்தது.

"அவர் பெரிய இழப்பொண்டை சந்திச்சது எங்கள் எல்லாருக்கும் தெரியும்.."

"......"

"அவருக்குப் படிப்பும் அங்கை தொடங்கிட்டுது... அதோடை அது அவருக்கு ஒரு ஆறுதலாகவும் இருக்கும்.."

அதிபர் கண்களைத் துடைத்தார். குமரன் முகத்தைப் பொத்திக்கொண்டு குளறி அழத் துவங்கினான்.

"மாறனுக்கு வார்தைகள் வரவில்லை..." அவன் குமரனை அணைத்துக்கொண்டான். பிள்ளைகள் அவனைச் சூழ்ந்தனர். பள்ளிக்கூடம் கண்ணீரில் நனையத் துவங்கியது. தன்னை கட்டியணைத்த பிஞ்சுக் கைகளை உதற முடியாமல் தவித்தபடி நடந்தான் மாறன். பிள்ளைகள் துரத்தி வந்தனர்.

*

33

கிழக்காயிருந்து நெருப்பொளி எழுந்தது. பனைகள் சினத்தில் பொருமின. நாவல் மரம் உறைந்தபடி நின்றது. கிளிநொச்சி நகரின் கட்டடங்களில் வெளிச்சத்தில் ஏதோவொரு வாட்டம். பறைவை களின் அசைவுகளற்ற காயம்பட்ட ஆகாயத்தில் துயர்க்கனமாய் முகில்கள் முட்டித் தொங்கின.

கையில் பயணப் பை. பேருந்துநிலைய இருக்கையில் அயர்ந்துபோயிருந்தான் மாறன். 'எனக்கெண்டு இருந்த பாரதி அம்மாவும் இல்லை... எனக்கெண்டு மகிழன் தம்பியும் இல்லை...' மாறன் அடியற்ற மரமாய் உழன்றான். கண்கள் கலங்கி நிலத்தில் விழுந்து சிதறின. விடைகொடுக்க யாருமில்லை. ஆனாலும் நகரைப் பிரிய மாறனுக்கு இயலவில்லை.

தமிழீழப் போக்குவரத்துக் கழகப் பேருந்து புளியங்குளம் எனப் பெயரிட்டபடி சமிக்ஞை எழுப்பவும் திடுக்கிட்டான். பேருந்துக்குள் ஏறினான். இருக்கைகள் வெளித்துக் கிடந்தன. கண்களை மூடினான். இமையிடுக்குகள் கசிந்துடைந்தன.

தேநீரை ஏந்தி வரும் பாரதியின் புன்னகை அவன் கண்களை நெருடின. கண்ணை மூடும்போதெல்லாம், அவள், 'எடேய் மாறா' என்றழைக்கவும் திடுக்கிட்டு முழித்தான். 'பங்குனி என்று பருக்கிறதுமில்லை, சித்திரை என்றும் சிறுக்கிறுதுமில்லை... எந்தச் சூழலிலையும் எதையும் காலம்தாழ்த்தாமல் செய்ய வேணும்...' அவள் குரல் அவனுக்குள் ஒலித்ததது.

வரிச்சீருடையில் தாய்மைப் புன்னகை ததும்பிய முகத்துடன் இருந்த வீரவணக்கப்படம் முன்னால்

தொங்குவதைப் போலிருந்தது. எகிட்னாப் பறவையின் எண்ணற்ற சிறகுகளைப் போல அவள் கரங்கள். இவன் கன்னங்களை அவள் கரம் கிள்ளவும் முழித்தான் மாறன். எல்லாம் காற்றாய் கண்களுக்கு அப்பால் தூலமற்றுப் போயின.

பேருந்து நகர மறுப்பதைப் போலிருந்தது. சாளரத்தின் வழியே முகத்தை வைத்து எட்டிப் பார்த்தான். எல்லோரையும் பறிகொடுத்தவனின் கண்களில் நீர்க்குமிழிகள் உடைந்தன. பேருந்து முறிகண்டிப் பிள்ளையார் கோயிலில் தரித்தது.

இறங்கி திருநீற்றைப் பூசினான். சந்தனக்கட்டையை உரசி பொட்டு வைத்தான். கைகள் கூப்பிக் கும்பிட, மனம் கற்பூரமாய் கரைந்தது. ஒரு தேங்காயை வாங்கி உடைத்துவிட்டு பேருந்தில் ஏறினான்.

எதிரில் போராளிகளை நிறைத்த ஒரு பேருந்து கிளிநொச்சிப் பக்கமாய் வந்தது. உள்ளிருந்து வரும் சிரிப்பொலி மாறனின் காதை நிறைத்தது. போராளிகளை ஏற்றிய ட்ரக் ஒன்று மாங்குளப் பக்கமாய் விரைந்தது. 'களங்காண விரைகின்ற வேங்கைகள் நாங்கள்' பேருந்தில் பாடலில் அவன் மனம் லயிக்கவில்லை. பதினெட்டாம் போர் ஏத்தம் கழிந்தது.

மகிழனின் தன் செல்லச் சிரிப்பாலும் சிணுங்கலாலும் மாறனை வலையில் கொண்டு வந்தான். சின்னக் கோபத்துக்கும் உதட்டைப் பிதுக்கி, தலையைக் குனிந்து கதை பறையாமல் இருந்தான். 'மகிழன் குட்டி அண்ணாவோடை கதைக்க மாட்டியளோ...' செல்லக் கோபத்திற்குப் பிறகு ஒரு பெரும் புன்னகை. ஒரு பெரும் முத்தம். மாறனின் மனம் தாமரையாய் பூத்தது. மகிழன் கன்னங்களை வருடினான். 'நீ அழாதை மாறா அண்ணா... நான் இருக்கிறன்... நான் சாகேல்லை...' இவன் தாடியை ஒரு பிஞ்சுக்கரம் நுள்ளியது. கண் விழித்தான் மாறன். அருகில் ஒரு குழந்தை மாறனின் கன்னங்களைத் தட்டி விளையாடியது.

'மகிழன் இந்த மண்ணிலை திரும்ப வந்து பிறப்பான்..'

போராளிகள் காடுகளுக்குள் காவலரண் அமைத்து, வீதியை பாதுகாத்துக்கொண்டிருந்தனர். அருகில் குடிசையில் இருந்த தாயொருத்தி ஏதோ உணவுப்பொட்டலத்தை போராளி ஒருவனுக்கு கொடுத்தாள்.

மாறன், கண்களை மூடிக் கொண்டான். மீண்டும் மீண்டும் மகிழன் நினைவில் மிதக்க அவன் விசும்பினான்.

புளியங்குளம் வந்தது. சோதனைச்சாவடியை நோக்கி எல்லோரும் இறங்கி நடந்தனர். 'பேசாமல் திரும்ப கிளிநொச்சிக்கே போவமோ..?' மாறன் தனக்குத்தானே சஞ்சலப்பட்டுத் தயங்கினான். "தம்பி, இஞ்சாலை வாங்கோ..." போக்குவரத்துப் பணியாளர் அழைக்கவும் திடுக்கிட்டான். பயண அனுமதி அட்டையை நீட்டினான். "நீங்கள் பல்கலைக்கழகத்திற்குப் போறியளே..." அரைமனதுடன் தலையசைத்தான் மாறன்.

இயக்கத்தின் சோதனைச்சாவடியில் இருந்து முற்றாக வெளியேறி போர்நிறுத்தக் கண்காணிப்புக் குழுவின் அலுவலகத்தைக் கடந்தான். மறைக்கப்பட்ட பிரதானத் தெருவுக்கு அருகாய், வீதி திருப்பட்டது. வீதியின் குறுக்கே பெருத்த சுவர். ஒரு சிறுவாசல். இராணுவ வாசல் மறைப்புத்துணியை விலக்கி உள்ளே நுழைந்தான்.

விழுங்கும் பார்வையுடன் நின்றான் ஓர் இராணுவத்தினன். ஓர் அறைக்குள் பிடித்து மாறன் தள்ளப்பட்டான். அதற்குள் ஒருவன், பையில் உள்ளதை மேசையில் கொட்டுமாறு சைகை செய்தான். புத்தகங்கள் பரவுண்டன. "பிரபாகரன் துவக்கு தானே குடுக்கிறது... உனக்கு மட்டும் புத்தகம் குடுத்தது..." மாறன் எதுவும் பேசவில்லை. ஈனப்பார்வையுடன் நின்றான். "துவக்கு கடலாலை யப்னா வருமோ..." ஆமிக்காரன் வெகுண்டு சிரித்தான்.

பதிவு, விசாரணையென ஒருமணிநேரம் கடந்தது. 'வந்ததுதான் சரியான பிழை...' மனதுக்குள் நினைத்துக் கொண்டான்.

இவனை இருத்தினான், தொலைபேசியில், வாக்கிடோக்கியில் எங்கெங்கோ ஏதேதோவெல்லாம் பேசினான்.

இரண்டு மணித்தியாலங்களைக் கடந்தது.

'இனித் திரும்பிச்செல்ல ஏலாது...' மாறனுக்கு கடும் யோசனை.

"போ" என கையை மிரட்டலாகத் தூக்கவும் மாறன் எழுந்து நடுங்கியபடி நடக்கத்துவங்கினான்.

'எந்த நிலையிலையும் படிக்காமல் இருக்கப்படாது... கடுமையான சண்டை எத்தனையோ இழப்பிலையும் பள்ளிக்கூடம் மூடப்படாது... அங்க படிப்பு நடக்க வேணும்... இது தலைவரின்ரை கனவு...' பாரதி இவனைக் கையில் பிடித்து அழைத்துச் செல்லுமாற்போலிருந்தது.

மாறனின் நெஞ்சில் பாரதி உரமானாள். மகிழன் அவன் நினைவுகளில் குறும்பு செய்து விளையாட ஒரு மெல்லிய சிரிப்பு அருண்டிற்று.

சிங்களப் பைலாப் பாடல்களை சில இளைஞர்கள் பேருந்தில் பாடினர். ஒரு வியாபாரி ஐந்து ரூபா நாணயக் குற்றியில் செய்யப்பட்ட சங்கலியைக் கூவி விற்கிறான். அப்பிள் வியாபாரிகள் நெகிழ் பைகளில் போட்டு முடிச்சிட்டு, நீட்டிக் கொண்டிருந்தனர்.பேருந்தில் ஏறிய மாறன், தன் பையைத் திறந்து, ஒரு புத்தகத்தை எடுத்தான். குமரன் இவனை வரைந்த ஓவியம்.

“சேர்! படிச்சு முடிச்சிட்டு, இந்தப் பள்ளிக்கூடத்துக்கே வாங்கோ... நீங்கள் வரேக்குள்ளை நான் ஏ.எல். படிப்பன்...” அவன் வார்த்தைகள் அந்தக் கோடுகளுக்குள் ஒலித்தன. ‘படிப்பு முடிய நானும் மலரினியும் வன்னிக்கு ஆசிரியர்களாய் வந்து பணி செய்ய வேணும்...’ மாறன் உறுதி கொண்டான்.

*

‘திருமலை எங்களின் தலைநகர் என்பது எழுதிய விடயமடா...’ அந்தப் பாடல்தான் நினைவுக்கு வந்தது. ஆனாலும் புத்தபிரானின் பிரித் ஓதுகை நகரத்தில் அதிர்ந்தொலித்தது. மாறன் இறங்கி விடுதி தேடினான். “மேன், கப்பலுக்கா?” வெள்ளைத் தொப்பி, கறுகறுவென்ற தாடியில் ஒரு சில நரைகள். அருகில், இரண்டு உடுப்பு மூட்டைகள் “நானும் கப்பலுக்குத்தான்.. என்ரை பேர் அன்வர்..” யாரையும் தெரிந்திராத அந்த நகரில், அந்தக் குரல் அவனுக்கு பெருந்துணையாய்ப்பட்டது.

“என்ரை ருமிலை நிக்கலாம்.. தனி ரும் என்றால் ஐஞ்நூறு... இரண்டு பேரும் என்றால் மேன் இருநூற்றியம்பதுதான் வரும்...” அதுவும் அவனுக்குத் தோதாய்ப்பட்டது.

“என்ரை பேர் மாறன்... நான் கிளிநொச்சி...”

“அப்படின்றா... மோனை பாதுகாப்பாய் யாழ்ப்பாணம் வரை நான் கொண்டுபோய் விடுறன்...” அந்தச் சிரிப்பில் ஒரு தகப்பனைக் கண்டான் மாறன். கப்பலுக்குப் பதியும் இடத்துக்கு அழைத்துச் சென்றான் அன்வர். சிங்களத்தில் உரையாடி பணத்தைக் கட்டி பற்றுச்சீட்டைப் பெற்றான்.

“சரி மேன், பதிஞ்சாச்சு... நாளைக்கு இரவைக்கு கப்பல்...”

மாலை மாறனை, அன்வர் திருக்கோணேச்சர் அழைத்துச் சென்றான். “இந்தத் தீவு தமிழர்களின்ரை பூர்வீகத் தீவு

எண்டுறதுக்கு இந்தக் கோயிலே பெரிய சாட்சி மேன்..” அன்வரின் கண்களில் பெருமிதம். மாறன், கண்களை மூடி வணங்கி திருநீற்றைப் பூசிக் கொண்டான்.

சிவனின் கண்களின் பெருஞ்சாந்தம் இவனைத் தழுவிற்று.

“தாயினு நல்ல தலைவரென் றடியார் தம்மடி
போற்றிசைப் பார்கள்
வாயினும் மனத்தும் மருவிநின் றகலா மாண்பினர்
காண்பல வேடர்
நோயிலும் பிணியுந் தொழிலர்பா னீக்கி நுழைதரு
நூலினர் ஞாலம்
கோயிலுஞ் சுனையும் கடலுடன் சூழ்ந்த கோணமா
மலையமர்ந் தாரே.”

பள்ளியில் படித்த தேவாரங்கள் சுவர்களில் இருந்தன.

மாறன் ஒரு கை தொலைபேசி வாங்கவேண்டும் என்றிருந்தான். “ஆயிரத்து இருநூற்றைம்பதுக்கு நல்ல நொக்கிய போன் இருக்கு மேன்..” தன் பொருளாதாரத்திற்கு அதுவே அளவெனப்பட்டது. தேசியத் தலைவர் நம்பிக்கை நிதியம், அவனுக்கு பல்கலைக்கழகத்திற்குச் செல்ல இருபதாயிரம் ரூபா வழங்கியிருந்தது. அதில் ஐந்தாயிரம் கப்பலுக்கு. தமிழ்ச்சோலை வழங்கிய ஊதியப் பணமும் கொஞ்சம் இருந்தது. அடுத்த மாதம் முதல், தலைவர் நம்பிக்கை நிதியம் மாதம் மூவாயிரத்தை வைப்பிலிடும் என அந்தக் கடிதத்தில் இருந்ததும் நினைவுக்கு வந்தது.

கடற்கரையில் இருந்து சிறிது தருணம் வேடிக்கை பார்த்து விட்டு, ஒரு கடையில் ரொட்டியும், இடியப்பமும் கட்டிக் கொண்டு விடுதிக்குத் திரும்பினர். அன்வர் தன் உடுப்புப்பைகளை எண்ணி அடுக்கினார்.

துருவனுக்கு அழைப்பெடுத்தான். “நான் மாறன் கதைக்கிறன்.. திருகோணமலையிலை நிக்கிறன்... நாளைக்கு இரவுக்கு கப்பல்... நாளையிண்டைக்குப் பின்னேரம், பஸ்டாண்ட் வா... ஒரு ஏழுமணிபோல வந்திருவன்...” துருவனின் குரலில் நண்பனைச் சந்திக்கும் ஆவல் மிகுந்திற்று.

மாறன் மலரினியின் எண்களை அழுத்தினான். அது அணைக்கப்பட்டிருந்தது. மீண்டும் மீண்டும் அழுத்தினான். அவளுக்கு அனுப்பிய குறுஞ்செய்திகள் திரும்பித் தேங்கின.

பூத்த நிலவாய் மலரினியின் முகம் நெஞ்சில் சுடர்ந்தது. அவளைப் பார்க்கும் நாடிகள் இப்போதே வந்துவிடாதா என அங்கலாய்த்தது மனம். அவனுடல் கனத்தது. வேட்கையில் உழல்ந்திற்று.

மாறன் கண்களை மூடிச் சரிந்தான்.

*

ஆழிமேல் சூரியன் மிதக்க, அதனை தூக்கிச்செல்லப் பறவைகள் அடிபட்டுப் பறந்தன. கடல்மடி பொன்மஞ்சள் நிறத்தில் இருந்தது. அன்வர் தனது இரண்டு உடுப்பு மூட்டைகளையும் தன்னிரு தோள்களில் தூக்கி வந்தார். பொருட்கள் வைப்பதற்கான பகுதியில் அதை வைத்துவிட்டு, இருக்கையில் அமர்ந்துகொண்டனர். கப்பல் அலுங்கிக் குலுங்கி ஒரு நடனத்துடன் நகரத் துவங்கியது.

"இந்தக் கப்பல் இப்பிடி ஆடுது..."

"எங்களை குசிப்படுத்த டான்ஸ் ஆடுதுபோல..."

சிரித்தான் மாறன்.

"இது சின்னக் கப்பல்தானே மேன்."

"நாங்கள் போன வருசம் வரேக்குள்ளை பெரிய கப்பலை வந்தனாங்கள்."

"அது ஜெட்லைனர்..."

"அது ஒரு சின்ன ஆட்டமும் இல்லை..."

"ஓம்... ரூமிலை போய் இருந்த மாதிரி இருக்கும்..."

"அது இப்ப ஓடுறேல்லையா.."

"அது ஆமின்ரைக் கப்பல்தானே மேன்... அவங்க மட்டும் போவாங்கள்..."

கடல்தான் எவ்வளவு விசாலமானது. எல்லைகளற்றது. எல்லை வரைய முடியாதது. அதன் அலைகள் ஒருபோதும் அடங்குவதில்லை. கடல் எப்போதும் புதிதானது. மாறனுக்கு இறங்கி நீந்த வேண்டும் போலிருந்தது. அந்த நீல நிறத்தில் எத்துணை குளிர்மை. இப் பூமியில் கடல் மட்டுமே இருப்பதைப் போலத் தோன்றிற்று மாறனுக்கு.

அன்று பகல், கப்பல் கன்ரீனில் மீன் கறியும் சோறும். "எங்கடை விளையாட்டு எப்பிடி என்று பாருங்க மேனே... மீனின்ரை கடலிலை நிண்டுகொண்டு அந்த மீனையே

சாப்பிடுறம்...” அன்வர் சிரித்தார். கப்பலுக்குள் சிலர் காட்ஸ் விளையாடிக் கொண்டிருந்தனர். சிலர் குழுமி கதைபேசிக் கொண்டிருந்தனர்.

மாலை இருவரும் கன்ரீனில் தேத்தண்ணி குடித்தனர். அன்வர், கறி பனீசை நீட்டினான் மாறனுக்கு. “எனக்குப் பசிக்கேல்லை நானா...” குலுங்கும் கடலில் அந்தத் தேநீர் ஆறுவதற்குள் குடிப்பதே அவன் தவியாய் இருந்தது.

சூரியன் கடலில் தொலைந்துபோவதைப் போலிருந்தது. எங்கும் இருட்டு. கடலிலும் பாதையுண்டா? கடலுக்கும் வரைபடமுண்டா? திசையறியாமல் அந்தப் கப்பல் தொலைந்து போகுமா? இருளின் மூடுண்ட திசைகளில் கப்பல் மோதுவதைப் பார்க்க மாறனுக்கு ஒரு கண் நித்திரையும் வரவில்லை. “எதாவது பேசுங்க மேன்... உங்களைப் பற்றி ஒண்டுமே சொல்லேல்லை எனக்கு...” காற்றுடன் சண்டையிட்டு, பீடியை மூட்டி இழுத்துக் கொண்டிருந்தார் அன்வர்.

இருளுக்கும் எண்ணற்ற பக்கங்கள் உண்டு. கடலிலும் எண்ண முடியாத அடுக்குகள் உண்டு. ஆழம் தொட முடியாத அந்தக் கடலில் பொட்டாய் மிதக்கிறது இக் கப்பல். மாறனின் கதை கேட்டு, அன்வரின் கண்களிலிருந்து விழுந்த துளிகள் அப் பெருங்கடலில் கரைந்தே போயின.

“உங்களுக்கு இயக்கத்திலை கோவமே நானா...”

நெடுநேரமாய் கேட்க இருந்த கேள்வியை மாறன், ஒரு தேங்காயை உடைப்பதுபோலப் பட்டெனக் கேட்டான். அன்வர் சிரித்தார்.

“பொடியங்க எங்களை அனுப்புற டைமிலை கோவமாய்தான் இருந்தது...”

“......”

“ஆனால் அது ஒரு விதத்திலை நல்லம்தான்... இல்லாட்டி சண்டையிலை நாங்களும் மௌத்தாகி இருப்பம்...”

அன்வரின் தாடியும் சேர்ந்து சிரித்தது.

“எங்கடை சைட்டிலயும் சில எட்டப்பன்பன்கள் சிலதை செஞ்சதை ஒப்புக்கொள்ளத்தான் வேணும் மேன்...”

“எட்டப்பன்களாலைதான் எல்லா இடமும் சிக்கல்.. இயக்கத்தின்ரை பக்கமும் அது இருக்குதானே மேன்...”

"......"

"தொண்ணூத்தைஞ்சு வரைக்கும் எங்கடை வீடுகள் அப்பிடியே இருந்தது..."

"......"

"யாரையும் உள்ள விடாம பொடியங்க பாதுகாத்தாங்க..."

"......"

"..அவங்க யப்னாவை விட்டுப்போனதும் எங்கடை இடம் பாழடைஞ்சிட்டு..." இருளின் பக்கங்களில் அன்வரின் வாக்குமூலங்கள் சேகரமாகியது. மாறனின் மனதில் ஒரு பெரிய வெளிச்சம்.

"கிளிநொச்சிப் பக்கம் வந்தனீங்களே நானா?"

"அங்கை என்ரை சொந்தக்காரங்க இருக்கினம்... நிறையத்தரம் வந்தன்.."

"......"

"இப்ப கிளிநொச்சி நல்லா இருக்குது... பொடியங்க நல்லா வைச்சிருங்காங்க... உடுப்புகள் கொண்டந்து குடுக்கிறனான் மேன்"

மாறனின் மௌனத்தையும் இடையிடை வெளிச்சமாய் மினுங்கும் புன்னகையையும் அன்வர் புரிந்துகொண்டிருக்க வேண்டும். "இதை வைச்சு மிச்சம் பேர் அரசியல் பண்ணப் பாக்கிறாங்க மேன்... தலைவர் வருத்தம் தெரிவிச்சு, எங்களை வரச்சொல்லி அதுக்கும் முற்றுப்புள்ளி வைச்சிட்டார்.." அன்வரின் வெள்ளைச் சிரிப்பு அலையாய் பளபளத்தது. இருளின் திசைகளிலும் வெளிச்சம் படர்வதுண்டு. அதற்குள் ஆயிரம் ரகசியங்கள். அதற்குள் ஆயிரம் உண்மைகள். கடல் ஒரு புதிர்தான்.

காற்றின் இரைச்சல் பெருத்தது. கப்பல் தலைகீழாகக் கவிழ்ந்தது. திடுக்கிட்டு எழும்பினான் மாறன். கடலின் ஈரக்காற்றில் ஊறிய ஒரு பீடியை மூட்ட முயன்றார் அன்வர். பொள்ளெனப் பொழுது புலர்ந்தது. சூரியனைத் தேடினான் மாறன். வடக்கெது, தெற்கெது என்று தெரியாத வெளியில் கப்பல் மிதந்தது. "மேன் கீழை போய் கன்ரீன்ல ஒரு பிளேன்ரி குடிப்பம்.." கப்பலுக்கும் எத்துப்படும் தண்ணீரை வாளியால் அள்ளி வெளியில் ஊற்றினான் ஒரு கடற்படை சிப்பாய். மாறனுக்கு தலையிடி தொடங்கியது. நேரம் செல்லச்

செல்ல வயிற்றை குமட்டிக் கொண்டிருந்தது. ஏற்கெனவே சிலர் தலையைக் குனிந்து வாந்தி எடுத்துக்கொண்டிருந்தனர். எல்லோருடைய முகத்திலும் களைப்பு.

"அப்படித்தான் இருக்கும்.. இருபத்து நாலு மணிநேரப் பயணம் என்றால் சும்மாவா? ஒரு இரண்டு மணி நேரத்திலை போற யாழ்ப்பாணம்... இந்தப் பாதையைத் துறக்கிறானுவ இல்ல..."

அன்வரின் முகத்திலும் விரக்தி எரிச்சலாய் தெறித்தது.

இருள் நிறைந்த நகரின் துறைமுகத்தில் தரித்தது கப்பல். சூரியன் பின்னால் மூழ்கிக்கொண்டிருந்தது. பயணிகள் இறங்கி நடந்தனர். "பஸார் ரோட்டிலை என்ரை கடையிருக்குது... டவுண் பக்கம் வரும்போது முகம் காட்டுங்க மோன்." அன்வர் சொல்லிக்கொண்டே ஐந்து சந்தியில் இறங்கினார். பேருந்து யாழ் நகர தரிப்படத்தில் நுழைந்தது.

ஒரு சைக்கிளில் இறங்காமல் காலை நிலத்தில் ஊன்றியபடி நின்றான் துருவன். பேருந்தை விட்டிறங்கினான் மாறன்.

இருள் மண்டிய நகரமெங்கும் கறுப்புப்பாசி அடர்ந்திருந்தது.

ஓடி வந்து துருவனை அணைத்துக்கொண்டான் மாறன். ஒருவரது கண்ணீரில் ஒருவர் நனைந்தே போயினர்.

"எல்லாத்தையும் இழந்திட்டாய் மாறா..."

"......"

"அறிஞ்சு பெரிய வேதனைப்பட்டன்..."

துருவனின் கண்கள் கலங்கின. மாறன் தேம்பி அழத்துவங்கினான். அழுகையை மென்று அடக்கிக்கொண்டு நகரத்தை வெருண்டபடி பார்த்தான். இராணுவச் சிப்பாய் ஒருவன் தூரத்தில் நின்று இவர்களைக் கவனித்தபடி நின்றான்.

"உன்ரை அப்பாவையும் காணேல்லை என்ன..."

"......"

"இப்ப படிப்பு மட்டும்தான் எங்கடை கையிலை இருக்குது."

"......"

"அந்த நம்பிக்கையிலைதான் வெளிக்கிட்டு வந்தனான்."

மாறன், தன் பைகளை எடுத்துக்கொண்டு துருவனின் சைக்கிளின் முன்னால் ஏறினான். "திரும்ப சந்திப்பமா எண்டு

எத்தினை நாள் யோசிச்சிருக்கன்..." துருவன் கண்களை தோள் மூட்டினால் துடைத்துக்கொண்டான்.

"மச்சான் மலரினியைப் போய்ப் பாப்பமே?" மாறன் அந்தரப்பட்டான்.

அவன் தேகத்தில் ஓர் அந்தரிப்பின் ஏக்கமும் படர்ந்தது. கண்களில் தீபப்பொறி. உதடுகள் உலர்ந்தன. ஒரு பெருந்தாகத்துடன் கெஞ்சலாகக் கேட்டான்.

""ஊரடங்கு தொடங்குது... ஆமிக்காரங்க வெளுப்பானுகள்."

ஒரு சிறுவனாட்டம் துடிக்கும் மாறனைப் பார்க்கவும் துருவனுக்குள் ஒரு நட்புச் சிரிப்பு. பிறகு தலையை தட்டிக் கொண்டு சைக்கிளை மிதித்தான்.

"தம்பிக்கு சரியான அவசரம்தான்..."

"......"

"அதுக்கு நாளைக்கு ஏற்பாடு செய்திருக்கம்."

"......"

"இப்ப ஆமிக்காரங்க கேட்டா கப்பலால வாறன் எண்டு சொல்லு."

மாறனின் மூச்சில் அனலடித்தது.

யாழ் நகரை அப்படியொரு கோலத்தில் அவன் பார்த்ததில்லை. நகரின் கலகலப்பு இல்லை. அதன் சனங்கள் இல்லை. சைக்கிள்களில் திரியும் பள்ளி மாணவர்களில்லை. பெண்களை மோட்டார் வண்டிகளில் ஏற்றி காதல் செய்யும் பொடியன்களில்லை. சிலர், ஆட்களில்லாத கடைகளின் கதவுகளை மூடிக் கொண்டிருந்தனர். நகரின் மூலை முடுக்குகளில் துப்பாக்கி ஏந்திய ஆமிக்காரர்கள். காவலரண்களின் நகரத்தைப் பார்க்க முடியாத மாறனின் கண்களில் பயம் நடுங்கியது.

"இஞ்ச இப்பவும் ஒரே சாவும் கடத்தலும்தான்... கனபேர் மெல்ல மெல்ல யாழ்ப்பாணத்த விட்டுப் போறாங்க..." துருவன் மணிக்கூட்டைப் பார்த்தடி சைக்கிளை வேகமெடுக்க மிதித்தான்.

ஆளற்ற நகரின் தெருக்களில் மரணத்தின் மொச்சை அடித்தது.

*

34

விடுதியின் குளியலறை பரபரப்பாயிருந்தது. குளிப்பவர்களும் மலசல அறைக்குள் நுழைபவர்களும் மாறனைப் பார்த்து நலம் விசாரித்தனர். மாறன் தண்ணீர்த் தொட்டியில் இருந்து நீரை அள்ளி தலைக்கு ஊற்றினான். "என்ன இரண்டு மூண்டு தரம் மாறன் சோப்பு போடுறான்..." துருவனும் வந்து மேலில் தண்ணீர் அள்ளி வார்க்கத் தொடங்கினான்.

"சனியன் தலைக்குக் குளி..."

மாறன், ஒரு வாளித் தண்ணீரை அள்ளி துருவனுக்கு ஊற்ற, துருவன் இன்னொரு வாளியில் தண்ணீரை அள்ளி மாறனுக்கு எத்தினான். குளியலறை வெகுநாளுக்குப் பிறகு கூத்தாலும் சிரிப்பாலும் அதிர்ந்திற்று.

"பத்துமணிக்கு விரிவுரை, உன்னை எட்டரைக்கே கம்பசுக்கு வரச்சொன்னவள் மலரினி..." துருவன் சொன்னது மாத்திரமே சற்றைக்கெல்லாம் அவன் நினைவில் உருண்டது. இறக்கை கட்டிப் பறக்கும் துடிப்போடு குளித்து ஈரம் காயாத தலையை அழுத்தித் துவட்டினான் மாறன்.

மளமளவென மேற்சட்டையைப் போட்டு பொத்தான்களைப் பூட்டினான். உலராத முடியை மேவி இழுத்து மீசையையும் தாடியையும் சரி செய்தான்.

"ஒரே கண்ணாடி பார்வையாத்தான் கிடக்கு..." துருவன் பகிடிவிட்டபடி பாதணியை கால்களில் கொழுவி வெளிக்கிட தயாராகினான்.

"தம்பி! எப்பிடி சுகம், என்னைத் தெரியுதே?"

நெருக்கமானது அந்தக் குரல். மாறனின் கண்கள் திகைத்துச் சிரித்தன. வாசலில் குமணன். மாறன் அவனை அணைத்துக் கொண்டான். "எப்பிடி அண்ணை இருக்கிறியள்..." கதிரையைப் போட்டு குமணனை இருத்தினான். குமணனை சற்றைக்கு உற்றுப் பார்த்தான்.

"எங்களுக்கு அரிசி எடுக்கப் போனனீங்கள்..."

"......"

"எப்பிடி எல்லாம் நடந்துபோட்டு..."

"......"

"எவ்வளவு துன்பத்தை அனுபவிச்சிருப்பியள்..."

"......"

"கோலமே மாறிப்போட்டுது..."

குமணன் மேல்சட்டையைக் கழற்றினான். அவன் உடல் முழுதும் தழும்புகள். வடுக்கள். ஒரு கண் சிவத்துப் பழுத்திருந்தது.

"அவ்வளவு அடியும் சித்திரவதையும்..."

"......"

"ஏதோ உயிரோடை வந்திருக்கிறன்..."

"......"

"எப்பன் காலத்திலை செத்திருவாய் எண்டு சொல்லித்தான் விட்டவங்கள்."

"......"

"உடம்பு அப்படித்தான் இருக்குது. வலி... வேதனை..!"

"ஒவ்வொரு நாளும் சாவுதான்!"

சித்ரவதைகளின் ஓலம் மாறனின் மனதில் அமிலமாய்ப் பரவியது. குமணனின் கைகளில் இருந்த வடுக்களைத் தடவிப் பார்த்தான். தொடவே முடியாத காயங்கள், தொழுதொழுத்தன. குமணனின் கைகளைப் பற்றினான் மாறன்.

"அண்ணை நீங்கள் வெளிநாடு போகலாம்..."

"......"

"அங்கை போய் ஏதும் மருத்துவம் செய்யலாம்..."

குமணன் சிரித்தான்.

"நான் பரமேஸ்வராச் சந்திக்கே போக ஏலாமல் இருக்கிறன்..."

"......"

"நீ வெளிநாடு போகச் சொல்லுறாய்..."

'எல்லோரும் கால்கள் கட்டப்பட்ட கோழிகளாய் கூடுகளுக்குள் நடமாடுகின்றனர். கைகளும் கண்களும் கட்டப்பட்டே இந்த நகரத்தின் வாழ்வு நிகழ்கிறது.' மாறனுக்கு நடுங்கத் துவங்கியது.

"குமணன் அண்ணை மட்டுமில்ல, நீயும் நானும்கூட இனிப் போக ஏலாது..."

"......"

"கிணத்துக்குத் தப்பித் தீயிலே பாய்ஞ்சவன் கதைதான் எங்களுக்கு."

துருவன் புத்தகங்களை எடுத்து வைத்தான்.

"ஊரெழு போய் கிளியரன்ஸ் எடுத்தால்தான் யாழ்ப்பாணத்தை விட்டுப்போகலாம்... மயிரைத் தந்தானுகள் பந்துல..."

துருவன் சொல்வதைக் கேட்க ஏன் வந்தோம் என்றபடி மாறனின் கண்கள் அதிர்ந்து உருண்டன.

"இது ஒரு வழிப்பாதை... பேசாமல் இஞ்சை நிண்டு படிப்பம்..."

மாறனைத் தட்டி எழுப்பினான் துருவன்.

"அண்ணை சுதர்சனை எல்லே கண்டனான்."

"எப்பிடி இருக்கிறான்..?"

"அவனைப் பாக்கமாட்டியள்."

"......"

"அவன் இப்ப இயக்கத்திலை பெரிய ஆள்."

"......"

"இயக்கத்திலை அப்பிடி ஊறிட்டான்."

குமணன் முகத்தில் உவப்பு பூத்தது.

"நான் எண்டால் இஞ்சை வந்திருக்க மாட்டன். பேசாமல் இயக்கத்துக்குப் போயிருப்பன்.. நீ பாக்கை தூக்கிக்கொண்டு இஞ்சை வாறாய் என..."

"......"

"......"

"எங்கடை கையிலை புத்தகமும் பேனாவும் இருக்க வேணும் எண்டதுதான் தலைவரின்ரை கனவு..."

"......"

மாறன் எதுவும் பேசாமல் விடுதிப் படியில் இறங்கி நடந்தான். துருவன் அறையைப் பூட்டிவிட்டு பின்னால் ஓடிவந்து குமணனுக்கு கண்ணைக் காட்டினான்.

"மன்னிக்க வேணும் மாறன்... நானும் எல்லாம் கேள்விப்பட்டன். நீ பாவம்... இஞ்சை வந்தது நல்லதுதான்... பாரதி அம்மா, மகிழன்... பேப்பரிலை படிச்சவனாம்... எல்லாம் துருவன் சொல்லி அழுதவன்..." பின்னால் நின்று துருவன் கண்களைக் கசக்கினான். திடீரெனப் படியில் குந்தி அழத் துவங்கினான் மாறன். புத்தகங்கள் கைதவறி விழுந்தன. குமணன் அவைகளைப் பொறுக்கியெடுத்தான். துருவன் தலையைத் தடவி, "அழாதை மச்சான்... நீ படிச்சு நல்லாய் இருக்கிறதுதான் அவைக்கு செய்யிற அஞ்சலி..." மாறனுக்கு கை கொடுத்து தூக்கி எழுப்பினான்.

"மாறன் எப்ப வந்தது?"

"நேற்றிரவு."

"எப்பிடி இருக்குது வன்னி?"

"ஏதோ இருக்குது."

"இயக்கம் இப்பவும் பலமாய்த்தானே இருக்குது..."

"ஓம்... ஓம்..."

"கனக்கக் கதைக்க வேணும் பேந்து வாறன்..."

விடுதியில் எதிர்வந்தவர்கள் புதினம் விசாரித்துச் சென்றனர்.

"சொன்னாப்போல, கேக்க வேணும்... கேக்க வேணும் எண்டு நினைச்சனான்..."

"......"

"நாங்கள் யாழ்ப்பாணத்தைவிட்டு வெளியேறேக்குள்ளை உன்னை கப்பலிலை ஏத்தாமல் திருப்பி அனுப்பினதெல்லே? பிறகு அடுத்த நாளே வந்திட்டியா?"

துருவனின் முகம் கூசியது.

"அதையேன் கேட்கிற... பிறகு ஒரு கிழமைக்குப் பிறகுதான் என்ரை பேர் வந்தது... நீயுமில்லை.. கொஸ்டல்லையும் இரண்டு மூண்டு பேர்தான்... நான் பயந்து பயந்து செத்துப்போனனடா!"

துருவனின் முகத்தில் இருண்டகாலப் பயத்தின் நிழல் வந்து மறைந்தது.

விடுதியை விட்டு வெளியில் வந்தனர். இறந்து கிடந்தது தெரு. யாருமில்லை. ஒரு காவலரண் புதிதாய் முளைத்திருந்தது.

ஆமிக்காரன் ஒருவன் மறித்தான்.

"புதுசா? எப்ப வந்தது?"

"நேற்று..."

"ஐசி தெண்ட..."

"...."

"கிளிநொச்சித?.."

காவலரணுக்குள்ளே சென்று சில நிமிடங்களுக்குப் பிறகு வந்து அடையாள அட்டையை நீட்டினான்.

பல்கலைக்கழகத்தில் பழைய கலகலப்பில்லை. ஒரு சோர்வு. பலர் இன்னும் திரும்பவில்லை. கல்லிருக்கைகள் வெளித்துக் கிடந்தன. மாணவர்களின் சைக்கிள்கள் கைவிடப்பட்ட நிலையில் உக்கி உதிர்ந்து கிடந்தன.

ஒரு கல்லிருக்கையில் அவள் பூத்திருந்தாள்.

தோய்ந்த ஈரமான தலையில் சில மல்லிகைப் பூக்கள். கல்லிருக்கையின் அருகே பெரும் வெறுமை. முன்னிருக்கையில், சில புத்தகங்களும் காகிதத்தாள்களும் காற்றில் பறந்தன. மாறனை இறக்கிவிட்டு, துருவன் நூலகப் பக்கமாக நடந்தான்.

இவன் பின்னால் நடந்துசென்றான். அது மாறனின் காலோசைதான். அவள் நெஞ்சறைகள் நடுங்கத் துவங்கின. கண்கள் பெருநதியாய் கரைந்தன. அவன் வாசத்தை இழுத்து உறிஞ்சினாள். இதயம் சிறிதாய் அசைந்திற்று.

அவள் கைகளைப் பற்றிக்கொண்டான். இறுகியணைத்து கண்களை அள்ளிக்கொண்டான். அவளுதட்டில் தீராத் தாகத்துடன் முத்தமிட்டான். உதடுகள் துளிர்த்தன. அவள் கண்களில் நீர் தாரைதாரையாய் கொட்டுண்டது. வார்தையின்றி மௌனம் ஒரு பெரும் மழையாய்ப் பெய்து தீர்த்திற்று.

வேப்பம்பூக்கள் மேலாய் உதிர்ந்து கொட்டின. இரண்டு குயில்களின் பாட்டோசை புதுக்காற்றில் மிதந்தது.

கண்களைத் துடைத்தான் உச்சியை வருடினான். கன்னங்களைத் துடைத்தான். அவள், அவன் மார்பில் சாய்ந்து கொண்டாள். “உன்ரை நம்பருக்கு இரண்டு மூண்டு தரம் எடுத்தன்... போன் வேலை செய்யேல்லை... அங்கயிருந்து எடுத்தால் சிக்கல் எண்டு எடுக்கேல்லை. திருகோணமலையிலை இருந்தும் எடுத்து பாத்தனான்..” சிறிது நேரம் பதிலற்ற நிலையில் இருந்தாள் அவள்.

அவள் கன்னங்களை வருடினான்.

“இஞ்சை அடிக்கடி கவரேஜை கட் பண்ணிப் போடுவாங்கள்.. அதோடை என்ரை போனும் துலைஞ்சிட்டுது,.. புது சிம் வாங்கினனான்.”

“......”

“எப்பிடியும் நீங்கள் வருவியள்... அந்த நம்பிக்கையிலைதான் நான் இருந்தன்...” அவள் கண்கள் மீண்டும் குளமாகின.

“......”

“உங்களுக்கும் அங்கை எத்தினை ஆய்க்கினை என்ன... பாரதி அம்மா, மகிழன்... இப்பிடி நடந்திட்டுது. கேள்விப்பட்டு துடிச்சுப் போட்டன்...”

“......”

“எங்கடை தலைவிதி இப்பிடியாய் இருக்குது...”

விரிவுரைக்கான நேரம் கடந்தது. அவள், அவனுக்காக கொண்டுவந்த சக்கரைப் பொங்கலை ஊட்டினாள். பாரதி அம்மா ஊட்டி விடுவதைப் போலிருக்கவும் கண்கள் கசிந்தன.

“அம்மாவைப் பற்றி ஏதும் அறிஞ்சதே?”

வெறுமையுடன் தலையசைத்தான் மாறன்.

“கெதியிலை அம்மா உங்களைத் தேடி வருவா...”

“......”

“எனக்கு நம்பிக்கை இருக்குது.”

“......”

“உங்டை தேடலும் பாசமும் வீண் போகாது.”

அவன் உச்சியை வருடினாள் மலரினி.

“சரி, இனி உங்களுக்கு கனக்க அலுவல் இருக்குது...”

தன் திட்டத்தை விவரிக்கத் தொடங்கினாள் மலரினி.

“சொன்னாப்போல.... வாற மாதம் இரண்டு செமிஸ்டார் எக்சாமும் ஒரேயடியாய் நடக்கப் போகுது...”

“அடி சக்கை.... அப்ப நான் செத்தன்...”

மாறனுக்கு தூக்கிவாரிப் போட்டது.

“தேவையான நோட்ஸ்... ஒப்படை எல்லாம் எழுதி வைச்சிருக்கிறன்...”

“......”

“கேள்வி விடையள் எல்லாம் கிடக்குது...”

“......”

“நல்ல பிள்ளையாய் படிக்க வேணும்...”

அவனின் மோகப் பார்வையை திசை திருப்பினாள் அவள். மாறனை இழுத்துக்கொண்டு விரிவுரைக்குச் சென்றாள்.

மாலையில், திலகன், புதிதாக வந்த மாணவர்களுக்கு கூட்டம் நடத்தினான்.

“கடந்த காலத்திலை எங்கடை பல்கலைக்கழக மாணவர்கள், மூண்டு நாலு மாதமாய் நடந்து வந்தும் படிச்சிருக்கினம்.. கடலிலை சின்னச் சின்னப் படகுககளிலை ஆபத்தான பயணம் செய்தும் படிச்சிருக்கினம்... எப்படியாவது கல்வி நடவடிக்கைகளை முன்னெடுத்து மாணவர்களின்ரை படிப்புக்குப் பாதிப்பு வராமல் பாத்துக்கொள்ளுறதுதான் இப்ப முக்கியம்..” அவன் வார்த்தைகள் மாறனுக்கு உற்சாமூட்டின.

*

35

விடுதியின் மூன்றாவது மடியில் இருக்கும் தன் அறையின் சாளரங்களைத் திறந்தான் மாறன். பல்லைக்கழகத்திற்கும் விடுதிக்கும் இடையில் ஒரு தெரு. அத் தெருவில் ஓர் ஆமிக்காரன் சைக்கிளை மிதித்தான். அது பழைய புகையிர வீதி. அதற்குச் சாட்சியமாய் சில தண்டவாளங்களின் உக்கிய துண்டுகள் வீசிக் கிடந்தன. பெரிய ஆலமரம். அணிலொன்று கீழிலிருந்து மேலாக மரமேறியது. விடுதியின் மூலையில் ஒரு தென்னை. புளுனிகள், தென்னோலைகளிலிருந்து சிறகுலர்த்தின. ஆலமரத்தின் பழங்களை உண்ணவென வந்தமர்ந்தன மாம்பழக்குருவிகள். செண்பகம் ஒன்று அதில் கூடு கட்டியிருந்தது.

மாறன் பரீட்சைக்குப் படிப்பதற்கு புத்தகங்களை எடுத்துப் பொது அறையில் வைத்தான். துருவன் வெள்ளனவே படிப்பைத் துவங்கியிருந்தான். பொது அறையின் எதிர்ப்பக்கமாக பெண்கள் விடுதி.

“எனக்கொரு சிக்கல் இருக்குது. உந்த பஸ் கொண்டக்டர் ஓடுற பஸ்ஸிலை டிக்கட் போடுற மாதிரி, எனக்கும் நடந்து நடந்து படிச்சால்தான் ஏறும்.”

குமணன் முகத்தில் படிப்பின் பெரு ஆர்வம்.

“......”

“அப்பிடிப் படிச்சால், பசுமரத்திலை அடிச்ச ஆணிதான்...”

“உதாவது பரவாயில்லை... சில பேருக்கு லேடிஸ் கொஸ்டல் பக்கம் பாத்தால்தானே படிப்பே வருகுது...” குமணன் துருவனைப் பார்த்து நக்கடிலத்தான்.

"அடேய், அங்கை பாத்து பாத்துப் படிச்சு, பாடத்தை மாறி படிக்கப் போறாய்..." மாறன் சொல்லியபடி மேசையில் தண்ணீரை வைத்தான்.

"இவரும் மலரினியும் பின்னேரப் பாடத்துக்கு காலமை போய் எக்சாம் ஹோலிலை இருந்திட்டு வந்தவை... அதுவும் எங்களுக்குத் தெரியும்.."

துருவனும் விடுவதாயில்லை. பொது அறை சிரிப்பில் அதிர்ந்தது. எல்லோரும் புத்தகங்களைத் திறந்துகொண்டனர். அமைதியானான் மாறன். குமணன் எதையும் கவனிக்காமல் படிக்கத் துவங்கினான். படிப்பில் அவனொரு நெருப்பன். சமூகவியல் துறையில் இறுதியாண்டு அணியில் முதல் மாணவனும் அவன்தான். மாறன் குமணனை பெருமையுடன் பார்த்தான்.

*

வாய் நிரம்ப வெத்திலை. காதில் சுருட்டிய பேப்பர் ஒன்று. சிவப்பு மண்ணொட்டிய கால்கள். தோளில் ஒரு மண்வெட்டி, கைகளால் சூரியனை மறைத்துத் தோட்டத்தை ஒரு பார்வை. "அய்யா தேத்தண்ணி குடிக்கேல்லையோ..." ஒரு பெரிய கிண்ணத்தில் தேநீருடன் சென்றான் குமணன். "உனக்கு ஏனப்பு இந்த வேலை.. நான் வருவன்தானே..." நீரோடும் வாய்க்கால். அருகில் புற்கள் படர்ந்த ஒரு வரம்பு.

"உது ஆரடா தம்பி..."

"எங்கடை கம்பசிலை படிக்கிற என்ரை யூனியர் தம்பி... பேர் மாறன்..."

"வன்னிப் பெடியன் மாதிரிக் கிடக்கது.."

"உதெல்லாம் நல்லாய் கண்டுபிடிப்பியள்..."

வாயில் இருந்த வெற்றிலையை குதப்பித் துப்பினார். ஒரு செம்புத் தண்ணீரில் பாதியை வாயிற்குள் விட்டு கொப்புளித்தார் குமணனின் தந்தை கதிர்வேலு.

"ராக்கிங் எண்டு உந்த தம்பியைக் கூட்டியந்தனியே..."

"வீட்டைக் கூட்டியாறது ராக்கிங்கே..."

"என்ரை மேனை எனக்குத் தெரியும்தானே..."

"......"

"நான் சும்மா முசுப்பாத்தி விட்டனான்.."

"......"

"உந்த ராக்கிங் சரியெண்டால், சிங்களவர் எங்களை அடக்கிறதும் சரியெண்ட மாதிரித்தான்... எல்லாரும் ஒரு தாய் வயிற்றுப் பிள்ளையாளாய் பழகுங்கோ..."

ஒரு தத்துவத்தை உதிர்த்த அச்சிதட் சிரிப்பு அவர் முகத்தில். தன் சாக்குக்கட்டிலில் பிடரிக்கு கைகொடுத்தபடி சரிந்தார் கதிர்வேலு.

"ஒடுக்குமுறை எந்த வடிவத்திலும் இருக்கப்படாது.." மாறனின் முகத்தில் வியப்பு. தந்தையை பெருமிதத்துடன் பார்த்தான் குமணன்.

"உன்ரை கொக்காள் இரண்டு பேருக்கும் பொங்கலுக்குச் சட்டை எடுத்துக் குடுக்க வேணும்... அதான் எப்பன் நேரம் கூடுதலாய் எடுத்து வயலைக் கொத்திறன்." தேநீரைக் குடித்துவிட்டு மீண்டும் மண்வெட்டியைத் தூக்கினார் கதிர்வேலு. சதா மண்ணை கிளறிக்கொண்டிருக்கும் கதிர்வேலு, இரவு ஒன்பது மணியானால் தொலைக்காட்சியைக் கிளறிக்கொண்டிருப்பார்.

"அடி மேகலா, உந்த சுவிட் திக்கட்டை எடு... உந்த ஓலையிலை தான் சொருகி வைச்சனான்." கண்ணாடியை மாட்டிக்கொண்டு கையில் ஒரு பழைய கொப்பியின் பின்பக்கத்தை எடுத்து விரித்துக்கொண்டு பேனாவையும் எடுத்துக்கொள்வார்.

"சுவிட் திக்கெட் வாங்கிற காசை பாங்கிலை போட்டிருந்தாலே உந்தப் பெட்டை இரண்டுக்கும் சீதனம் குடுத்திருக்கலாம்.." அவள் நக்கலாகச் சொல்லி இவரைச் சீண்டிச் சென்றாள். இரண்டு மகள்களும் சமையலையில் மேகலாவுக்கு ஒத்தாசை செய்தபடி சிரித்தனர்.

"இவள் மடு எண்டால் மலை எண்டு சொல்லுவாள்..." மாறனுக்குத் தன்னைத் தெளிவுபடுத்தினார் கதிர்வேலு.

"ஒரு நாள் பாரன் எனக்கு கோடி கோடியாய் விழும்... அப்பேக்கை நான் ராசா, நீதான் ராசாத்தி..." அவள் ஒரு வெட்கச் சிரிப்புடன் சாப்பாட்டை மாறனுக்கு நீட்டிச் சென்றாள்.

"அய்யா, நான் படிச்சு முடிக்கிற காலம் வந்திட்டுது. உடன சோக்கான உத்தியோகம்.. எப்பிடியும் நான் முதலிலை உதவி விரிவுரையாளர்... பேந்து நிரந்தரமாகக் கிடைச்சிடும்... நல்ல

சம்பளம்... நீங்கள் ராசாதானே..." குமணன் சாப்பிட்டபடியே சொன்னான்.

"ஓம்... ஓம்... என்ரை பிள்ளைதான் எதிர்காலத்திலை யாழ்ப்பாண கம்பஸின்ரை துணைவேந்தரோ தெரியேல்லை...." அந்த வெண் மீசையில் அப்படியொரு மகிழ்ச்சி துளிர்த்தது.

"அப்பவும் நீங்கள் சுவிட் டிக்கட் வாங்காமல் இருப்பியள் எண்டு நான் நம்பேல்லை..." மேகலா தண்ணீரை வைத்துவிட்டொரு கதை. வறுமைதான். ஆனாலும் உழைப்பும் கனவும் நிறைந்த அந்த வீட்டில் மகிழ்ச்சிக்கு குறைவேயில்லை. மாறன் சிரித்தபடி உறங்கிப் போனான்.

*

ஒரு பொலித்தீன் பையில் தண்ணீரை நிறைத்த துருவன், அதை மூன்றாம் மாடியில் இருந்து விடுதிக் காப்பாளர் யோகேந்திரம்மீது போட்டான். அவர் சட்டென விலகி மேலே பார்க்க... தலையை உள்ளே எடுத்துக்கொண்டான் துருவன். "படிச்சுக் கொண்டு இருக்கிற நேரத்திலை இவன்ரை குழப்படியைப் பாத்தியா..." துருவனின் காதைத் திருகினான் குமணன்.

யோகேந்திரம் மளமளவென படியேறி வந்தார். துருவன் நல்ல பிள்ளையாய் புத்தகத்திற்குள் முகத்தைத் தாழ்த்திப் படித்துக்கொண்டிருந்தான். அவன் கைகள் ஈரமாயிருந்தன. கையும் மெய்யுமாக அவன் கைகளையே பிடித்தார். "ஆமைக் கள்ளி, ஊமைப் பிள்ளை பெத்த மாதிரி தாள மடிச்சுக்கொண்டு படிக்கேக்குள்ளையே தெரியும் நீதான் தண்ணியாலை எரிஞ்சது எண்டு..." யோகேந்திரம் சிரித்தபடி துருவனின் தலையைத் தட்டினார்.

"ஒரு பிளேன்ரி குடிப்பமா?"

புத்தகங்களைப் பொது அறையில் வைத்து எல்லோரும் அறையில் கூடினர். துருவன், தேநீர்க் கிண்ணங்களைக் கழுவினான். மாறன், தண்ணீரைச் சுடவைத்தான். குமணன் அளவாக தேயிலை, மாவு, சீனியைப் போட்டான்.

ஒரு தேர்ந்த தேநீர்க்கடைக்காரன்போல ஆத்தினான் குமணன்.

"இப்ப தேத்தண்ணியைக் குடிப்பம், கொஞ்சத்தாலை கன்ரீனிலைப்போய்ச் சாப்பிடுவம்."

ஒவ்வொரு கிண்ணங்களுக்குள்ளும் தேநீரை நிரப்பினான்.

"இந்தாங்க குமணன், அண்ணாவின்ரை பெரிய யொக்..."

"போரோடு தின்ற மாட்டுக்கு ஆஞ்சு போட்டுக் கட்டுமா?.. அதான் இந்த யொக்..." குமணன் தனது தேநீர்க் கிண்ணத்தை நிறைத்தான்.

பம்பலில் அறை சிரித்துக் குலுங்கியது.

"தேத்தண்ணி அந்த மாதிரித்தான் இருக்குது."

துருவன் ருசித்து உறிஞ்சினான்.

மாறனுக்கு மலரினியிடமிருந்து அழைப்பு. தொலைபேசியை எடுத்துக்கொண்டு வெளியில் போய்வந்தான். "சில பேருக்கு ஒரு போன்கோல், மெசேஜ்தான் சாப்பாடு. ஊக்க மாத்திரை... அவங்களுக்கு சாப்பாடு தேத்தண்ணி எல்லாம் தேவல்ல..." துருவன் சொல்வதைக் கவனிக்காமல், பசிக் களைப்பில் அடுத்து 'அவுக் அவுக்'கென இரண்டு மிடறுகளைக் குடித்தான் மாறன்.

முகத்தில் பேரதிர்ச்சியுடன் வாசலில் நின்றான் திலகன். எல்லோரும் அவன் என்ன சொல்லப் போகிறான் என நோக்கினர். "கிளிநொச்சியிலை கிபிரடிச்சு, தமிழ்ச்செல்வன் அண்ணை வீரச்சாவாம்..." நம்பவே முடியாத அந்தச் செய்தி பொய்யாகவே இருக்கும் என மாறன் நினைத்தான். தேநீர்க் கிண்ணங்கள் கைதவறி வீழ்ந்தன. புத்தகங்களெங்கும் இருள் பரவிற்று.

*

"அம்மா, நான் வந்துகொண்டிருக்கிறன்... அய்யாவை ஒருக்கால் பாத்திட்டுப் போக..." மாறனையும் துருவையும் அழைத்துக்கொண்டு பேருந்தில் ஏறினான் குமணன். "நீ இஞ்சை வராதை... சொல்வழி கேளப்பு..." மேகலா மன்றாட்டமாகச் சொல்வதையும் கேட்காமல் பேருந்தில் ஏறினான் குமணன்.

இரண்டு பக்கங்களுடன் மாத்திரம் வரும் ஒற்றைத் தாளுடன் வந்த 'வலம்புரிப் பத்திரிகை'யை ஒருவன் பேருந்தில் விற்றுக்கொண்டிருந்தான். எல்லாமும் சிறுத்து ஒடுங்கிக் கொண்டிருந்தன. வீதியெங்கும் குருதிக்கரை. பிணங்களைப் பொறுக்கும் நகரில் பேருந்தும் ஓடுகிறது.

"விடுதலைப் புலிகளுடனான போர் நிறுத்த ஒப்பந்தத்திலிருந்து வெளியேறுவதாக ஶ்ரீலங்கா அரசாங்கம் அதிகாரபூரவமாக

அறிவித்துள்ளது..." சூரியன் வானொலியில் விசேட செய்தி ஒலித்தது.

"போரை எப்ப நிப்பாட்டினவங்கள்..."

"இனித்தான் திரும்பத் தொடங்கப் போறினமாம்..."

கேள்வியும் பதிலும் இரு குரல்கள் உரையாடின. "ஆனையிறவிலை ஓடேக்குள்ளை போர் நிறுத்தம் இனிச்சது... இப்பக் கசக்குது..." இன்னொருவர் சொல்ல, இத்தனைக்கு மத்தியில் கேட்கும் அந்தக் குரல் வியப்பைத் தந்தது மாறனுக்கு. பேருந்து கைதடிச் சந்தியில் தரித்தது.

குமணன் இறங்கி ஓடத் துவங்கினான்.

"நேற்றிரவு ஆமி வந்தவன்..."

"......"

"ஆரோ பந்துலவாம்..."

"......"

"உன்ரை மகன் உயிரோடை வேணும் எண்டால் பேசாமல் எங்கையும் போகட்டுமாம்..."

"......"

"நீ இயக்கமாம்... நீ பயங்கரவாதியாம்..."

"......"

"ஆயுதத்தோடை தாங்கள் உன்னைப் பிடிச்சவையாம்..."

"......"

"ஒரே வெருட்டல்..."

"......"

"ஏன் அப்பு இவங்கள் இப்பிடிப் படுத்திறாங்கள் எங்களை..."

அவள் குலுங்கிக் குலுங்கி அழுதாள்.

"அரைவாசி நினைவோடை கிடக்கிற இந்த மனுசனை துவக்க நீட்டி வெருட்டுறாங்கள்..." ஒரு ஈரச்சீலையால் படுக்கையி லிருக்கும் கதிர்வேலுவின் நெஞ்சில் ஒத்தடம் குடுத்தாள். அவர் கண்கள் அசைவற்றுக் கிடந்தன. கடவாய் கோணியிருந்தது. கன்னங்களில் கண்ணீரின் பொருக்குகள். கைகளை உயர்த்த முடியாமல் குமணனைக் கிட்ட அழைக்க முயன்றார். மேகலா கதிர்வேலுவின் தலையைத் தடவினாள்.

"முந்தித்தான் ஒரே பொலிஸ்டேசன்,.. நீதிமன்றம்... மனித உரிமை ஆணைக்குழு எண்டு திரிஞ்சம்... அப்பாவும் அதோடைதான் படுத்த படுக்கை... இப்பயாவது எப்பனுக்கு நிம்மதியாய் இருப்பம் எண்டால் விடுறாங்கள் இல்லை..." மாறனையும் துருவனையும் பார்த்துக் கண்களைத் துடைத்தாள் மேகலா.

"......"

குமணன் தந்தையின் நெஞ்சில் விழுந்து கோவென அழுதான். அவர் கண்கள் மட்டும் ஏதோ பேசின. "நான் படிப்பன்... நல்ல ரிசல்ட் எடுப்பன் அய்யா..." கதிர்வேலுவுக்குப் புரிந்தது. அவரின் அசைவற்ற வாயில் துளிப் புன்னகை.

"அங்கை நிக்கிறது பாதுகாப்பு எண்டுதான் அனுப்பினாங்கள். இஞ்சைக் கண்டபடி வருவாங்கள். கவனமாய் படி நீ... இதுகளை நினைச்சு படிப்பிலை கோட்டை விட்டிராத அப்பு..." மேகலா குமணனின் கன்னங்களைத் தடவினாள். நான்கு சாப்பாட்டுப் பொதிகளை ஒரு பையில் போட்டு, "நீங்கள் வெளிக்கிடுங்கோ, நேரம் ஆகுது..." அனுப்பினாள்.

மெல்ல மெல்ல நகர்ந்த பேருந்து திடீரென வீதியின் கரையோரமாக நிறுத்தப்பட்டது. "ஆமியின்ரை கென்வே வருகுது... இரண்டு மூண்டு மணித்தியாலமும் ஆகும்." குனிந்தபடி சொன்னான் குமணன்.

கம்பஸ் அம்மம்மாவைப்போல ஒரு மூதாட்டி வீதியின் கரையோரமாக நிறுத்தப்பட்டிருக்கிறாள். அவள் நிற்க முடியாமல் தடுமாறினாள். 'சிலவேளை வைத்தியசாலை சென்று அவள் திரும்பியிருக்கக்கூடும்' என மாறன் எண்ணிக் கொண்டான். பாடசாலைவிட்டு வந்த குழந்தைகளும் அப்படியே தடுக்கப்பட்டுள்ளனர். வாகனங்களில் அசைவில்லை. ஆட்களிலும் அசைவில்லை. பேருந்து தரித்திருக்க மாறனுக்கு வியர்த்தது.

எல்லாமும் நிறுத்தப்பட்டிருந்தது!

*

36

'**எ**ந்நிதியும் தருவான் சந்தியான்.' நெஞ்சில் உரமூட்டும் மகுட வாசகம். ஓம் முருகா என்ற எழுத்தில் முளைத்த வேல். தல மரமாய் பூத்திருக்கும் பூவரசு. மருதமரச் சோலையிலிருந்து வரும் குளிர்ந்த காற்று தேவாரமாய் ஒலித்தது. பெரிய நந்திச் சிலைக்கு பூப்போட்டு மனமுருகும் பக்தர்கள். அன்னதான மடங்களில் பசி தீரும் குரல்கள் 'அன்னதானக் கந்தா...' என மெலிந்த வயிற்றால் உரக்கக் கத்திப் போற்றின.

"செல்வச்சந்தி கோயில் வடிவாய் இருக்குது..." கோயிலின் வளைந்த மண்டபங்கள் பேரழகு. பாடப்புத்தகங்களில் தொட்டுப் பார்த்த கோயிலில் தனக்குத் திருமணம் நடப்பதை நினைக்க மாறனுக்குப் பெரிய சந்தோசம்.

"உன்ரை கலியாணத்துக்கு ஒரு பெரிய பரிசு இருக்குது..."

குமணன் அப்படி என்ன பரிசு தரப் போகிறான் என மாறனுக்கு ஆவல்.

மாப்பிள்ளை மாறனை குமணனும் துருவனும் அழைத்துவந்தனர். தொண்டைமானாற்றில் கால் நனைத்து, தலையில் தெளித்துவிட்டான் துருவன். "கொஸ்டலிலையும் பாத்ரூம் போய் இப்பிடித் தலையிலை கொஞ்சம் தண்ணீரைத் தெளிச்சுப் போட்டுத்தான் துருவன் வாறவன்... அதுதான் அவன்ரை தோயல்." மாறன் பம்பலாகச் சொன்னான்.

படபடக்கும் வேட்டி. அதன் ஓரமாக அகன்ற மஞ்சள் சருகை. "மாப்பிள்ளை சுத்திச் சுத்திப்

பாக்கிறார். பொம்பிளையைத் தேடுறாரோ..?” குமணன் சொல்லிக்கொண்டே துருவனைத் தட்டினான். “தாலி கட்டுற தருணத்திலை, பொம்பிளை வருவா... ஆரும் கொண்டுபோக மாட்டினம்...” மாறன் இரண்டு பேருக்கும் இடையில் படாதபாடு பட்டான்.

இருபது திருமணங்கள். கோயில் முழுதுமாய் மணக்கோலம் பூண்டிருந்தது.

“எப்ப ஆர் இருக்கிறது எண்டு தெரியாது... எப்ப ஆருக்கு சாவு வரும் எண்டு தெரியாது... அதோடை கலியாணத்தைக் கட்டினால் குடும்பம் எண்டாவது ஆமி இரக்கப்படுவான்...” குமணன் மாறனின் காதுக்குள் சொன்னான்.

“அப்ப நீங்கள்தானே முதலிலை கட்ட வேணும்...”

“அது வந்து...”

“அவருக்குப் பொம்பிளை இனித்தான் தேடவேணும். நீ தான் பெஸ்ட் இயரிலையே உசார் பண்ணிட்டியே...” மாறன் வெட்கத்தில் நெளிந்தான். “ஏழு கழுதை வயசில ஒரு வெக்கம்...” துருவன் சீண்டினான். நாதஸ்வரச் சத்தம் முழங்க மாறனின் மனதில் புதுக்களிப்பு அடர்ந்திற்று. மாறன் அந்தரப்பட்டான்.

“அய்யர் வர்ற வரைக்கும் அமாவாசை காத்திருக்காது எண்டு விளங்குது!”

பெண் அழைக்கப்பட்டு வருவதைக் காட்டினான் குமணன்.

‘அது மலரினியா?’ மாறனின் கண்கள் அவளை அருட்டத் துடித்தன. மிளகாய்ப்பழச் சிவப்புச் சேலை. அதில் வெற்றிலை வடிவில் பட்டு. சேலைத் தலைப்பில் அடர்ந்த பூக்களும் கொடிகளும். அவள் அழகின் வாசம் தளும்பியது. தூரத்தில் வருபோதே இவனைக் காந்தமாய் இழுத்தது.

முகம் மூடிய நிலவாகத் தலையைக் குனிந்திருந்தாள்.

அழைத்து வந்தவர்கள் அருகில் இருத்தினர். திரைவிலக்கி முகம் பார்த்துவிட வேண்டும் என்ற ஆசை. மனசில் விரியும் வெண்கம்பளாய் ஒரு பூரிப்பு வெளிச்சம். உடலில் தீண்டத் தவிக்கும் பசி. கண்களின் தீண்டலில் அவள் நெளிந்தாள். அவன் பார்வையால் அவளைத் தாங்கினான்.

அய்யர் மந்திரங்களை ஓதிக்கொண்டிருந்தார்.

பாலைக் கையில் விட்டு ஆகுதியில் விடச் சொன்னார். பூக்களைக் கொடுத்து தீயில் போடச்சொன்னார். தீபங்களைத் தொடும் கையில் காதலின் வெக்கை. பூக்களைத் தொடும் கையில் பேரன்பின் ஈரம். அய்யரின் மந்திரம் முழங்க, வேலை வழிபட்டு மாறன் அவள் கழுத்தில் தாலியைக் கட்டினான்.

மஞ்சள் கயிற்றில் பொலிவான தெய்வச் சிலை. கைகளைக் கூப்பியிருந்த மலரினி. தாலியை இரு கைகளாலும் ஏந்தி கண்களில் ஒற்றி முத்தமிட்டாள். மாறனை நிமிர்ந்து பார்த்தாள். வைத்த விழிகள் காதல் சுரக்க அவனை முத்தமிட்டது.

மாறன் எழுந்து மலரினியைத் தூக்கி அவள் கைகளைப் பற்றினான்.

அவளை அழைத்தபடி அம்மி மிதித்து, அருந்ததி பார்த்து, ஆகுதி பீடத்தைச் சுற்றி வந்தான். அய்யரின் காலில் விழுந்து வணங்கினர் இருவரும்.

மாறனின் முகத்தில் ஒருபோதுமில்லாத மகிழ்ச்சி. துருவன் கட்டியணைத்து கைகொடுத்து வாழ்த்தினான்.

மாறனின் கைகளைப் பற்றி வாழ்த்தினான் குமணன்.

“திருமணத்துக்குப் பெரிய பரிசு தாறன் எண்டனான் எல்லோ... அதுவும் உயிருள்ள பரிசு... நீ இருபத்தஞ்சு வருடமாய் தேடுற உயிர்...” மாறனின் கண்களில் தேடலின் படபடப்பு, அதிர்ச்சி. அவன் ஒரு கணம் உறைந்தான்.

“உன்ரை அம்மா வந்திருக்கிறா...”

மாறன் முகத்தில் வெளிச்சம். அவன் வியப்போடு பார்த்தான். ஆம். மாறனின் அம்மா முன்னால் வந்து நின்றாள். ஓர் அம்மன் போல. பட்டுச்சேலை. கழுத்து நிரம்ப நகை. முகம் நிறைய புன்சிரிப்பு.

“அம்மா... அம்மா... அம்மா..!”

திடுக்கிட்டு எழுந்தான். தூரத்தில் ஒரு நாயின் குரைப்பொலி. பின்னால் ஓர் ஊளை. எழுந்து அறைச் சாளரத்தைத் திறந்தான். தூரத்தில் ஓர் ஆமிக்காரன் துப்பாக்கியை நீட்டி விழித்திருந்தான்.

*

37

"ரிசல்ட் வந்திட்டாம்..." துருவனை ஏற்றிக் கொண்டு சைக்கிளை மதிக்க, பின்னால் குமணன் இன்னொரு சைக்கிளில் இவர்களை முந்தினான். மலரினி சுவரொட்டியின் முன்னால் பெறுபேறுகளை குறித்துக் கொண்டிருந்தாள்.

"மாறனுக்கு இந்த முறை மூண்டு ஏ... ஒரு பீ..."

"உனக்கு..."

"எனக்கு நாலு ஏ..."

"நீ எப்பவும் எனக்கு முன்னுக்குத்தானே.."

மாறன், அவள் குறித்தெடுத்த பெறுபேற்றைப் பார்த்தான். "இஞ்சயும் தொடங்கிட்டாங்க... ஹ்ம்... " துருவன் பெறுபேற்றைத் தேடி இன்னும் கண்டுபிடிக்க முடியாதல் அந்தரப்பட்டான்.

எனக்கு இரண்டு 'பீ' வந்திட்டுது மிச்சம் எல்லாம் 'ஏ'... எனக்கு உது காணும்..." துருவன் சொன்னதைக் கேட்டபடி மாறன் அறிவிப்புப் பலகையில் ஏதோ தேடினான். "மாறா மனுசியின்ரை ரிசல்ட் பாக்கிறான்..." குமணனைத் தட்டினான் துருவன்.

பெறுபேற்றைப் பார்த்து முன்னைய வருட பெறுபேறுகளுடன் கூட்டி கணக்குப் பார்த்துக் கொண்டிருந்தான் குமணன்.

"நான் வைச்ச குறி தப்பாது..." குமணனை ஓடி வந்து பற்றிக்கொண்டனர் மாறனும் துருவனும். "அசிஸ்டன்ட் லெக்சர் ஆகினால்... கொஸ்டலுக்கு சப்வோடன். பேந்து குமணன் அண்ணாவுக்கும் சொப்பின் தண்ணீர் தாக்குதல் நடத்துறது உறுதி..."

துருவனைத் துரத்திக்கொண்டு ஓடினான் குமணன். மாறன் கல்லிருக்கையில் அமர, குமணனும் வந்திருந்தான்.

"எப்பிடியும் ஒரு மாத்திலை உதவி விரிவுரையாளர் பதவி விண்ணப்பம் கோருவினம்.. அதுவரைதான் எல்லா சிரமமும்..." மாறன், குமணனுக்கு சொல்லிக்கொண்டிருக்க... துருவன் ஏதோ கண்ணைக் காட்டினான். திலகனும் வந்து அமர்ந்துகொண்டான்.

"மாறா, ஒரு முக்கிய விசயம் கதைக்க வேணும். நாங்கள் உன்னட்டை ஒண்டு கேப்பம். நீதான் சரி... உன்னைத்தான் நம்பியும் இருக்கிறம்..." குமணன் கேட்பது மாறனுக்கு பதற்றத்தை உண்டு பண்ணியது. "என்ன விசயம் எண்டு சொல்லுங்க... பேந்து பாப்பம்..." மாறனின் கைகளைப் பற்றிக் கொண்டான் குமணன். துருவனும் அருகில் நெருங்கி வந்தான்.

"நீதான் அடுத்த மாணவர் ஒன்றியத் தலைவர்..."

எழுந்து புறப்படத் தொடங்கிய மாறனை இழுத்து இருத்தினான் குமணன்.

"ஏன் அண்ணா, நீங்கள் பட்ட வலியள் எனக்குத் தெரியாதா? அது உங்களையும் உங்கடை குடும்பத்தையும் எவ்வளவு பாதிச்சது எண்டு எனக்கு தெரியும்..."

"அதுக்காக ஆமி சொல்ற மாதிரி... மாணவர் ஒன்றிய தலைவர் இயக்கம் இல்லை. எல்லாரும் விலகிப் போனால் அந்தப் பொய் மெய்யாப் போயிரும்..."

"......"

"தலைமை தாங்கிற பொறுப்பு எல்லாருக்கும் வராது."

"......"

"சிலபேருக்குச் சிலதை தியாகம் செய்யவேண்டியும் வரலாம்."

"......"

"ஆனால் எல்லாம் முடிஞ்சு போயிராது மாறா..."

"......"

"இத்தனை அழிவு, சண்டை, வலி, மரணத்துக்கு மத்தியிலையும் நாங்கள் படிக்கிறது வாழத்தான்..."

"......"

"தலைமை தாங்கிற மனமும் தைரியமும் உனக்கு இருக்குது..."

"......"

"வரலாறு தெரிஞ்ச மனித நேயமும் நிறைஞ்ச நல்ல தலைவனாய் இருப்பாய்..."

"......"

"ஒன்றியத்தை நடத்த உனக்கு சுளிவு நெளிவு தெரியும்..."

குமணன் சொல்லி முடித்து மாறனின் தோள்களைத் தட்டினான்.

"வலிகளைக் கண்ட நீங்கள், வாழ்க்கையிலை ஒரு வேட்கையோடை போராடுற நீங்கள் இதுக்கு சரியான ஆள். நான் எல்லா ஒத்துழைப்பும் செய்வன்."

மலரினியின் புன்னகை அவனுக்கு மனதில் தைரியத்தைப் படர்த்தியது. துருவன் ஒரு தோளிலும் திலகன் இன்னொரு தோளிலுமாய் நின்றனர்.

கைலாசபதி அரங்கம், புதிய மாணவர் ஒன்றியத் தலைவர் பற்றிய அறிவிப்புக்காய் கூடியது. மேடையில் துணைவேந்தர், சிரேஷ்ட மாணவ ஆலோசகர், மார்சல் இருக்க... திலகன் தனது இறுதி உரையை ஆற்றினான்.

"குமணன் அண்ணா அவர்கள் சில தவிர்க்க முடியாத சூழல்களை எதிர்கொண்டதாலை, நான் சில காலம் பதில் தலைவராக இருந்தனான். இப்ப எங்களுக்கு அடுத்த அணியில் இருந்து புதிய தலைவரை ஏக மனதாக தேர்வு செய்துள்ளோம். மாறன் இரண்டாயிரத்து எட்டு மற்றும் இரண்டாயிரத்து ஒன்பதாம் ஆண்டுக்கான புதிய தலைவராக தெரிவுசெய்யப்படுகிறார்..." எண்டு அறிவிக்கவும், கீழிலிருந்து எழுந்து நடந்தான் மாறன். படிகளில் அவன் கால் பதிக்கவும் மலரினியின் கண்களில் பெருமையின் ஒளி. மாணவர்களின் கைதட்டல் மழையாய்ப் பொழிந்தது.

ஆறாயிரம் மாணவர்களின் முன்னால் நிற்க... அவன் நா தழுதழுத்தது. ஒலிவாங்கியை வாங்கினான். மார்சல் வழங்கிய மாணவத் தலைவர் சத்தியப்பிரமாண உரையை படிக்கத் துவங்கவும் அரங்கம் அமைதியாகிற்று.

"மாறன் என்னும் நான், யாழ் பல்லைக்கழக மாணவர் ஒன்றியத்தின் புதிய தலைவராக மாணவர் தரப்பால் ஏகமனதாக தேர்வு செய்யப்பட்டுள்ளமை குறித்து எனது மகிழ்வையும் நன்றியையும் தெரிவித்துக்கொள்கிறேன். மாணவர்களின் கல்வி மற்றும் நலன்சார் தேவைகளுக்காகப் பாரட்சம் இல்லாத

வகையில் நடந்துகொள்வேன் என்றும் பல்கலைக்கழகச் சட்ட விதிமுறைகளுக்கு அமைய எனது பதவியைப் பயன்படுத்துவேன் என்றும் இத்தால் உறுதி கூறுகிறேன்..." அரங்கம் கைதட்டலால் அதிர்ந்தது.

"இதையெல்லாம் உங்கடை அம்மா பாத்தால் சந்தோஷப்படுவா.."

மலரினியின் கண்கள் ஈரமாகின.

"உன்ரை கண்ணிலை அம்மாவைப் பாக்கிறன்."

"......"

"இப்பவெல்லாம் அந்த நம்பிக்கைதான் எனக்கு உயிர் தருகுது."

மாறனின் கண்கள் தன் கண்களை உறிஞ்சக் கண்டாள்.

*

மாலையே மாணவர் ஒன்றியத்தின் பொது அறையில், பீட மாணவர் தலைவர்களுக்கான கூட்டத்தை மாறன் அறிவித்தான். "இப்ப வன்னியிலை இருந்து வந்த மாணவர்களுக்கும் வெளிமாவட்டத்திலை இருந்து வந்த மாணவர்களுக்கும் இலவசச் சாப்பாடு குடுக்கிற ஒரு திட்டம் தொடர்பான வரைபை துணைவேந்தருக்கு இண்டைக்குக் குடுத்திருக்கிறன். அதை நடைமுறைப்படுத்தி மாணவர்கள் எதிர்கொள்ளுகின்ற உணவுத் தட்டுப்பாட்டை தீர்க்க வேணும்" மாறனின் நோக்கத்தைப் பாராட்டி துருவன் கைலாகு கொடுத்தான்.

"கலைப்பீட மாணவி ஒருத்திர அப்பா, வவுனியாவில இறந்திட்டார். அந்தப் பிள்ளை போக ஆமி கிளியரன்ஸ் குடுக்கிறாங்க இல்ல... அதை விசிக்கிட்ட கதச்சி, உடனே அந்தப் பிள்ளை போக ஏற்பாடு செய்ய வேணும்..." கலைப்பீட மாணவர் தலைவர் துருவன் தன் கோரிக்கையை மாறனுக்குத் தெரியச்செய்தான்.

"இது உடனை செய்யவேண்டிய அலுவல்... வா... துணைவேந்தரிட்டை இப்பவே போய்க் கதைச்சு பிள்ளையை இண்டைக்கே அனுப்புவம்."

துருவனை அழைத்துச்சென்றான் மாறன்.

*

38

மேசையில் ஒரு கிண்ணத்தில் அவித்த மரவள்ளிக்கிழங்கும் இன்னொரு சின்னத்தட்டில், கட்டைச்சம்பலும் இருந்தது. பந்துலவும் நிரோஜனும் மாறி மாறி கட்டைச்சம்பலைத் தொட்டுத் தின்றனர். சிங்கக் கொடியில் படிந்த தூசியை துடைத்து அதனை நிமிர்த்தி வைத்தான் நிரோஜன்.

"என்னை இன்னும் சந்திமவைக் காணேல்லை..."

"......"

"புது மாணவர் ஒன்றியத் தலைவரை வாழ்த்தப் போட்டாரோ..."

பந்துலவுக்கு இல்லாத அவசரம் நிரோஜனுக்கு. இவன் கொண்டுவந்த விவரங்களை நிதானமாக வாசித்துக்கொண்டிருந்தான் பந்துல.

"மாறன் நியூ பிரசிடன்ட்..."

"......"

"துருவன் ஆட்ஸ் பக்கல்டி பிரசிடன்ட்..."

பந்துல தலையசைத்தான்.

"கம்பசிலை இனி மாறன்தான் ஜனாதிபதி... இல்லையில்லை... தமிழீழத் தேசியத் தலைவர்."

"......"

"கம்பசிலை இனி அவன் வைக்கிறதுதான் சட்டம்."

"......"

"உங்கடை ஆட்சி அரசாங்கத்தின்ரை ஆட்சி எல்லாம் அங்கை இல்லை..." நிரோஜனின் கண்கள்

விரோதத்தில் கொதித்தன. "கொஹெத சந்திம?" பந்துல எழுந்து அருகில் நின்ற சிப்பாயைப் பார்த்துக் கத்தத் துவங்கினான்.

பவ்வியமாக வந்து முன்னால் நின்றான் சந்திம.

"நேத்து சண்டையிலை மம சித்தி மகன், மத்தும குணரத்தின, ஓமந்தையில செத்தது.. அதான் போன் பேசினது... லேட் ஆகிட்டு சேர்..."

"உம்ப இஸ்ஸற வெலா மெரென்னத யன்னே..."

பந்துல கொதித்தான். அவன் சிவந்த கண்கள் இன்னும் சிவத்தன.

"இவன் இன்னும் ஏன் சாகல்லே..." முதலிலே செத்து தொலை எண்டது.."

"......"

"ஹரித நிரோஜ...?"

பந்துலவின் நையாண்டிச் சிரிப்பு சந்திமவுக்கு அச்சத்தைப் பெருக்கியது.

"மாறனை ஏதோ அப்பாவி எண்ட மாதிரிக் கிடந்தது..."

"......"

"அவன் படிக்கத்தான் வந்தனவன் எண்ட மாதிரி சொன்னீர்."

"படிப்பை மட்டுமே நம்பிற மாறன், மாணவர்களுக்கு நல்ல தலைவராக இருப்பான்... இதிலை தப்பு இல்லே."

சந்திம மன்றாட்டமாகச் சொன்னான்.

"ஸ்டூடன்ஸ் தப்பு செஞ்சா, யுனிவர்சிட்டி இருக்குது... அது கேக்கும் சேர். கிரான் கொமிசன் இருக்குது கேக்க... நாம அவங்களிலே தலை போடுறது சரி இல்லே சேர். அது இராணுவத்துக்குக் கெட்ட பேர் சேர்."

சந்திமவைப் பார்த்து நெருப்பாய் முறாய்த்தபடி அவன்மீது ஒரு கோவையைத் தூக்கி எறிந்தான் பந்துல. அதைப் பொறுக்கி வந்து வைத்தான் நிரோஜன்.

"குமணன் இயக்கத்திரை ரெயினிங் எடுத்தது எண்டது நாங்கள் விட்ட கதை..."

"......"

"ஆனால் மாறன் பிறந்ததிலை இருந்து புலி!"

"......"

"அவன் பிறவிப் புலி!"

"......"

"ரெயினிங் எடுத்திட்டு வந்திருக்கிறான்..."

"......"

"அவன் பச்சைப் புலி!"

"......"

"ஒருநாள் கரும்புலியாய் வந்து வெடிப்பான்!"

"......"

"எல்லாரையும் சுட்டுத்தள்ளுவான்!"

"......"

"உங்களுக்கு ஏலாட்டி மூடிக்கொண்டு போங்க... நான் செய்யிறன். என்ரை கையிலை தாங்க சேர். எல்லாத்தையும் என்னட்ட தாங்க."

சந்திமவை வெளியில் தள்ளிவிட்டு கதவைத் தடாலென மூடினான் பந்துல.

*

39

“**அ**ம்மா, அப்பா இல்லாத பொடியளுக்கு ஆளுக்கு ஐயாயிரம்படி குடுக்கச் சொல்லி ஒருத்தர் வெளிநாட்டிலை இருந்து கொஞ்ச காசு போட்டிருக்கிறார்... அதை இண்டைக்குக் குடுக்க வேணும்...” பெயர் விபரங்களை எழுதிக்கொண்டிருந்தான் மாறன். “முதலிலை இந்தப் பத்திரிகையை நோட்டீஸ் போட்டிலை ஒட்டியிட்டு வருவம்...” கீழ் மாடியில் உள்ள அறிவிப்புப் பலகையை நோக்கி நடந்தனர் இருவரும்.

“கிளிநொச்சியிலிருந்து மக்கள் இடப்பெயர்வு. நகரம் வெறிச்சோடியது.” வலம்புரிப் பத்திரிகையின் தலைப்புச் செய்தியைப் படித்துக்கொண்டே ஒட்டினான் மாறன். அவன் மனம் யாருமற்ற கிளிநொச்சி நகரத்தில் அலைந்தது. கண்கள் உதிர்ந்து விழுவதைப் போலிருந்தது. யாருமற்ற நகரத்தின் இருள், அவன் மனதில் உதிர்ந்தது.

“இயக்கம் விட்டுப் பிடிப்பாங்கள்... யோசிக்காதை.”

“முந்தி இருபது இருபந்தைந்து பக்கத்திலை வாற பேப்பர்...” மாறன் ஒருகணம் பத்திரியை உற்றுப் பார்த்துக்கொண்டு நின்றான்.

“இப்ப ஒரு பக்கமாய்... ஒற்றை நோட்டீஸாப் போச்சுது!”

தினக்குரல் பத்திரிகையை ஒட்டும் துருவனைப் பார்த்து பெருமூச்செறிந்தான்.

“மாறா! இஞ்ச பாரன்...”

"......"

"நேற்றிரவு ஒட்டியிருக்கிறாங்கள்."

"......"

"இறுதி மரண எச்சரிக்கை!"

"......"

"எல்டிடிஈ பயங்கரவாதிகளுக்கு ஆதரவு வழங்கியது, அவர்களை ஆதரித்துப் பேசியது, அவர்களிடம் பயிற்சி பெற்றது, அவர்களுக்கு இரகசியமான உதவிகளைச் செய்தது போன்ற காரணங்களுக்காக கீழ்வரும் ஆறு பேருக்கு மரண தண்டனை எச்சரிக்கை விதிக்கப்படுகின்றது. உங்களுக்கு விரைவில் மரண தண்டனை நிறைவேற்றப்படும்"

"இது என்ன உபத்திரம் துருவா?"

"குமணன், மாறன், துருவன், திலகன், யோகேந்திரம், பேராசிரியர் மகேந்திரன்..." துருவன் பெயர்களை அதிர்ச்சியோடு படித்தான். மாறன் நொறுங்கிப் போனான். தலையில் கைவைத்து யோசித்தான். முகம் பதறிச் சிவந்திட்டு.

"பேசாமல் பதவியை விட்டு விலகுவமோ."

மாறன், துருவனைப் பார்த்துக் கேட்டான்.

"நாங்க எல்லாத் தமிழ்மக்களையும் மாதிரி இயக்கத்த விரும்பிறம்... நேசிக்கிறம்... ஆனால், இயக்கத்திர நடவடிக்கைகளுக்கும் எங்களுக்கும் எந்தத் தொடர்பும் இல்ல..." துருவன் விவரித்தான்.

திரும்பி வரும்போதுதான் கவனித்தான் மாறன். மாணவத் தலைவர் அலுவலகக் கதவிலும் ஓர் அச்சுறுத்தல் சுவரொட்டி வெருட்டிக்கொண்டிருந்தது.

"இப்ப பதவி விலகினால், ஆமி சொன்ன குற்றச்சாட்டை மெய்யாய் ஏற்ற மாதி ஆகிரும் மாறன்..." துருவன் சொல்வது சரியென்றால்போல மாறனும் தலையசைத்து ஆமோதித்தான்.

"நான் பிறந்து வளர்ந்த இத்தனை காலமும் அப்பிடித்தான். தலைவர் மாமாவைக்கூட கண்டிருக்கிறன். அவை போராடுறினம். எங்களைப் படிக்கத்தான் சொன்னவை..." மாறனின் முகத்தில் உறுதி பூத்தது.

“இந்த யுத்த காலத்திலை பொடியளுக்கு செய்யவேண்டிய மனிதாபிமான வேலையள் எவ்வளவு இருக்குது” என்றான் மாறன்.

“அதோடை ஒருத்தரும் பதவியை பொறுப்பெடுக்க முன்வராத நிலையிலைதான் உன்னை குமணன் அண்ணா கேட்டவர்...”

“நாலுபேர் இந்தப் பதவிக்கு போட்டி போட்ட காலத்திலை நான் வரேல்லைதானே மச்சான்... யாருமே முன்வராத காலத்திலை இதை எடுத்திருக்கிறன்... எது வந்தாலும் பாப்பம்...” மாறன் உறுதி பூண்டான்.

விடுதி திரும்ப மாலை ஆகியிருந்தது. குமணன் அந்தச் சுவரொட்டியைத் திருப்பித் திருப்பிப் படித்துக்கொண்டிருந்தான். அவன் முகத்தில் அச்சமும் கோவமும் கலந்து வெளிப்பட்டன.

“இவங்கள் ஒரு முடிவோடைதான் இருக்கிறாங்கள்.”

“......”

“மாறா! ஓடுகிறவனைக் கண்டால் துரத்துகிறவனுக்கு இலேசாம்.”

“......”

“நீயும் ஓடுற வரைதான் பாதுகாப்பு.”

“அவங்கள் சும்மா வெருட்டத்தான் அண்ணை.”

மாறன் சொல்லிக்கொண்டே தனது மேல்சட்டைப் பட்டன்களை அவிழ்த்தான். குமணன் பதில் சொல்லாமல் கீழே குனிந்து யோசித்தான். “நாங்களும் பயந்து போட்டம் அண்ணை...” துருவனும் மாறனும் அருகில் அமர்ந்தனர்.

“நான் உள்ளுக்குள்ளை படுத்திருந்தனான். நிரோஜன் வந்து யோகேந்திரம் சேரிட்டை இந்த நோட்டீஸைக் குடுத்திட்டு, அவரின்ரை காலிலையும் சுட்டிருக்கிறான். உனக்குக் காலிலை, குமணனுக்குத் தலையிலை எண்டிட்டுப் போறானாம்...” குமணன் அதிர்ந்து போயிருந்தான்.

“யோகேந்திரம் சேர் இரத்தம் கொட்டக் கொட்ட இதைத் தந்திட்டு, என்னை வெளியிலை வரவேண்டாம் எண்டிட்டு, தானே சைக்கிளை எடுத்துக்கொண்டு கொஸ்பிட்டலுக்கு ஓடுறார்...”

குமணனின் கண்கள் உடைந்தன.

"நிரோஜன் நுனிக்கொப்பிலை ஏறி அடிக்கொப்பு வெட்டுறான்..."

"......"

"அதான் கவலை..."

அவன் விரக்தியில் தலையை அசைத்தான். பேசாமல் மூவரும் போய் அவரவர் படுக்கையில் படுத்துக்கொண்டனர். கண்ணயர்ந்தான் மாறன்.

பசி வயிற்றைக் கிள்ளவும் கண்களை கசக்கிக் கொண்டு எழுந்தான் மாறன். நேரம் பன்னிரண்டு மணியைக் கடந்திருந்தது. குமணனைக் உந்தத் தெல்லியில் காணவில்லை. அவன் படுக்கை வெளித்துக் கிடந்தது. மாறன் எழுந்து பொது அறைவரை சென்று தேடிப் பார்த்தான். சாளரத்தைத் திறந்து பார்க்க, ஆலமரத்தின் கீழ் இரண்டு பேர் உலவிக் கொண்டிருந்தனர்.

*

தூரத்தே தெரியும் நெடுத்த பனைகள் போலான கட்டடங்களுக்குளிலிருந்து சூரியன் எட்டிப் பார்த்தான். மூன்று தேநீர்க் கிண்ணங்கள் மேசையிலிருந்து ஆவி பரப்பின. "தம்பியாக்கள் எழும்புங்கடா..." மாறனையும் துருவனையும் தட்டி எழுப்பினான் குமணன்.

"இரவு துலைக்கே அண்ணை போனனீங்கள்..."

மாறன் முதலில் அதைத்தான் கேட்டான்.

"நான் பின்னாலை வாழைத்தோட்டம் ஒண்டு இருக்கேல்லை அதுக்கை போய் படுத்திருந்தனான்..."

குமணனின் தொலைபேசி அலறியது.

"ஹலோ அம்மா கதைக்கிறன்... எப்பிடித் தம்பி இருக்கிற... ஆமி சுடப் போறன் எண்டு கொலைப்பட்டியல்லை உன்ரை பேரையும் போட்டவனாம். பேப்பரிலை படிச்சதெண்டு சுமதி சொன்னவள்..."

தொலைபேசியை தூக்கிக்கொண்டு பொது அறைக்கு ஓடினான் குமணன்.

*

40

யாழ் நகரத்தின் இருளின் அடர்த்தி பெரிதென்பதுபோல் இருந்தது இரவு. நிலவு பெரிதாய் வானத்தில் இருந்தும் மண்ணில் இருளின் தடங்கள். சாளரத்தைத் திறந்தால் இரவு ஒரு பேயைப்போல நுழைகிறது.

இரவெனப்படுவது பூட்ஸ் சத்தங்களால் ஆனவை. "நாய்கள் இரவுமுழுக்க உறக்கமின்றி குரைக்கின்றன." மாறனின் மூடிய கண்மடல்களுக்குள்ளும் இருள் நுழைந்து பரவியது. போர்வைக்குள் இருளின் கரங்கள் அவனைத் தீண்டின. நிசப்தம் குலைந்த இந்த இரவு நெடுத்த பொழுதாயிற்று.

மூன்று அடுக்குகளைக் கொண்ட கட்டிலின் மேல் அடுக்கு வெளித்துக் கிடந்தது. "நேற்றிலை இருந்து குமணன் அண்ணையைக் காணேல்லை..." மாறன் போர்வைக்குள் முணுமுணுத்தான். "முந்த நாளும் ரெண்டு பேர் முகத்திலை கறுப்புத்துணி கட்டித்து வந்து தேடினவங்களாம்..." துருவன் சொல்வதைக் கேட்கவே மாறனுக்கு உடல் கூசியது. அவன் சுவருடன் முட்டிக்கொண்டு கிடந்தான்.

"டக்டக்டக்.... டக்டக்டக்..." கதவு அதிர்ந்தது.

"...."

"டக்டக்டக்... டக்டக்டக்..." மாறன் திடுக்கிட்டு எழுந்தான். துருவன் வந்து மாறனுக்குக் கிட்டவாக அமர்ந்துகொண்டான்.

"......"

"நான் குமணன்... மாறா, கததவைத் திற."

“......”

ஓடிச் சென்று மின்குமிழை ஒளிரச்செய்து, கதவைத் திறந்தான் மாறன். குமணன் உள் நுழைந்ததும் கதவைப் பூட்டிக் கொண்டான்.

“எங்கை அண்ணை போனனீங்கள் இவ்வளவு நேரமும்?”

“நிரோஜனும் இன்னொருத்தனும் என்னைத் தேடி வாறாங்கள்... போடத்தான்...” மாறன் அதிர்ந்தான்.

“......”

“இரண்டாவது பில்டிங்கிலை கூரைத் தகட்டுக்குள்ள கொஞ்சப் பலகை அடுக்கி, அதுக்குள்ளை கிடந்தனான்.”

“......”

“இரவு, பகல் எல்லாம் ஒருமாதிரித்தான்... நித்திரையில்லை... நிம்மதி இல்லை.... இப்பிடி இருக்கிறதுக்கு, பேசாமல் செத்துப் போயிரலாம்!”

“......”

“சாகத் துணிந்தவனுக்கு சமுத்திரம் முழங்கால்!”

குமணன் வெறுப்பில் உழன்று உமிழ்ந்தான்.

“பசிக்குது மாறா என்ன கிடக்குது... சாப்பிட...” மாறன் எழுந்து சென்று அலமாரியைத் திறந்து தேடினான். சில பிஸ்கட் பைகள் இருந்தன. மளமளவென அதை உடைத்துச் சாப்பிட்டான். கைகள் நடுங்கின. பிஸ்கட் தொண்டைக்குள் அடைக்க, மளமளவென தண்ணீரைக் குடித்தான்.

“பேய்ப்பசியடா...” சாப்பிட்டுச் சற்றைக்கு இளைத்தான்.

“......”

“சரி, படுங்கோ... நானும் படுக்கிறன்.”

அயர்ந்துபோனான் மாறன். ஒரு கண் நித்திரை கொண்டவன் விசுக்கென கண்விழித்தான். குமணின் படுக்கை வெளித்துக் கிடந்தது.

*

விடுதிக்குத் திரும்பி உடையை மாற்றிக்கொண்டிருந்தான் மாறன். “குமணன் அண்ணையைக் கண்டு ஐஞ்சு நாளுக்கு

மேலை... அந்த பில்டிங்கில போய், மேலை ஏறி கூப்பிட்டுப் பாப்பமே...” துருவனை அழைத்துக்கொண்டு சென்றான் மாறன்.

மாணவர்களின் நடமாட்டம் குறைய சாளரம் வழியாக, சுவரின் வழியாக கூரைத்தட்டுக்குள் ஏறினான் மாறன்.

“அண்ணை... அண்ணை...”

“......”

“குமணன் அண்ணை... குமணன் அண்ணை...”

“......”

மாறன் சிறிதுதூரம் உடலை நகர்த்தி உட்சென்றான். பலகைகளால் செய்யப்பட்ட படுக்கை வெளித்துக் கிடந்தது. தலைமாட்டில் காய்ந்துபோன சில வாழைப்பழத் தோல்கள். ஒரு புத்தகம். எரிந்து முடிந்து நிலத்துடன் உருகிய மெழுகுதிரி. வெறுமையுடன் இறங்கினான் மாறன்.

சாப்பாடு கட்டுப்பொதி விரிபடாமல் இருந்தது. மாறன் சாளரங்களைத் திறந்து வெளியில் பார்த்தான். இருள் மண்டத் துவங்கியது. ஆலமரத்தில் பறவைகள் எதுவும் இல்லை. ஒற்றைத் தென்னையும் வெறுமையில் உழன்றது. தெரு வெளித்துக் கிடந்தது. மாறன் ஒரு கதிரையில் இருந்து கண்ணை மூடிக் கொண்டான்.

திடீரென பூட்ஸ் சத்தத்தில் விடுதியின் சுவர்கள் அதிர்ந்தன. மாறன் எழுந்து சாளரத்தைத் திறந்தான். விடுதியின் நாலாபுறமும் வெளிச்சம். திபுதிபுவென படைகள் நுழைந்தன. விடுதியின் அறைக் கதவுகளைக் தட்டினர் சிப்பாய்கள்.

“எல்லாம் கை பின்னாலை கட்டி, லைன்ல போய் கொஸ்டல் முன்னாலை உக்காரு...” மாறனுக்குச் சொல்லி கைகளால் அதட்டினான் ஆமிக்காரன்.

ட்ரக்கில் இருந்து இறங்கினான் பந்துல. பின்னால் முகத்தை கறுப்புத்துணியால் மூடியபடி நிரோஜன். கறுப்புத்துணியில் அவன் கண்கள் மிரட்டின. எல்லோரும் அடிமைகள்போல் இருத்தப்பட்டிருந்தனர்.

“குமணன் எங்கை இருக்கிறது சொல்ல வேணும்... உள்ள அவருக்கு வேலை இல்லை. படிப்பு முடிஞ்சா வீட்ட போறது... அவர் எல்டிடி துவக்கு வைச்சு ஆமியை சுடுறதுதான் வேலை...” பந்துல ஒலிபெருக்கியில் உளறிக்கொண்டிருந்தான். விடுதியை

சல்லடையிட்டு தேடிக்கொண்டிருந்தனர் ஆமிக்காரர்கள். கூட்டத்தில் இருந்த மாறனைக் காட்டி பந்துலவின் காதுக்குள் நிரோஜன் முணுமுணுத்தான்.

ஓர் ஆமிக்காரன் வந்து மாறனை அழைத்துச் சென்றான்.

"நியூ லீடர் மாறன்... பிரபாகரன் வளர்த்த எல்டிடிஈ!"

"......"

"ஒயாலாகே அன்ரன் பாலசிங்கம்.... குமணன் கொஹத?"

"......"

"நீதான் சப்பாடு குடுத்து ஒளிச்சு வைச்சது. ஒக்கம அறியும்..."

"......"

"இரண்டு பேரும் கொஸ்டல்லே பிஸ்டல் சுட்டு பயிற்சி எடுக்குறது?"

"......"

"ஆமியைச் சுட நீயும் பிஸ்டல் வைச்சிருக்கிறது தெரியும்..."

"......"

"வாய் திறந்து சொல்றது... கொஹெத குமணன்?"

"......"

"ஹுத்திகெ புத்தா..."

கையை ஓங்கிக்கொண்டு வந்தான் பந்துல.

"அவர்... எங்கை எண்டு... தெரியாது."

"......"

"இப்ப... கொஸ்டல்லை... அவர் இல்லை..."

மாறனுக்கு வார்த்தைகள் தடுமாறின.

ஓர் ஆமிக்காரன் ஒரு சோடி செருப்புடன் வந்தான். "இது குமணன் போடுற செருப்பு... அவன் இங்கைதான் பந்துல விடுதிக்குள் நுழைந்தான். முதலில் அறையை சல்லடையிட்டான். ஒவ்வொரு கட்டங்களாக தேடிக்கொண்டு வந்தான். மாணவர்கள் அசைய முடியவில்லை.

"குமணன் அண்ணை இஞ்சை இல்லைபோல. எங்கையோ போட்டார்..." துருவனின் காதில் மொள்ளமாகச் சொன்னான் மாறன்.

இரண்டாவது கட்டடத்தில் நுழைந்தான் பந்துல. மூன்றாவது மாடியை நெருங்கினான். சுவரில் கால் தடங்கள். சிப்பாய்களை அழைத்துக்காட்டினான். ஒரு சிப்பாய் மளமளவென சுவரில் ஏறி கூரைக்குள் நுழைந்தான். காய்ந்த வாழைப்பழச் சருகுகள் படுக்கையின் தலைமாட்டில் கிடந்தன. ஒரு புத்தகம். குமணனின் கை தொலைபேசி. பந்துல அதனைத் தட்டினான். படுக்கையாக அடுக்கப்பட்ட பலகைகளை எட்டி உதைந்தான் சிப்பாய். அது பொலபொலவென நிலத்தில் வந்து விழுந்தது.

இராணுவத்தினர் விடுதி அறைகளை விட்டு, வெளியேறினர். பந்துல மாணவர்களுக்கு முன்னால் வந்து நின்றான். "ஆமிக்கு அரசாங்கத்து எதிரா நடந்தா மம சுட்டுப் பொசுக்குறது..." கைத் துப்பாக்கியை நீட்டி மிரட்டினான்.

"நீர் உள்ள மட்டும் மீன் குஞ்சு துள்ளும்... கவனம்..."

மாறனின் காதில் விழும்படி சொல்லிக்கொண்டு நடந்தான் நிரோஜன்.

"என்ன குமணனைக் காணேல்லையே..."

பந்துலவை நக்கலாகப் பார்த்தான் நிரோஜன்.

"குமணன் இருக்கிற இடத்தை நான் காட்டித் தாறன்... இப்ப என்னோடை வாங்கோ பந்துல சேர்..." ட்ரக் புகை எழுப்பிக் கொண்டு கிளம்பியது. இராணுவத்தை நிரப்பிய வாகனங்கள், முகாமை நோக்கி நகர்ந்தன.

அறை அலங்கோலமாக சிதறியிருந்தது. "எல்லாத்தையும் கிண்டிப் போட்டிருக்கிறாங்கள்..." மாறன் புத்தகங்களை எடுத்து வைத்தான். "துருவன், இஞ்சை பாரன்... ஈரக்காலடி... குமணன் அண்ணை ஆமி வெளியேறின உடன வந்து போயிருக்கிறார்..." நிமிர்ந்து உடை மாட்டும் ஆணியில் குமணனின் சட்டையைக் காணவில்லை. அந்த ஈரக் காலடியை பின்தொடர்ந்தான் மாறன். பின்னால் துருவன். "தண்ணி டாங்குக்குள்ளை ஒளிச்சு இருந்திட்டு, எங்கையோ பாதுகாப்பாய் போயிற்றார் குமணன் அண்ணை..." மாறன் பெருமூச்செறிந்தான்.

*

நிலவு பாழடைந்த நகரின் சுவரிடுக்கில் ஒளிந்திருந்தது. எங்கும் மரணத்தின் வாசனை. சவப்பெட்டிகள் அதிகம் வாங்கப்படும் நகரத்தில் கல்லறைகள் பெருகிக் கொண்டிருப்பதாகப்பட்டது

குமணனுக்கு. இன்றும் யாரோ எரிக்கப்பட்டுள்ளனர். சிதையிலிருந்து தீ கனன்றது. புகை அடங்காமல் எழும்பி வீசிக் கொண்டிருந்தது. 'என்னை மாதிரியே ஒரு இளந்தாரியாயும் இருக்கும்... குமணன் எண்ணிக்கொண்டு ஒரு கல்லறையின் பின்னால் படுத்திருந்தான்.

மயானம் எங்கும் அடர்ந்த எருக்குமரங்கள். நிலவொளியில் ஒரு செவ்வெருக்கம் பூ மினுங்கியது. கண்களை மூடிக்கிடந்தான். தூரத்தில் வீதியில் ஒரு மோட்டார் சைக்கிள் செல்லவும் பதுங்கியிருந்து பார்த்தான்.

'அம்மாவோடை ஒருக்கால் பேசவேணும்போலக் கிடக்குது.. அப்பா இப்பை எப்பிடி இருக்கிறாரோ...' கல்லறைக்குள் நெருஞ்சி படர்ந்த பற்றைக்குளிருந்து நினைவுகளை அடைகாத்தான் குமணன்.

'ஒரு வகையிலை நானும் உங்களை மாதிரித்தான்...' திருமகளின் முகம் நெஞ்சிற் பொரும... திடுக்கிட்டு கண்விழித்தான் குமணன்.

ஆட்காட்டிப் பறவையொன்று தலைக்கு மேலால் கத்திச் சென்றது.

*

41

வாகைமரத்தின் முகம் வாடிற்று. காலை மடக்கி கல்லிருக்கையில் இருப்பது நடக்காத காரியம். கைகளின் தழும்பில் துளித் துளியாக கசியும் குருதி. தாழ்ந்துவிட்ட கண்களுக்குள் அரிசியை நிரப்பும் குழிகள். நைந்த தேகத்தில் வசீகரம் தொலைந்திற்று. தோள்கள் கூனி வளைந்து போயின. வெறித்துப் போன குமணனின் பார்வையின் முன்னால் ஒருத்தி.

ஒருபோதும் கண்டிராத அவள் முகம் எங்கோ பார்த்ததைப்போலிருந்தது. 'சிறையால் வந்ததுக்குப் பிறகு எல்லாரும் என்னைக் கண்டால் ஓடுவாங்கள்... இவள் ஆர் என்னைத் தேடி வாறாள்...' குமணன் அசிரக்தையாகப் பார்ப்பதை அவள் உணர்ந்து கொண்டிருக்க வேண்டும்.

"நீங்கள் சாப்பாடு எடுக்கிற அன்ரியின்ரை மகள்தான் நான்..."

"......"

"நீங்கள் சிறையாலை வந்து கொஸ்பிட்டல்லை அனுமதிக்கப்பட்ட தருணம், நானும் உங்களைப் பார்க்கிறானான்..."

"......"

"நேசிங் ரெயின்ங்கிலை இருக்கிறன்..."

"......"

"உறங்கவே முடியாமல் புலம்புவியள்..."

"......"

"சிலநேரம் நான்தான் மயக்க ஊசி போடுறானான்..."

"......"

“காலமை சாப்பிட வரேல்லை எண்டு அம்மா உங்களைப் பார்த்தரச் சொன்னவா...”

சொல்லியபடி ஒரு புன்னகையை மருந்தாய் உதிர்த்து நடந்தாள். ‘திருமகள் உள்ளுக்கை என்ன செய்யிறாய்... சாப்பாட்டு அன்ரி அழைக்கும் மகள் இவளைத்தானா?’ காயம்பட்டவனின் கண்களையும் கவர்ந்து சென்றாள். சிதலூறிய நெஞ்சிற்குள் ஓர் இளநீரை ஊற்றினால்போல் குளிர்ந்திற்று.

*

சமையல் இன்னும் முடியவில்லை. சாப்பாட்டு அன்ரி இன்னும் ஏதோ புதுவிதமான கறியொன்றை சமைத்துக்கொண்டிருந்தாள். மேசையில் ஏற்கெனவே கறிவகைகள் நிறைந்துவிட்டன.

“காணும் அன்ரி...”

“......”

“ஏன் கனக்க?”

“......”

“என்னால் இப்ப பெரிசாய் சாப்பிட ஏலாது.”

கறிக் கிண்ணங்களைத் தள்ளித்தள்ளி வைத்தான் குமணன்.

“முந்தி புட்டு காணாது என்பாய்... ஒரு நீத்துப்பெட்டி புட்டு வேணுமே.”

“......”

“இரண்டு முட்டையைப் பொரிச்சுத் தரச்சொல்லிக் கேட்பாய்.”

சாப்பாட்டு அன்ரி ஆவி பறக்க சோற்றைப் தட்டில் போட்டு அகப்பையால் தட்டிப் பரப்பினாள். மொட்டைக் கறுப்பான் சோறு சிவத்துப் பூத்திருந்தது.

“சரியாய் அடிச்சு முறிச்சுப் போட்டங்கள் அன்ரி.”

“......”

“இப்பவெல்லாம் பசியே எடுக்குதில்லை.”

“......”

“குடல் சுருங்கிப் போச்சுது அன்ரி.”

குமணனின் முகத்தில் வலியின் கோடுகள் மிதந்தன.

வெண்கலச் செம்பில் தண்ணீரை நிறைத்து அள்ளி வந்து வைத்தாள் திருமகள்.

“எட்டிக்கூட உன்னைப் பார்க்க மாட்டாள்...”

“......”

“கொஸ்பிட்டலிலை நீ கிடந்த கோலத்தைக் கண்டு துடிச்சிட்டாள்.”

“......”

“ஒவ்வொரு நாளும் உன்னைப் பற்றித்தான் வந்து பறைவாள்.”

திருமகள், இவனுக்கு பழங்களை வெட்டி வைத்தாள்.

கறுத்துத் திரண்ட அவள் புருவங்களின் கறுமை வெண்மையாய் பிரகாசித்தது. சிவத்து விரிந்த உதடுகளில் ஈர மழை. பருத்து நிமிர்ந்த மார்புகளை இரட்டைப் பின்னல் தொட்டுத் தழுவிற்று. அகண்ட விழிகளில் தெய்வத்தின் சாயல். தேன் வழியும் கன்னங்களில் ஒரு குழந்தமைச் சிரிப்பு. கறிகளைப் பரிமாறும் அவள் கை இவனில் படவும் எப்போதே தீண்டிய ஒரு தொடுகை. எப்போதோ தழுவிய இதம். எப்போதோ நலமூட்டிய கரங்கள்.

*

வாழை மரங்களுக்குள் கூடு கட்டும் மஞ்சள்குருவிகளுக்கு என்ன நம்பிக்கையோ. ஒரு புறமாக வெட்டி வீழ்த்தப்பட்டு குலை எடுக்கப்பட்ட வாழைகள், ஆயுளின் சொற்பதைப் புசத்தியபடி கிடக்கையிலும் கூடுகட்டி முட்டையிடுகின்றன. ஒரு வாழைத்தண்டில் தலை சாய்த்திருந்தான் குமணனை. மஞ்சள்குருவியொன்று கண்களைத் ததுப்பியபடி கூட்டின் வாசலில் நின்றது.

சுருங்கிய குடலுக்குள் பசி ஒரு மெல்லிய நெருப்புக் கோடாய் வயிற்றைக் கிழித்தது. ‘இப்ப வெளியிலை போனால் நிரோஜன் கண்டிருவான்.’ வயிற்றைத் தடவிவிட்டுக் கண்களை மூடிக்கொண்டான் குமணன். பசியில் கண்கள் இருண்டன. ஒடுங்கிய வயிறு இன்னும் சுருங்கிற்று.

குமணனால் கண்களைத் திறக்க முடியவில்லை. கண்கள் சொருகிக்கொண்டன.

சாப்பாட்டின் வாசனை மயக்கத்தைக் கலைக்கிறது. அது அன்ரியின் சமையல். அது திருமகளின் பரிமாறுகை. பசியில் வரும் கனவென நினைத்துக்கொண்டான். அவனைத் தீண்டியது ஒரு கை. ஒருநாள் தலையை வருடிய அதே கை. அவன் நெற்றியை வருடிய அதே கை.

கண் முழித்தான் குமணன். திருமகள் ஒரு பையுடன் நின்றிருந்தாள்.

வாழைஇலையை நிலத்தில் விரித்து அவனை இருத்தினாள். கொண்டு வந்த சாப்பாட்டை ஒரு வாழைஇலையில் விரித்துப் பரிமாறினாள். அவன் கண்கள் கரையத் துவங்கின. துடைத்துக் கொண்டாள். அவனுக்கு ஊட்டினாள். உதடுகள் நடுங்கின. கண்ணீர் சோற்றுடன் பிசைந்திற்று.

'நின்ற வரையில் நெடுஞ்சுவர், விழுந்த அன்று குட்டிச்சுவர் என்ற நிலமை...' திருமகளின் நினைவுகளில் பெருமூச்சு பொருமியது. சாப்பிட்டவன் வாழைத்தண்டில் பசிக் களைத்து தீர்ந்து சரித்திருந்தான்.

"இப்பிடி வர உனக்குப் பயமில்லையா?"

அவள் முகத்தில் மனம் கமிழ்ந்தது.

"ஒரு வகையிலை நானும் உங்களை மாதிரித்தான்."

"......"

"நீங்கள் உயிருக்குப் பயந்து தலைமறைவாய் இருக்கிறியள்."

"......"

"நான் கற்பைக் காப்பாற்ற தலைமறைவாய் திரியிறன்!"

"......"

"குடியில் பிறந்த பெண் வயிறெரிந்தால் கொடியில் காயிற துணி எரியும்!"

அவள் கண்கள் தீஞ்சுடரில் நனைந்திற்று.

*

நினைவற்றுக் கிடக்கும் குமணனே கண்களுக்கு முன்னால் வர, சைக்கிளை மிதித்தாள் திருமகள். பாலாலி வீதியில் ஆமிக்காரர்கள் ரோந்து சென்றனர். குனிந்தபடி சைக்கிளை மிதிக்கும் திருமகளின் முன்னால் கறுப்புத்துணியை மூடிய சிப்பாய்கள். இவள் வெருண்டாள். திகைத்து நடுங்கினாள்.

ஒருவன் முன்னால் வந்து கறுப்புத்துணியை விலக்கினான்.

"இஞ்சை பாரு... நான் உன்னை லவ் பண்றன்!"

"......"

"நீ என்னை லவ் பண்ணித்தான் ஆகவேணும்!"

"......"

"வேற வழியில்லை."

உள்ளம் தீயெரிய... உதடு பழுஞ்சொரிய நிரோஜனின் கண்களில் காமவெறி அடர்ந்திற்று. சிகரட் படிந்து தார்ச்சாலையென ஆகிவிட்ட அவனுதடுகள் தன்னை குதறத் துடிப்பதைப்போல உணர்ந்தாள் திருமகள். இராணுவச் சீருடைகளிலிருந்து வரும் நாற்றம் வயிற்றைக் குமட்டிற்று.

அறையை மூடிக்கொண்டு அழுதாள் இருட்டில். அவள் கண்ணீரும் வார்த்தைகளும் இருளில் கரைந்தன. குலைந்த இரவின் கனவுச் சிதறல்களெங்கும் இராணுவச் சீருடையுடன் நிரோஜன் கலைக்கத் துடித்தேபோனாள். அறையெங்கும் ஊடுருவிய அவன் நாற்றம் மூச்சை அடக்கியது. அவள் கண்களில் தீராத இரவின் கருமை படிந்திற்று.

*

'பரமேஸ்வராச் சந்தி வராமல், வீடு திரும்பும் இந்த வழியொன்றே இப்போதைய ஆறுதல்' நினைத்தபடி ஒரு சந்தியால் வளைந்து நுழைந்தாள் திருமகள். அதிலும் இராணுவமும் இல்லை, நிரோஜனும் இல்லை என்ற பெருமூச்சு. இன்னொரு சந்தியில் சைக்கிளைத் திருப்பினாள்.

இருண்ட கண்களுடன் போதை தெளியாத ஆட்டத்துடன் நின்றான் நிரோஜன். அவன் கைகளை உலுப்பினான். கண்களைப் பிரட்டி மிரட்டினான். நாக்கை நீட்டி மடித்து துண்டுகளாய் பிளப்பதைக் கடித்தபடி நெருங்கினான். திருமகள் திடுக்கிட்டாள். எட்டி அவள் சைக்கிளைப் பிடித்து உலுப்பினான்.

பேய் பிடித்தவனாய் சதிராடினான்.

"என்ன லவ் பண்ணக் கேட்டால்... என்ன ஒளிச்சுத் திரியிறாயடி..?"

அவள் மௌனம் அவனைச் சுட்டது. அவள் நிராகரிப்பு அவனை ஒரு பாழாங்கிணற்றில் தள்ளியது. அவள் பார்வை முகத்தில் அறைந்திற்று.

"பிறகு வேற சம்பவம்தான் நடக்கும்..."

நிரோஜனின் கண்கள் அகோரத்தில் கொதித்தன.

"தெரியும்தானே புகழனிக்கு நடந்தது?..."

"......"

"உனக்கும் அப்பிடி நடக்கத்தான் ஆசையோ..."

திருமகள் காளியாகத் துவங்கினாள். கண்களில் அழல் பொங்கியது.

"நாங்கள் அற்ப ஆயுசுக்காரனக் கட்டித் தாலியறுக்கவும் தயாரடா..."

"......"

"அறுதலி எண்டாலும் பெருமையாய் சொல்லுவம்..."

"......"

"உன்னைமாதிரித் தரங்கெட்ட நாயளைக் கண் கொண்டும் பார்க்க மாட்டமடா!"

தீப்பிடித்த விரல்களை நீட்டி அகோரியாய் கறுவினாள்.

"நாயே! நீ எல்லாம் ஒரு மனுஷன்..! த்தூ..!"

அவள் மார்பு கனன்று கொதித்திற்று.

"அவங்கள் போடுற அஞ்சுக்கும் பத்துக்கும் அவங்கட காலக் கழுவிக் குடிச்சுக்கொண்டு திரியிற நீ, நாளைக்கு வயிறு வளக்கிறதுக்கு எங்களையும் வேசையளாய்ப் பங்குபோட்டு கூட்டிக்குடுத்து மேஞ்சுகொண்டு திரிவாயடா!"

அவன் சீருடை அவள் கனல் தெறிக்கும் சொற்களில் கருகத் துவங்கியது.

"சுத்த வீரனுக்கு உயிர் துரும்பு!"

". ...."

"நீ செத்த பாம்பு..!"

"......"

"மானமும் ஈனமும் இல்லாத உதவாக்கரை..!"

".."

"ஆமியை அண்டிப் பிழைக்கிற நாய்..!"

"......"

"ஈனப்பயலே..! நீ எல்லாம் புழுத்துத்தானடா சாவாய்..!"

சாபத்தின் நிழல் பட அவனுடல் கறுத்துப் பொசுங்கிற்று.

"உன்ரை வாயிலை நீயே மண்ணைப் போடுறாய்..!"

"......"

"நீ, உந்த ஆமின்ரை கையாலதான் ஒரு நாள் வெடி வாங்குவாய்..!"

தீபச்செல்வன் | 255

“......”

“இந்த மண்ணுக்கு குட்டிச்சுவராய் இருக்காதை..!”

பூமியே தலையில் இடித்ததுவாய் நிலத்தில் வீழ்ந்தான்.

“ஆ... ஆ...”

நிரோஜன் தடுமாறினான்.

“என்ன... கொழகொழத்த நாக்கு அடங்கிட்டுது..?”

திருமகள் வெகுண்டு பெரிதாய்ச் சிரித்தாள். ஆத்திரம் தாங்காத நிரோஜன் பிரடி மயிரைப் பிடித்து தற தறவென அவளை இழுத்துச் சென்றான்.

“என்னடி, நாக்கு நீளுது?”

கைகளை உதறிப் போராடினாள். அவளுடல் நிலத்தைக் கிழித்து உழுதது. அவள் பிறடியைப் பிடித்து, முகத்தை கிட்டவாகக் கொண்டுசென்றான்.

“நானும் ஆமியும் உன்னை கெடுத்துக்கொண்டு எறியேக்குள்ளை யார் புளுக்கிறது... எது புளுக்கிறது எண்டு பாரு!”

தள்ளி எறிந்தான் அவளை. வெகுளும் அவள் கண்களில் மிளாசுகிற நெருப்பைச் சகிக்கமுடியாதவனாய் முதுகு காட்டி ஓடத் துவங்கினான் நிரோஜன்.

‘முருங்கை பருத்தாலும் தூணாகுமா?’ திருமகள் ஒரு நமட்டுச்சிரிப்புடன் அவனை தணியாமல் வெறித்துப் பார்த்தாள்.

*

“**ஊ**றி ஆற்றினால்தான் புண் ஆறும்...”

கண்களைப் பொத்திக்கொண்டு விம்மினாள் திருமகள். குமணனுக்கு ஆத்திரம் பொங்கியது. அவளுதடுகள் துண்ணெனத் துடித்தன. கல்லறைகள் வெளித்துக் கிடந்தன. அவள் கொண்டுவந்த உணவுப் பொட்டலம் கல்லறையிற் கிடந்து உலர்ந்தது. மயானத்தின் மௌனத்தில் நினைவுகளால் உழன்றான் குமணன்.

*

42

சீமெந்தால் கட்டி எழுப்பி முள்ளுக்கம்பி பதிக்கப்பட்ட சுவரில் சித்ரவதையின் ஓவியங்கள். உடைத்த பிசுங்கான் போத்தல் துண்டுகளால் இடையிடை சில வரிகளில் தலைமுடிகளும் காய்ந்த சதைத்துண்டங்களும். நேற்றும் யாரோ சுவருடன் தேய்த்து இழுக்கப்பட்டதைப்போல உலராத குருதியின் நிணம் எழுகிறது. மூடுண்ட அறைகளுக்குள் முனகல்களும் விசும்பல்களும். முட்கம்பி சுற்றிய பொல்லுகள். குருதிக்கறை படிந்த கூரான தடிகள். எவரைக் கொண்டுவந்து சித்ரவதை செய்யப் போகிறார்களோ என்ற பதற்றம் சந்திமவின் முகத்தில் உக்கிரமாய் வழிந்தது. உறைந்த குருதிக்கட்டியில் இலையான்கள் ஊஊவென மொய்த்தன. 'ஒரு துளி குருதியும் வீணாக மண்ணில் சிந்தக்கூடாது' என்ற அவன் தாய் கீர்த்திகேயின் குரல் அடி நெஞ்சில் ஒலித்திற்று.

*

கொழும்பு நகரெமெங்கும் இனவாதத் தீ எரிந்து கொண்டிருந்தது. கறுப்பு ரயர்களின் புகை, நகரத்தைத் தீண்டியது. தமிழர்களைக் கண்டமேனிக்கு கொன்று வீசுவதாக புத்திக சொல்லியிருந்தான். எங்கும் முகம் தெரியவில்லை. இரண்டு, மூன்று நாட்கள் என வன்கொலை தொடர்ந்தது.

"வெளியில் போக வேண்டாம்!" கீர்த்திகே தடுத்தாள்.

"ஒரு தமிழ் உயிரையாவது காப்பாற்ற வேண்டும்..."

"......"

"அதற்காக நான் இறந்தாலும் நீ கலங்கக் கூடாது.."

புத்திக அவளின் கன்னங்களை தடவிக் கெஞ்சினான்.

"மனிதர்களை கருணையின்றிக் கொல்பவர்களின் கண்ணில் நீங்கள் தமிழனாகவும் தெரிவீர்கள்.."

"......"

"போக வேண்டாம்..." சந்திமவின் முகத்தைக் காட்டியும் தடுத்தாள் கீர்த்திகே.

அவன் கைகள் உயிர்களைக் காக்கத் துடித்தன. ஓடி மறைந்தான் புத்திக.

ஆறுமாதக் குழந்தையான சந்திம அப்போதுதான் தூங்கியிருந்தான். கீர்த்திகே வெண்தேமாப்பூக்களை புத்தருக்கு வைத்தாள். போர்க்களம் சென்ற தலைவனுக்காய் உருகியிருக்கும் தலைவியைப்போல அவள் பிரித் ஓதி பொழுதுகளைக் கடந்திருந்தாள்.

குருதியூறிய சூரியனைப் பார்த்து பேரச்சம் கொண்டாள் கீர்த்திகே. மரணத்தின் வாசனையடிக்கும் இரவு கவிழ்ந்திற்று.

வீடு திரும்பியிருந்தான் புத்திக்க.

இவன் மேல்சட்டை முழுவதும் குருதியூறியிருந்தது.

குருதி காயாமலும் பிசுபிசுத்தது.

அவள் தொட்டுப் பார்த்தாள்.

விழி பிதுங்கக் கலங்கினாள்.

"இதில் தமிழனும் தெரியவில்லை. சிங்களவனும் தெரியவில்லை.."

கையிலிருந்த குருதியிற் பலவுயிர்கள் நடுங்கின.

"வீணாக உயிர்களை நாம் அழிப்பதற்குப் பதில் சொல்லித்தான் ஆக வேண்டும்." இரவு முழுதும் கீர்த்திகே உறங்காமல் இருந்தாள். பச்சிளம் குழந்தை ஒன்றை எரியும் தார்ப் பரலில் போட்டது புத்திக்கவின் கண்களின் முன்னால் வந்தபடியிருந்தது. அவன் திடுக்கிட்டான். நிர்வாணமாய் ஒரு பெண் ஈனக் குரலில் கதறிக் கிடந்தததை, அவளைக் காப்பாற்ற முடியாது போனதைச் சொல்லி, அவள் தோள்களில் சாய்ந்து ஓவென அழுதான்.

கதவு தட்டப்படும் சத்தம் கேட்டது.

"யாராவது உயிர் தஞ்சம் தேடி வந்திருக்கலாம்..!"

"......"

"நான் போய் கதவைத் திறக்கிறேன்."

புத்திக்க எழுந்து சென்றான்.

வெளியில் யாருமில்லை. சற்றுத் தூரம் நடந்து பார்த்தான். யாருமில்லை. தூரத்தில் நகரம் இன்னும் எரிந்துகொண்டிருந்தது. வானம் கறுப்புப் புகையால் நிலவை மறைத்திற்று. இவன் மனம் இன்னும் கனத்தது.

புத்திக்கவின் இடப் பக்கத் தோளின்மீது விழுந்தது ஒரு வெட்டு, பின்னாலிருந்து. இன்னொரு வெட்டு அவன் முதுகில். அவன் குருதி தேமாச் செடிகளில் தெறித்தது. மிரண்டு நடுங்கியபடி பார்த்தான், அது பக்கத்து வீட்டுக்காரர்கள்.

"மகே கீர்த்திகே.."

உதிர்ந்து வாடிய தேமா மலர்களில் சரிந்தான் புத்திக்க.

*

வெண் சேலைத்தலைப்பால் கண்களைத் துடைத்தாள் கீர்த்திகே. அவளின் நரைத்த கேசங்கள் நடுங்கின. பேருந்து புறப்பட இன்னும் பத்து நிமிடம் இருப்பதாக நடத்துனர் சொல்லிக்கொண்டே போனார்.

"மகே புத்தா..."

சந்திமவின் முகத்தில் தேமா மலரின் ஈரம் படர்ந்திற்று.

"எல்லாரும் இராணுவத்துக்குப் போறது... எல்டிடியையும் தமிழரையும் கொல்ல!"

"......"

"நான் போறது ஒரு தமிழ் உயிரையாவது காப்பாற்ற..."

"......"

"எந்த உயிரையும் அழிச்சு இரண்டு நாட்டையும் ஒன்றாக்க ஏலாது."

"......"

"இது என் அப்பாவின் கனவு..."

அவள் கண்கள் இன்னும் வற்றிவிடவில்லை. பெருநதியாய் உருகினாள்.

"உன் தந்தையைப்போலவே இருக்கிறாள்..."

கீர்த்திகேயை அணைத்துக்கொண்டான் சந்திம.

"நான் என் தாயை மிகவும் நேசிக்கிறேன்..."

"......"

"அதுபோல உண்மையாக தாய்நாட்டையும் நேசிக்கிறேன்.."

".."

"தாய் நாட்டின் பெயரால் ஒரு இனத்தை அழிப்பது, பெரிய துரோகம்!"

"......"

"நாட்டுக்குச் செய்யிற துரோகத்தை தடுக்கப்போறன்!"

"......"

"அதுதான் என் தாய்க்குச் செய்யும் மரியாதை."

தந்தையின் புகைப்படத்தை மாத்திரம் பார்த்தே இவன் இப்படி வளர்ந்துவிட்டதை எண்ண அவளுக்குச் சிறுகப் பெருமையாகிற்று.

"அவர்களின் மொழியைத் தடை பண்ணி, அவர்களின் உரிமையைப் பறித்து அவர்கள்மீது யுத்தம் தொடுத்தது நாம்தான் என்பார் உன் அப்பா."

"......"

"நாம் செய்துவருகின்ற அத்தனை செயற்பாடுகளும்தான் தமிழீழத் தனிநாட்டை உருவாக்கியிருக்கிறது."

"......"

"ஒரு துளி குருதியும் மண்ணில் வீணாகச் சிந்தக்கூடாது... துப்பாக்கிக்கும் குருதிக்கும் எந்த இனமும் தெரிவதில்லை மகனே!"

கீர்த்திகே புன்னகையால் வழியனுப்பினாள்.

*

நினைவுகளில் அலைக்கழிந்தவன், பந்துலவின் பூட்ஸ் சத்தத்துடன் நிழலுலகிற்கு வந்தான். இன்னும் சில சிப்பாய்களும் வந்திருந்தனர்.

“கம்பஸ் பக்கம் ஏதும் பிரச்னே?”

பந்துலவின் கேள்வியில் வழமைக்கு அதிகமான அழுத்தம் இருந்தது. சந்திம ஏதுமில்லை என்றாற்போல தலையசைத்தான்.

“சரி, நா விசயத்துக்கு வாறது...”

“......”

“எனக்கு நேரம் இல்லை...”

“......”

“ரொம்பப் பிரச்னே...”

“......”

“இனி முன் காம்ப் பொறுப்பு சந்திம இல்லை.”

“......”

“இனி வேற ஒராளுக்கு...”

“......”

“ஏன் தெரியுமா..?”

“......”

சந்திமவின் விழிகள் காரணம் தெரியாமல் துடித்தலைந்தன.

“சந்திம மனஅழுத்தம் கூடி...”

“......”

“சூசைட் செஞ்சது..!”

அதிர்ந்து திகைத்தான் சந்திம. ஒரு மணித்துளியில் எல்லாம் முடிந்தது.

யாருக்கும் கேட்காமல் ஒரு வெடிச்சத்தம் அடங்கிற்று.

புத்திக்க அவன் கைகளைப் பற்றினான். கீர்த்திகே அவன் நெற்றியில் முத்தமிட்டாள். சந்திமவின் குருதி வழிந்தோடியது ஒரு வெண்நதியாய்.

*

ட்ரக்கை பந்துல ஓட்டிக்கொண்டிருக்க, முன்னால் நிரோஜன். திருநெல்வேலிச் சந்தி வரவும், இடது பக்கமாக திருப்பச் சொன்னான். மருத்துவ பீட வீதியில் நுழைந்தது ட்ரக். பொற்பதி சந்தி வரவும், மைதான வீதியில் விடச்சொன்னான்.

மைதான வாசலில் ட்ரக்கை நிறுத்தச் சொன்னான் நிரோஜன். பந்துலவை அழைத்துக்கொண்டு நடந்தான்.

நிரோஜன் கைகளை நீட்டிக் காட்டினான்.

பந்துலவின் முகத்தில் வெறி. அவன் தன் கைத் துப்பாக்கியை எடுத்தான். நிரோஜனும் இடுப்பில் இருந்து இன்னொரு கைத் துப்பாக்கியை எடுத்தான். பின்னால் இராணுவச் சிப்பாய்களும் சூழ்ந்துகொண்டனர்.

குமணனுக்கு நெஞ்சு படபடத்து உதறியது.

மெல்ல எழுந்தான் கல்லறையின் அருகிருந்து. அவன் மார்பில் இரண்டு துப்பாக்கிகளின் குண்டுகள் துளைக்க, அவன் கல்லறையின் மேலாய் வீழ்ந்தான். குருதி கல்லறையை நனைத்தது.

குமணனின் விழிகள் ஏங்கி வெளித்தள்ளின.

குமணனை அள்ளி மார்போடு அணைத்துக்கொண்டாள் திருமகள். நிலவு மட்டும் சாட்சியாகப் பார்த்துக்கொண்டிருக்கும் இராத்திரியில் நெஞ்சில் அடித்துத் துண்ணெனத் துடித்துக் குளறினாள். ஒலியற்ற தீனக்குரல் இரவில் கரைந்தது. மெலிதாகத் தொடங்கி இரவை குலைத்து கண்ணீர் பொழிந்திற்றுப் பெருமழை. அதைவிடவும் பெருத்த ஓலமழையாய் அவள் கண்ணீர் பெருகியது.

*

43

பல்கலைக்கழகத்தில் தலைகவிழ்ந்த தோரணங்கள் தொங்கின. ஒரு பெருத்த மந்திரப் புன்னகையுடன் குமணன் புகைப்படமாயிருந்தான். நண்பர்கள் கண்ணீரில் கதறிக்கொண்டிருந்தனர். மாறனும் துருவனும் தலையிலடித்துக் குளறியபடி இருந்தனர். மலரினி அதிர்ச்சியில் உறைந்துபோயிருந்தாள்.

'மாணவர் ஒன்றிய முன்னாள் தலைவர் சுட்டுக்கொலை' என்ற செய்தி பத்திரிகையின் முன் பக்கத்தில் இருக்க, 'கிளிநொச்சியை விட்டு புலிகள் வெளியேற, வெறும் நகரைக் கைப்பற்றிய இராணுவம்...' என இன்னொரு செய்தி. "மாறன், விசி உங்களை வரட்டாம்..." அழைத்தார் அலுவலர்.

"அவன் ஒரு பெஸ்ட் கிளாஸ் ஸ்டூடன்ட். சமூகவியல் துறையிலை ஒரு பேமினட் லெக்சராக வரக்கூடிய பொடியன்..." துணைவேந்தர் சொல்லிக் கொண்டிருந்தார். மாறனை தனக்கு அருகில் இருத்தினார் துணைவேந்தர். "இவை யழ்ப்பாண ஐ.நா. ஓபிஸிலை இருந்து வந்திருக்கினம்..." மாறன் அவர்களுக்கு வணக்கமிட்டு கைலாகு கொடுத்தான்.

"வன்னியிலை யுத்தம் செய்து எங்கடை மக்களைக் கொல்ற மாதிரி இங்கையும் நடக்குது. படிச்சு நல்லா வரவேணும் எண்டு நினைச்சவர் குமணன்... கல்வியாலை இந்தச் சமூகத்துக்குச் சேவை செய்யிறதுதான் அவரின்ரை லட்சியம்... எங்கடை கனவை இப்பிடி நாசம் செய்யுது அரசாங்கமும் அதின்ரைப் படையளும்..." மாறன், கண் கலங்கினான். ஐ.நா. பிரதிநிதிகளுக்கு மொழிபெயர்ப்பாளர் ஆங்கிலத்தில் எடுத்துரைத்தார்.

குமணனின் படுகொலைக்கு நீதி வேண்டி பல்கலைக்கழகத்தை முடக்கி தொடர் போராட்டத்தை அறிவித்தான் மாறன். பல்கலைக்கழ வளாகமெங்கும் கண்ணீருடன் குமணனின் முகம் பதிந்த சுவரொட்டிகள்.

அவன் சிரிப்பொலி கேட்பதைப் போலிருந்தது. "மாறா..." தோளில் வந்து தட்டுவதைப் போலிருக்கவும் திடுக்கிட்டான் மாறன். ஆறிய தேநீரைப்போல அவன் நினைவு உறைந்தது.

*

மாணவர் பொது அறையில் குமணனின் அகவணக்கப் புகைப்படத்தை சுவரில் மாட்டினான் மாறன். ஒரு மாலையை அவன் படத்திற்கு இட்டு ஒரு கணம் அவனைப் பார்த்துக் கொண்டு நின்றான்.

"அண்ணை உங்களோடை கொஞ்சம் கதைக்க வேணும்."

"வாங்கோ... வந்து இருங்கோ இதிலை..." மாறன் அமர்ந்து கொண்டான்.

"நாங்கள் இப்பதான் வன்னியிலை இருந்து வந்தனாங்கள்... செமிஸ்டர் தொடங்கி ஒன்டரை மாதம் ஆகிட்டுதாம்... அதாலை அடுத்த வருச அணியோடை எங்களைப் படிக்கட்டாம்... பிறகு எங்களுக்கு ஒரு வருசம் வீணாகிரும்..." மாணவி ஒருத்தி அழத் துவங்கினாள்.

"......"

"அங்கையும் ஒரே சாவு... இஞ்சை எங்களுக்கு படிப்பு இப்பை இல்லையெண்டால் நாங்கள் எங்கை அண்ணை போறது..." இன்னொரு மாணவன், மாறனின் கைகளைப் பற்றிக் கேட்டான்.

"நீங்கள் ஒண்டுக்கும் யோசிக்க வேண்டாம்... உங்கடை வருசத்திலையே படிக்கலாம்... இன்றைக்கு பல்கலைக்கழகப் பேரவைக் கூட்டம் இருக்குது.. அதிலை கதைக்கிறன்..." அவர்கள் நன்றிப் பார்வையிட்டனர்.

"எல்லாருக்கும் சாப்பாட்டு முத்திரை கிடைச்சிட்டுது தானே..." அவர்களை தலையசைத்து அனுப்பிவிட்டு, மாறன் பேரவைக் கூட்டத்தில் பேசவேண்டிய விடயங்களை குறிப்பெடுத்தான்.

"இப்ப பிள்ளையளுக்கு காலமையும் மதியமும் சாப்பாடு குடுத்துக்கொண்டு வாறம்... இனிமேல் இரவு உணவையும் வழங்க வேண்டும் எண்டு பல்கலைக்கழக மாணவர் ஒன்றியத் தலைவர்

மாறன் ஒரு புதிய கோரிக்கையை முன் வைச்சிருக்கிறார்... இந்தக் கோரிக்கையை பேரவை உறுப்பினர்கள் ஏற்றுக்கொள்ளுறியளா..." துணைவேந்தர் தீர்மான வரைபை வாசித்தார். அனைத்து உறுப்பினர்களும் தமது சம்மதத்தைத் தெரிவித்தனர்.

இப்போது மாணவர் ஒன்றியத் தலைவர், தனது உரையை வழங்கலாம்.

"மதிப்பிற்குரிய துணைவேந்தர், பீடாதிபதிகள், பேராசிரியர்களுக்கு எனது வணக்கம். மாணவர் ஒன்றியத்தின்ரை கோரிக்கையை ஏற்றுக்கொண்டதற்கு மாணவர்கள் சார்பாக என்னுடைய நன்றிகள்..." மாறன் தனது உரையைத் தொடர்ந்தான்.

"உங்களுக்குத் தெரியும். வரலாறு காணாத, இந்த நூற்றாண்டிலை சந்திச்சிராத ஒரு இனவழிப்புப் போர், வன்னியிலை நடக்குது... பல மாணவர்கள் அதிலை தாயை, தந்தையை, சகோதரங்களை, ஏன் குடும்பங்களைக்கூட மொத்தமாகவே இழந்து போறினம்... பெற்றார், உறவுகள் உயிரோடை இருக்கினமா, இல்லையா எண்டு தெரியாத கொடுமையான சூழலிலை எங்கடை மாணவர்கள் இருக்கினம்..." தொண்டை அடைத்துக்கொள்ளவும் தண்ணீரைக் குடித்துக் கொண்டு உரையைத் தொடர்ந்தான் அவன்.

"அவர்களின்ரைத் தேவைகளை நிவர்த்திசெய்யப் போதுமான நிதியை பல்கலைக்கழகம் ஒதுக்கவேணும். அதோடை காலதாமதமாக வாற மாணவர்களுக்கு விசேட வகுப்புக்களை நடத்தி, அவர்களின்ரை காலம் வீணாகாமல், அவர்கள் படிச்ச பழைய வருச மாணவர்களுடன் பரீட்சை எழுத உதவ வேணும் என்று இந்தப் பேரவையை வேண்டுகிறேன். இந்தப் போர்க்காலத்திலை இந்தப் பங்களிப்பை பேராசிரியர் தரப்பிடம் நாங்கள் எதிர்பார்க்கிறம்..." பேசிவிட்டு மாறன் அமர்ந்தான்.

"இதை பேரவை அங்கீகரிக்கலாம் என்றதுதான் என்ரை நிலைப்பாடும். கடந்த காலத்தில் காலதாமதமாக வந்த மாணவர்கள், ஏற்கெனவே படிச்ச மாணவர்களைவிட நல்ல பெறுபேறுகளை எடுத்திருக்கினம். உறுப்பினர்களுக்கு ஆட்சேபனை இல்லை எண்டு நினைக்கிறன்..." துணைவேந்தரின் தீர்மானத்தை உறுப்பினர்கள் ஏற்றுக்கொண்டனர். பேரவைக் கூட்டம் முடிவுக்கு வந்தது.

வெளியில் வந்த மாறனுக்காக மலரினி கல்லிருக்கையில் காத்திருந்தாள்.

“பொடியள், லெக்ஸரஸ் எல்லாம் உங்களைப் பற்றித்தான் கதைக்கினம்...”

“......”

“எனக்கு எவ்வளவு பெருமையாய் இருக்குது தெரியுமே...”

மலரினி அவனுக்கு நெய்த்தோசை சுட்டுக்கொண்டு வந்திருந்தாள்.

“எல்லாம் நீர் தாற தைரியம்தான்.”

“பகிடிதானே வேண்டாம் என்றது. தோசை தாறன்... புட்டு தாறன்... தையரிம் தாறன் எண்டு கதைவிடக்கூடாது.”

தோசையை ருசித்துச் சாப்பிட்டு கைகளில் நெய்வாசனையை முகர்த்தான்.

“நீயோ சுட்டது தோசை?”

“ஓம்... இதையாவது செய்வம் எண்டு பாத்தன்.”

“அதான் இனிக்குது.”

அவள் குடையால் தலையைத் தட்டினாள். இவன் பார்வையால் உறிஞ்சினான். அவள் நெஞ்சம் அனலில் தகித்தது. அவள் பார்வையில் பெருந்தீ. நாடியைப் பதித்து பார்க்க உருளும் அவன் கண்கள் அவள் தொண்டைக் குழிக்குள் தாகத்தைப் பெருக்க வாழ்வின் பெருந்தாகத்துடன் ஒரு மோனப் பார்வை.

“படிப்பு முடிய இன்னும் எட்டு மாசம்தானே இருக்குது...”

“......”

“தையிலை எங்கடை எழுத்தை செய்வம்.”

“......”

“அந்தளவிலை சண்டை எல்லாம் முடிஞ்சிரும்.”

“......”

“எல்லாம் சரியாகிப் போயிரும்.”

“......”

“பிறகு கிளிநொச்சியிலை போய்ப் படிப்பிப்பம்.”

“......”

“அங்கை நாங்கள் இருக்க வாடகைக்கு ஒரு வீடும் பாப்பம்.”

மாறனின் திட்டத்தைக் கேட்கவும் மலரினியின் முகத்தில் வாழ்வின் கனவுகள் பூத்துக் குலுங்கின. அவளுதடு சிவந்து பூத்திற்று.

“எனக்கு இந்த அறிக்கையை ஒருக்கால் டைப் பண்ணித் தாறியா?”

“இதுக்குத்தான் ஐஸ் வைச்சதோ...”

கண்களை வெட்டியபடி மலரினி வாங்கிக்கொண்டாள்.

‘வன்னியில் நடக்கும் இனவழிப்புப் போரை நிறுத்து!’ எனத் தலைப்பிடப்பட்ட அறிக்கையைக் கொடுத்தான் மாறன்.

“நான் லைபிரரியிலைப் போய் டைப் பண்ணிக்கொண்டு வாறன்.”

அவள் எழுந்து நகர்ந்தாள். விரிவுரைக்குச் சென்ற மாறனை துரத்திக் கொண்டு வந்தான் துருவன்.

“உன்னைத் தேடி ஒரு அம்மா வந்தவவாம்... ஒருக்கா போய் ஆரெண்டு பாக்கிறயா... எனக்கு லெக்சஸ் தொடங்கிட்டு... வாறன்...” மாறனைத் தோள்களில் தட்டிவிட்டுப் பறந்தோடினான் துருவன்.

மாணவர் பொது அறைக்கு ஓடினான். “அது ஆராய் இருக்கும்... ஒரு வேளை அம்மாவோ..?” படிகளில் அவன் கால் பதறின. திறந்திருந்த தன் அறைக்குள் அவுக்கென எட்டிப் பார்த்தான். கதிரை வெறுமையாக இருந்தது. முன்னால் இருந்த மண்டபத்தில் மாணவர்கள் படித்துக்கொண்டிருந்தனர்.

“தம்பி... இதிலை ஆரும்... ஒரு அம்மா நிண்டவாவா?” களைப்பில் வார்த்தைகள் வர மறுத்தன.

“கணநேரம் நிண்டவா... பேந்து ஆளைக் காணேல்லை.”

“என்ன பேர்..? அதை ஏதும் கேட்டனீங்களா?”

“இல்லை அண்ணை...” அன்பழகன் உதட்டைப் பிதுக்கி மறுத்தான்.

மாறன் படியிறங்கி தேடிக் கொண்டு ஓடினான். பல்கலைக்கழக வாசல்வரை ஓடினான். “இதாலை ஒரு வயசான அம்மா போனவாவே...” காவலாளிக்குத் தெரியவில்லை. பல்கலைக்கழக்கின் ஒரு வாசலால் ஓடி, மறுவாசலால் வந்தான். நூலகத்தின் முன்னாலும் பார்த்தான் அப்படி ஓர் அம்மா இல்லை.

‘என்னைத் தேடி ஒரு அம்மா எண்டால்... அது என்ரை அம்மாதான்... எங்கை போனவா... ஐயோ... கடவுளே!’ மாறன் தாயைத் துலைத்த குழந்தையாய் பல்கலைக்கழக வளாக வீதிகளில் அலைந்து திரிந்தான்.

*

44

மாறன் அலுமாரியைத் திறந்து, தனது உடுப்புப் பையைக் கிளறினான். அடியில் ஒரு வரிச்சீருடை. அதனை எடுத்து ஒரு வெறி பிடித்தவனாய் முத்தமிட்டான். தானொரு போராளி என்பதை இன்னும் எவரும் கண்டுபிடிக்கவில்லை என்பதாய் முகத்தில் ஒரு மந்திரச் சிரிப்பு. இதுநாள்வரை உறங்கிக் கிடந்த விழிகள் பாயும் புலியாய் உறுமின.

தகட்டையும் சைனைட் குப்பியையும் எடுத்து கண்களை மூடி முகர்ந்தான். கழுத்தில் அதை அணிந்துகொண்டான். அங்குமிங்கும் வெருண்டபடி பார்த்தான். அவற்றைக் கழட்டிக்கொண்டான். கைகள் நடுங்கின. திரும்பவும் அவற்றை உடுப்புப் பையின் அடியில் சொருகினான்..

அலுமாரியில் அடுக்கப்பட்ட புத்தகங்களுக்குள் மறைத்து வைத்திருந்த துப்பாக்கியை எடுத்தான். அதில் சன்னங்களை அடுக்கினான்.

துப்பாக்கியை நீட்டி ஒற்றைக்கண்ணை மூடி குறி பார்த்தான். 'ஆள் கொஞ்சமானாலும் ஆயுதம் மிடுக்கு' கண்ணாடியில் துப்பாக்கியை முத்தமிட்டு முகம் பார்த்தான்.

எவருடையதோ காலடிச் சத்தம் கேட்கவும் பதற்றத்துடன் இடுப்புக்குள் சொருகிக்கொண்டான். அறைக் கதவை மிகுந்த கவனத்துடன் திறந்து கண்களை சுழற்றினான். விறுவெறுவென படியால் இறங்கி நடந்தான்.

மதியநேரம் என்பதால் விடுதி உணவகம் களைகட்டியிருந்தது. மாணவர்கள் கையில்

உணவுத்தட்டுகளுடன் தொலைக்காட்சியில் படம் பார்த்துக்கொண்டிருந்தனர். சில மாணவர்கள் பாடல் காட்சிக்கு நடனம் ஆடினர்.

இவன் கண்களில் பயம் வியர்த்தது.

யாருடனும் எதுவும் பேசாமல் விறுவிறுவென நடந்தான். இடுப்பை தொட்டு துப்பாக்கி இருப்பதை உறுதிப்படுத்தினான்.

சைக்கிளை எடுத்து மிதிக்கத் துவங்கினான்.

விடுதிக் காவலரணை ஒருவாறு தாண்டியவனுக்கு, பரமேஸ்வராச் சந்தியில் வரவும் கால்கள் பின்னிக் குழைந்தன. தன்னை இராணுவம் கவனிக்கிறதா எனப் பார்த்துக் கொண்டான். மெள்ளமாக திருநெல்வேலிப் பக்கமாக சைக்கிளைத் திருப்பினான். எதிரில் வருபவர்களை கவனிக்க அவகாசமில்லை. ஓர் இராணுவ பவுல் வாகனம் விலத்திச் சென்றது. இவன் 'நல்லபிள்ளை' போல சைக்கிளை மிதித்தாலும் இராணுவத்தினரின் பார்வை இவனில் விழுந்தது.

மாறனுக்கு வியர்க்கத் துவங்கியது.

திருநெல்வேலிச் சந்தியைக் கடக்கவும் இலக்கை நெருங்கியதாக திருப்தியில் ஒரு சாகசச் சிரிப்பு. பிறகு முகத்தை மாற்றிக்கொண்டான்.

அவன் சட்டை வியர்வையில் தோய்ந்தது. ஒரு வெருண்ட பார்வையுடன் துப்பாக்கியை தடவிப் பார்த்தான். பிறகொரு உக்கிரச் சிரிப்பு. சைக்கிளை இன்னும் வேகமெடுக்க மிதித்தான்.

திருநெல்வேலி முகாம் வாசலில் பெரிதாக இராணுவச் சிப்பாய்கள் இல்லை. பந்துல மாத்திரம் இவனைக் கவனிக்காமல் தொலைபேசியில் யாரோடோ பேசிக்கொண்டு நின்றான். மாறனுக்கு அது இன்னும் வசதியானது.

சுற்றிமுற்றிப் பார்த்தான். யார் பார்வையும் இவனில் இல்லை.

மாறன் இடுப்பில் சொருகியிருந்த கைத் துப்பாக்கியை எடுத்தான். சைக்கிளைப் பிடித்திருந்த இரண்டு கைகளையும் விட்டான். சைக்கிள் இருக்கையில் இருந்து எழுந்து இரண்டு கைளாலும் கைத்துப்பாக்கியை ஏந்தி பந்துலவின் நெற்றில் குறி வைத்தான்.

“குமணன் அண்ணாவை ஏன்டா கொன்றனீ..?”

“......”

“சந்திமவைக்கூட நீ விட்டுவைக்கேல்லை...”

“......”

“நாயே, செத்துத் துலை!”

“......”

‘பட்..! பட்..!’

முகாம் அதிர்ந்திற்று. பந்துல குருதி கொட்ட நிலத்தில் விழுந்தான்.

*

திடுத்திட்டு கண் விழித்தான் பந்துல.

கைகள் பதறிப் பற்றின கதிரையை. பேயறைந்தவன் போல முழித்தான் பந்துல. அதிர்ச்சியூட்டும் கனவிலிருந்து தணிய முடியாமல் முக்குளித்தான். மளமளவென தண்ணீரைக் குடித்தான். பந்துலவுக்கு வியர்த்துக் கொட்டியது.

“குமணனைப் போட்ட கையோடை இவனைப் போட்டுத் தள்ளியிருக்க வேணும்... இப்ப எங்களுக்கு மாறன் உலை வைக்கப் போறான்!” தினக்குரல் பத்திரிகையை ஒரு கையிலும், திவயின சிங்களப் பத்திரிகையை இன்னொரு கையிலுமாகக் கொண்டு வந்தான் நிரோஜன்.

புதினமறியும் தொனியில் நிரோஜனைப் பார்த்தான்.

“புதுத தலைவர் பேட்டி குடுத்திருக்கிறார்.”

“......”

“குமணனைக் கொன்றும் இவன் திருந்தேல்லை...”

“என்ன சொல்றது மாறன்..?”

“வன்னியிலை சண்டையை நிப்பாட்ட வேணுமாம்.”

“......”

“புகழினி கற்பழிப்புக் கொலை, சக்கரவர்த்தி, இதயராஜ், குமணன்... எல்லா மாணவர்களின்ரை கொலையின்ரை சூத்திரதாரியளையும் கெதியிலை அம்பலப்படுத்தப் போறானாம்...”

“ஓவ்...”

“இந்தக் கொலையளுக்கு நீதி வேணுமாம்...”

“......”

“தமிழ் பேப்பரிலை வந்த பேட்டி சிங்களத்திலையும் வந்திருக்குது...”

“......”

“கெதியிலை மாறன்ரை பல்லைப் பிடுங்க வேணும்..”

“......”

“இல்லையெண்டால் பந்துல மாத்தையா தொங்க வேண்டியதுதான்..”

நாக்கை வெளித்தள்ளி நக்கலடித்து அசட்டுச் சிரிப்புடன் எழுந்தான் நிரோஜன். சாராயப் போத்தலைத் தூக்கி பந்துல சுவரில் எறிய, அது பெரிய சத்தத்துடன் வெடித்துச் சிதறியது. சிரிப்பை அடக்கி வெளியேறினான் நிரோஜன்.

நிரோஜன் வெளியேறவும், கண்களை மெல்லச் சொருகினான் பந்துல. ‘அரண்டவன் கண்ணுக்கு இருண்டதெல்லாம் பேயாய்’ மீண்டும் மீண்டும் பந்துலவின் கனவில் மாறன் கைத் துப்பாக்கியுடன் துரத்தினான்.

எழுந்து விரல்களை முறுக்கிப் பொருதினான் பந்துல!

*

45

'வெள்ளிக்கிழமை பின்னேரம் தொடங்கின மழை இன்னும் விட்டபாடில்லை...' சாளரத்தைத் திறந்தான் மாறன். ஊர் வெள்ளக்காடாகி இருந்தது. சோவெனப் பெய்யும் மழையில் தென்னை சுழற... அதிலிருந்து மழை உதிர்ந்தது. ஆலமரம் நீர் ஊறி விறைத்திருந்தது. இன்றைக்கு அதில் எந்தப் பறவைகளும் இல்லை.

விடுதி வளாகம் வெள்ளத்தில் நிறைந்திற்று. முன்வாசலில் ஆளை மூடும் உயரத்தில் வெள்ளம் முட்டியிருந்தது.

"கீழ்மாடியிலை இருக்கிற எல்லாரும் இரண்டாம், மூண்டாம் மாடிக்குப் போங்கோ... வெள்ளம் ஏறப் போகுது!"

மாறன் கத்திக்கொண்டு இறங்கினான். மாணவர்கள் உடுப்புக்களையும் புத்தகங்களையும் தூக்கி உயரமான இடத்தில் வைத்துவிட்டு படியால் மளமளவென மேல்மாடிகளுக்கு ஏறிக் கொண்டிருந்தனர்.

"இந்த மழையிலை வன்னிக்குள்ள சனம் என்ன பாடுபடுதோ..." துருவன் மாறனைக் கேட்டுக்கொண்டே கீழிலிருந்து மேல்மாடிக்கு ஓடினான். "கடும் செல்லடியாம்... சனம் பெரிய அந்தரிப்பிலை இருக்குதுகளாம்..." அதைச் சொல்லி முடிக்கையில் பெரு வெள்ளம் குழந்தைகள் அஞ்சிப் பதுங்கியிருக்கும் பதுங்குக் குழிக்குள் நுழைவதை நினைத்தபடி மாறன் படியில் நின்றுகொண்டான்.

காற்றும் சுழன்றடிக்கத் துவங்க... பேய் மழை அடித்தது. வெளித்துப் போய்விடும் என்றால் மழை

நின்ற பாடில்லை. மாறன் வானத்தைப் பார்த்தான், வானம் இன்னுமின்னும் கனத்து நீர் முட்டிக் கிடந்தது. மதியம் ஆகியும் மழைக்கு முடிவில்லை. "காலமையும் சாப்பாடில்ல... சரியான பசியாய்க் கிடக்கு..."துருவன் சொல்லிக்கொண்டே ஈரக்கட்டிலில் படுத்து கண்ணயர்ந்து போனான்.

மாறன் கன்ரீன் பக்கமாகச் சென்று பார்த்தான். "இந்த மழைக்குள்ளை கன்னரீன் ஐய்யா வரமாட்டார்..." மூடியிருந்த விடுதிக் காப்பாளரின் அறையை குளிரில் நடுங்கியபடி பார்த்தான். "யோகேந்திரம் அண்ணை வேலையாலை நிண்டதாலை, குமணன் அண்ணை பதில் வோடனாய் வந்திருப்பார்... எல்லாம் கனவாகிப் போட்டுது..." மாறன் கொட்டும் மழையில் குடையை விரித்தபடி இறங்கி நடந்தான்.

விடுதிப் பின்கதவைத் திறந்து, பிரவுண் வீதியில் சைக்கிளை மிதித்தான். மழை கூடிக்கொண்டே போனது. தணிகிற திட்டமேதும் மழைக்கில்லை என மாறனுக்கு விளங்கிவிட்டது. காற்று சைக்கிளை வேறொரு பக்கம் இழுத்தது. மின்னல் வானத்தைக் கிழித்தது. குடை காற்றில் இழுபட... காற்றுடன் போராடினான் மாறன்.

எதிரில் மழை உடையுடன் இரண்டு ஆமிக்காரர் சைக்கிளில் ரோந்து சென்றனர்.

மாறன், தலையைக் குனிந்தபடி சைக்கிளை உழக்கினான். மழைஉடையைக் கழித்து வெளித்தள்ளும் அந்தத் துப்பாக்கி வாயை பசியில் விரித்தபடி இருந்தது. திரும்பிப் பார்க்கவேண்டும் போலிருந்தது மாறனுக்கு.

சன்னம் ஒன்று வந்து அவன் முதுகை துளைப்பது போலிருக்கவும் திடுக்கிட்டான். முன்னால் ஓர் ஆமிக்காரன் குறுக்காகச் சென்றான்.

பிரவுண் வீதியின் முடிவில், நாவலர் வீதியின் தொடக்கத்தில் இருக்கும் சிவன் வெதுப்பகத்தில் சைக்கிளுக்கு பிரேக் போட்டான் மாறன். மழை ஈரத்தில் அது கீச் என்ற சத்தத்துடன் நின்றது.

"அண்ணை, கம்பஸ் பொடியளுக்குச் சாப்பாடு ஒண்டுமில்லை... ஆயிரம் பொடியள் வரும். ஒரு ஐநூறு இறாத்தல் எண்டாலும் பாண் வேணும்."

"எல்லா இடமும் மழையும் வெள்ளமும்... ஏற்கெனவே கனபேர் நிக்கினம். நீங்கள் கொஞ்சம் வெயிற் பண்ண வேணும்."

"எனக்கு எப்படியாவது ஐஞ்நூறு இறாத்தல் தந்திருங்கோ..." பக்கத்தில் ஒற்றைக் கதவுடன் திறந்திருந்த பலசரக்குக் கடையில், நாலு கிலோ பருப்பும், ஐந்து கிலோ சீனியும் வாங்கிக் கொண்டான் மாறன்.

'அந்தி மழை அழுதாலும் விடாது!' நேரம் நாலு மணியைக் கடந்தும் மழை விடுகிற சிலமனுமில்லை.

இரண்டாம் மாடியில் திலகனும் துருவனும் பருப்புக் கறி வைத்துக்கொண்டிருந்தனர். "கெதியாய் அலுவலை முடியுங்கோ... பொடியள் பசியிலை துடிக்கிறாங்கள்..." மாறன் சொல்லிக் கொண்டே தேநீரைத் தயாரித்துக்கொண்டிருந்தான். "ஈர விறகு... எரியுதுமில்லை..." குனிந்து அடுப்புக்குள் தலையை ஒட்டி ஊதிக் கொண்டிருந்தான் துருவன்.

"பாணும் பருப்புக்கறியும் அந்த மாதிரி..." சொல்லிக் கொண்டே துருவன் சாப்பிட்டான். எல்லோரும் சாப்பிட்டு ஈர நிலத்தில் ஒருவர்மீது ஒருவர் தலைசாய்த்து உறங்கிப் போயிருந்தனர்.

விடுதியின் கீழ் நிலமைகளை அவதானிக்க படியிறங்கி வந்தான் மாறன். வெள்ளம் இன்னும் உயர்ந்து அறைகளுக்குள் ஒரு அடிக்கு மேலேறியது. வாசலில் துணைவேந்தர். குடையை காற்று இழுத்துப் பறிக்க... அதைச் சுருக்கிவிட்டு மழைத்துமியலில் நனைந்தபடி நின்றார்.

மாறன் துணைவேந்தரை நோக்கி ஓடினான்.

"உங்கடை நிலமையைப் பாக்கத்தான் வந்தனான். டெலிபோன் லைனும் கட் ஆகிட்டுது... என்னடா செய்தனியள்?" மாறன் சொன்ன நிலவரத்தைக் கேட்டுக்கொண்டார் துணைவேந்தர்.

"என்னோடை உந்தக் கடையடிக்கு வா."

மாறனை அழைத்துக்கொண்டு நடந்தார்.

"தம்பி... பொடியள் கேட்கிற சமான்களை எல்லாம் குடு.. நான் பேந்து செற்றில் பண்ணிறன்." கையில் இருந்த இருபதாயிரத்தையும் கொடுத்துவிட்டுக் குடையைப் பிடித்துக் கொண்டு நடந்தார் துணைவேந்தர்.

மறுநாள் காலை, வெள்ளம் வடிந்திருக்க, சூரிய வெளிச்சம் ஈரச் சுவர்களை உறிஞ்சத் துவங்கியது. மாறன் சாளரத்தைத் திறந்தான். ஆலமரத்தடியில் இரண்டு ஆமிக்காரர்கள் விடுதியைப்

பார்த்தபடி நின்றனர்.

போர்வையை இழுத்து தேகத்தை மூடினான் மாறன். மழையால் துண்டிக்கப்பட்ட கைதொலைபேசியின் சமிக்ஞை மீளக் கிடைக்க... மலரினியின் குறுஞ்செய்தி தொலைபேசித் திரையைத் தட்டியது.

மழையில் நனைந்த முத்தங்களை அனுப்பியிருந்தாள். மழைக் குளிர் இவனுடலில் சூடாகியது. சொற்களை மூச்சால் உறிஞ் சினான். அவள் குறுஞ்செய்தியின் சொற்கள், போர்வைக்குள் நிறைந்து இவனுடலைத் தழுவிற்று. தொண்டைக் குழியில் அவளிட்ட முத்தம் சுரந்தது. படுக்கையிற் புரண்டான். தலையணையை அணைத்துக்கொண்டான்.

*

46

மாணவர்கள் மாறனைச் சந்திக்க தலைவர் அலுவலகத்தின் முன்னால் வரிசையில் அமர்ந்திருந்தனர். துணைவேந்தர் நிதிய உதவிக்காக மாறன், விண்ணப்பப் படிவங்களில் சிபார்சு கையெழுத்தை இட்டபடி இருந்தான்.

மேசையில் இருந்த அவன் தொலைபேசி அதிர்ந்தது.

"புது நம்பராய் இருக்குது..." சிறிது நேரம் யோசித்தான். "அம்மாவோ..?" சட்டென தொலைபேசிக்குப் பதில் அளித்தான்.

"மாறன், நாங்கள் வன்னியிலை இருந்து ஒரு ரீம் வந்திருக்கிறம்... ஏழுபேர். நீங்கள் எல்லா உதவியளும் செய்வியள் எண்டு சொல்லித்தான் வன்னியிலை இருந்து அனுப்பினவை. உங்கடை ஹெல்ப் வேணும்... நான் பேந்து எடுக்கிறன்." சட்டென தொலைபேசி துண்டிக்கப்பட்டது.

மாறனுக்கு அதிர்ச்சியாக இருந்தது. 'யாருக்கும் சொல்லாமல் விடலாம்' என அவன் யோசித்தான். "பீடத் தலைவர்கள் வாறாங்க... கூட்டத்தத் தொடங்குவமா?" துருவன் வந்து முன்னால் அமர்ந்தான்.

கலந்துரையாடல் மண்டபத்தில் கூட்டம் துவங்கியது.

"வன்னியிலை மக்களைப் படுகொலை செய்யிற விகிதம் கூடிக்கொண்டே போகுது... ஒவ்வொரு நாளும் சாவுச் செய்திதான் என... நேற்று சுதந்திரபுரத்திலை நடந்த செல்லடியிலை

நூற்றியம்பது சனம் செத்திருக்குது. இதைத் தடுத்து நிறுத்த நாங்கள் ஒரு அடையாள உண்ணாவிரதப் போராட்டத்தைச் செய்வம். அதைப் பற்றின இந்த அறிக்கையை துருவன் ஊடங்களுக்கு அனுப்புங்கோ... நாளைக்குக் காலமை எட்டு மணிக்குப் போராட்டம்..." மாறனின் தீர்மானத்தை உற்காகத்துடன் வரவேற்றனர் பீடத் தலைவர்கள்.

"துருவன், சாப்பிடவும் இல்லை... ஒரு ரீ குடிப்பமே."

சரஸ்வதி லொட்ஜில், ஈஸ்வரன் மாலை ரோலைச் சுடச்சுட அடுக்கிக்கொண்டிருந்தார். "மாறன் வந்திருக்கிறான்... இரண்டு பால் ரீ போடுங்கோ... தேநீர் தயாரிப்பாளருக்குக் குரல் கொடுத்தார் ஈஸ்வரன்.

"சனமே இல்லையப்பு."

"....."

"ஆரும் இல்லாத ஊரிலே அஸ்வமேத யாகம் செய்யிறன்."

கடைக்கு முன்னால் வெறிச்சோடிய தெருவில் ஆமிக்காரர்கள் ரோந்து சென்றனர்.

"என்னடா தம்பி... பால்ராஜ் வீரச்சாவாம்?"

"......"

"முதலிலை அன்ரன் பாலசிங்கம்.. பிறகு தமிழ்ச்செல்வன்... இப்ப இவர்..."

"......"

"எங்களுக்கு ஏதோ கூடாத காலம் போலக் கிடக்குது..!"

"......"

துருவன் பரமேஸ்வராச் சந்தியை அவதானித்துக் கொண்டபடி இருந்தான். ஒரு தட்டில் மூன்று ரோல்களை வைத்தார் ஈஸ்வரன். அதில் ஆவி பறந்தது. சட்டென திரும்பி வந்து ஒன்றை எடுத்துக் கொண்டார்.

"சுதர்சன்ரை நிலமை என்னமாதிரி எண்டு அறிஞ்சனியளே?"

"அங்காலை தொடர்பு ஒண்டும் இல்லை அண்ணை."

மேசையை தன் தோள்துண்டால் துடைத்தார்.

"அது சரி, ஏன் பெரிசாய் இந்தப் பக்கம் வாரேல்லை?"

"உவங்கள் எந்த நேரமும் உந்த சந்தியிலைதானே."

"......"

"பயம்தானே..?"

"அவன், உங்கடை நிரோஜனும் உதிலை ஆமிக்காரரோடை நிப்பான்."

ஈஸ்வரனின் முகம் அருவருப்பில் நெளிந்தது.

"அண்ணை பத்துரூபாய் பை ஒண்டு தாங்க."

"பத்துரூபாய் பை என்னட்டை இல்லையடா."

மாறன் குனிந்துச் சிரிக்க, துருவன் விழித்துக்கொண்டான்.

"சரி பத்துரூபாய் பை இப்ப எவளவு?"

"என்னட்டை பத்துரூபாய் பை இல்லையப்பன்."

ஈஸ்வரன் சிரிப்பை தோள் துண்டினால் மறைத்தான்.

"சரி... அது எவளவு?"

"அதெண்டால் எது..?"

துருவன் சுவருக்குக் கிட்டவாக சென்று பையைத் தொட்டுக் கேட்டான்.

"அது பதினைஞ்சு ரூபா."

"ஈஸ்வரன் அண்ணனுக்கு என்னோட விளையாட்டுத்தான்."

"நீ பத்துரூபாய் பை கேட்டாய்... நான் இல்லை எண்டன்."

"அதுக்குப் பேர் பத்துரூபாய் பைதானே..?"

"அடேய் இப்ப அது பதினைஞ்சு ரூபாய்!"

"யாழ்ப்பாணத்திலை இனி இருபதுரூபாய் பை ஆகிரும்!" ஈஸ்வரன் சொல்லிக்கொண்டு சிரிக்க மாறனும் விடுதி திரும்பி உடைகளைக் கழற்றிக்கொண்டிருக்க, ஜீன்ஸிற்குள் தொலைபேசி அதிரத் துவங்கியது.

"நீங்கள் நாளைக்குப் போராட்டம் செய்யப்போறது எங்களுக்கு ஹப்பி. இயக்கத்துக்காக எதையும் செய்வியள் எண்டு எங்களுக்குத் தெரியும். நாளைக்குப் போராட்டத்தை முடியுங்க.. பிறகு கதைக்கிறம்.." அந்தத் தொலைபேசி துண்டித்துக் கொண்டது.

"ஆருடா போனில?"

"அது வந்து..."

"மலரினியா..?"

"ஓம்..."

"அவளிட்டதானே நீ ஒண்டும் பதிலுக்குக் கதைக்காமக் கேட்பாய்..." மாறனின் முகத்தில் ஒரு வலிந்த சிரிப்பு வந்து மறைந்தது.

*

சாளரங்களைத் திறந்தாள். நிலவு ஒரு சரிவில் பாதியாய் குறைந்திற்று அவள் மனம்போல. நெஞ்சில் படர்ந்த மேல்சட்டை பாரமாய்த் துருத்தியது. கைகளைக் கட்டி மார்பை தழுவிக் கொண்டாள். முகத்தில் மோதும் காற்றில் மாறனின் வாசம்... முகர்ந்தாள். அவனுதட்டின் வறட்சி அவளுட்டை உறிஞ்சியது. கண்கள் அனல் உருண்டையாய் தகித்தன. பின்னாலிருந்து மாறன் அணைத்துக்கொள்ளவும் மார்பு நெருப்பாய்க் கொதிக்க... உடலோ சுடர்ந்து குளிர்ந்தது. கண்களைத் திறந்தாள். அவன் இருள் காற்றில் விலகிச் சென்றான்.

*

47

மாணவர்களின் கைகளில் நெருப்பின் குரல் நிரம்பிய பதாகைகள். இறந்து கிடக்கும் தாயில், பால் குடிக்கும் குழந்தையின் படத்தை துருவன் ஏந்தியபடி நின்றான். மாணவர்களின் விழிகள் மரணங்களை தடுக்கும் ஏக்கத்தில் உழன்றன. "ஈழத்தில் நடக்கும் அழிப்பை நிறுத்து... சர்வதேசமே திரும்பிப்பார்..." மாறன் உரத்துக் கத்தினான். மாணவர்களும் முழங்கத் துவங்கினர்.

பல்கலைக்கழகத்தில் போராட்டம் துவங்கியது.

"அங்கை எங்கடை மக்களைக் கொண்டு குவிக்கிறதைப் பாக்க ஈரக்குலை நடுங்குது மாறன்!" பேராசிரியர் மகேந்திரம் கலங்கினார்.

"இண்டைக்குச் சாப்பிட மாட்டியள் எண்டு தெரியும்தானே..." தண்ணீரை நீட்டினாள் மலரினி. "இதுவும் வேண்டாம்... அங்கை கஞ்சிக்கு நிண்டு செல்லடியிலை கொல்லப்பட்ட குழந்தைப் பிள்ளையளை நினைச்சால் பச்சைத்தண்ணிகூட குடிக்க விருப்பமில்லாமல் கிடக்குது..." சொல்லிக் கொண்டே மாறன், அறிக்கை ஒன்றை மலரினியிடம் கொடுத்தான்.

"இத்தினை மக்கள் கொல்லப்படுறினம்.. சாப்பாடு இல்லை... மருந்து இல்லை... சண்டையை இயக்கத்தோடை செய்யுங்கோ... மக்களோடை சண்டை செய்யவேண்டாம் எண்டுறதுதான் எங்கடைக் கோரிக்கை..." மாறன் ஊடகங்களுக்குக் கருத்துகளைத் தெரிவித்தான்.

"உலகின்ரை ஒழுங்கு மாறின பிறகு, புலிகள் சமாதானப் பேச்சு வார்த்தையின்ரை

அடிப்படையிலை தீர்வைக் கோரினவை. இன்றைக்கும் புலிகள் போரை நிறுத்து எண்டு கேக்கினம். ஏன் போரிலை இவ்வளவு குறியாய் இருக்கிறியள்..? சனத்தைக் கொன்று அழிக்கத்தானே..?" பேராசிரியர் மகேந்திரன் கடும் கோபத்தில் பேசினார்.

"நீ அறைக்குப் போ... நான் சாப்பாடு எடுத்திற்று வாறன்." மாறனை இறக்கிவிட்டு சைக்கிளை உழக்கினான் துருவன்.

மாலை வெளிச்சத்தில் மரணத்தின் துர்வாடை வீசியது. ஆலமரம் அசைவற்று அமுங்கியிருந்தது. சின்ன அசைவுமின்றி இருந்த தென்னையைப் பார்க்க மாறனுக்கு பெருத்த கவலையாய் இருந்தது. வன்னியில் கொல்லப்படுகிற மக்களுக்காக அஞ்சலி செய்வதைப் போலிருந்தது.

தொலைபேசி ஒலித்தது.

"இண்டைக்கு மணியா கதைச்சியள்... இந்தச் சண்டையை நிப்பாட்ட யாழ்ப்பாண இளைஞர்கள் எல்லாம் புலியாய் மாற வேணும் எண்டு சொல்லியிருந்தால் இன்னும் நல்லா இருந்திருக்கும்..."

"......"

"ஹெல்ப் விசயம் பற்றிய கதைக்க வேணும்... பிறகு எடுக்கிறன்..."

மாறனுக்கு தலை சுற்றியது. என்ன நடக்கிறது என்று தெரியவில்லை. "இஞ்சை சில போராளியளை கண்டிருக்கிறன்... அவையள் இப்ப யாழ்ப்பாணத்திலை ஒண்டும் செய்யிறேல்லை... அவங்கள் நினைச்சால் நிரோஜனை போட்டுத் தள்ளலாம்... அப்ப இவை ஆரு? புதுசாய் வந்திருக்கினையோ..?" மாறன் குழப்பத்தில் மூழ்கினான்.

"என்ன மாறா ஏதோ யோசனையாய் இருக்கிற..." வாசலில் திலகன். அசதியாக இருந்த மாறன், வந்து இருக்குமாறு சைகை செய்தான்.

"ஒண்டுமில்லை... நீ வந்ததைச் சொல்லு..."

"நான் சும்மதான் வந்தனான்..."

"ஓ! சரி... நான் கொஞ்சநேரம் படுக்கப்போறன்."

"சரி.. அப்ப நான் வெளிக்கிடுறன்."

கட்டிலில் சரிந்து படுத்த மாறனின் நினைவில் அந்த தொலைபேசிக் குரல்தான் திரும்பத் திரும்ப ஒலித்தது. அவர்கள் யார்? இயக்கம்தானா கேள்விகள் குடைந்துகொண்டிருந்தன.

“அண்ணை... அண்ணை...” கதவு தட்டும் சத்தம் கேட்டது. முதலாம் வருட மாணவன் அன்பழகன். “உள்ளுக்கை வா தம்பி...” அவன் முகமெல்லாம் கண்ணீர் பெருக்கு... கண்கள் அழுதழுது காய்ந்து உதிர்வதைப்போல இருந்தது. உதட்டில் பேரழுகையின் தடம் பதிந்திருந்தது.

“என்ரை அம்மாவும் அப்பாவும் சுந்திரபுரத்திலை நடந்த செல்லடியிலை செத்துப்போட்டினமாம்...” அவன் குளறத் தொடங்கினான். மாறன் கன்னங்களைத் துடைத்தான். அன்பழகன், நடுங்கினான். துடிதுடித்தான். நிலத்தில் தொப்பென விழுந்து சுருண்டு அழத் துவங்கினான். அம்மை, அப்பனைப் பறிகொடுத்த அவன் ஓலம் விடுதியெங்கும் பரவிற்று.

நேரம், எட்டு மணியைக் கடந்திருந்தது. அழுத இடத்திலையே அன்பழகன் உறங்கிப் போயிருந்தான். “துருவா... துருவா...” அறையின் மின்குமிழை ஒளிரச் செய்தான். துருவனின் கைபேசியை மேசையில் தேடினான். தொலைபேசியைக் காணவில்லை. வாசலில் அவன் செருப்பும் இல்லை.

இன்று போட்ட உடை சுவரில் கொழுவுப்படவில்லை.

அறையை விட்டு வெளியில் வந்து அங்குமிங்கும் பார்த்தான் மாறன்.

தொலைபேசியை அழுத்தினான். அது அணைந்திருந்தது.

சைக்கிளை எடுத்தான். வீதி யாருமற்று வெளித்துக் கிடந்தது. காவலரணில் இருந்த ஆமிக்காரன் இவனை நோட்டமெடுத்தான். சரஸ்வதி லொட்ஜை நோக்கி சைக்கிளை உழக்கினான். அது மூடப்பட்டிருந்தது.

பல்கலைக்கழக வாசலைப் பார்த்தான், அதுவும் மூடப்பட்டிருந்தது. துருவனை எந்தத் தெல்லியிலும் காணவில்லை. யாருமற்று இருண்டிருக்கும் தெருவில் நிற்க தலை விறைத்துக் கண்கள் இருண்டன.

“ஐய்யோ! என்ரை துருவா..!”

மாறன் எழுப்பிய அந்தப் பெருங்குரல் அவன் காதுகளில் சென்று விழுந்திருக்கும்.

*

48

துருவன் இல்லாத அறை வெளித்துக் கிடந்தது. சுவர்களில் அவன் முகம் அசைந்தாற் போலிருந்தது. அவன் படுக்கையிற் வெறுமை உருண்டு பிறண்டது. அணிவதற்காய் அயன் செய்து மாட்டிய மேல் சட்டை மெல்ல மெல்ல காற்றில் படபடத்து துருவனைத் தேடுவதைப் போலிருந்தது. "அண்ணை இந்த பிளேன்ரியைக் குடியுங்கோ..." அன்பழகன் வந்து ஒரு தேநீரை மேசையில் வைத்தான். துருவனின் வெறுமையான தேனீர் கிண்ணத்தில் அவன் வெள்ளந்திச் சிரிப்பு அழுது வடிந்தது. "நானும் உங்களோடை போராட்டத்துக்கு வாறன்..." அன்பழகன் முகத்தில் இழப்பின் தீராத சாயல் குப்பென வீசியது.

போராட்டம் துவங்கியது.

"மோட்டச் சைக்களில்லை வந்த ஒருத்தர் இதை உங்களிட்ட குடுக்கச் சொன்னவர்."

ஒரு மாணவி நடுங்கியபடி நீட்டினாள்.

"துருவனை கடத்தினது நாங்கதான். இதோடை ஒதுங்காட்டி அடுத்து நீ காணாமல் போவாய்!"

கடிதம் பயமுறுத்தியது.

ஊடகவியலாளர்கள் மாறனுக்காகக் காத்திருந்தனர். "நேற்று எங்கடை கலைப்பீடத் தலைவர் துருவனைக் காணேல்லை... இதை ஆர் செய்திருப்பினம் எண்டு உங்களுக்குத் தெரியும். உடனடியாக அவனை விடுதலை செய்ய வேணும்... இன்று முதல் போரை நிறுத்த வேணும் என்ற கோரிக்கையோடை துருவனை விடுதலை செய்ய

வேணும் எண்டுற இன்னொரு கோரிக்கையை வைச்சு பரமேஸ்வரன் கோயில்லை மௌனப் போராட்டத்தைத் தொடங்கிறம்...” மாறன் அறிவித்தான்.

மாணவர்கள் பரமேஸ்வரன் ஆலயத்தில் நிறைந்தனர்.

“ஹலோ... திலகன் ஏன் வரேல்லை..?”

“அவங்கள் துருவனையும் கடத்திப் போட்டாங்கள்.”

“......”

“இனிப் பயமடா... நான் வரேல்லை...”

“......”

‘இப்பவெல்லாம் திலகன், ‘ஓடும் புளியம்பழமும்’ மாதிரி இருக்கிறான்.’ மாறனுக்குத் துயரம் மேலிட்டது. அன்பழகன் அழகிய தன் எழுத்துக்களால் ‘துருவனை விடுதலை செய்!’ எனவொரு பெரும் பதாகையை எழுதி, கோயில் தூணில் சாத்தினான். மலரினியும் இன்னும் சில மாணவிகளும் தேவாரம் பாடினர். அங்கெழும் மௌனம் ஒரு பெரும் புயலென வீசியது.

*

“**மௌ**னம்தான் எங்கள் ஆயுதம்...” ‘மௌனப் போராட்டத்தைத் தொடங்கிய மாணவர் ஒன்றியத் தலைவர் மாறன் செவ்வி’ வலம்புரிப் பத்திரிகையின் தலைப்புச் செய்தி. பத்திரிகையைத் தூக்கி நிரோஜனின் முகத்தில் எறிந்தான் பந்துல.

“எப்பிடி சரி..? மேலிடத்தில் இருந்து போராட்டத்தை நிறுத்தச் சொல்லறது... எனக்குப் பெரும் பிரசர்...”

“......”

“சின்னப் பொடிப் பயலுகள்... எனக்கு விளையாட்டுச் செய்யுது...”

பந்துல மளமளவென எழுந்தான். நிரோஜனின் கைகளைப் பிடித்து இழுத்துக்கொண்டு பின்னால் நடந்தான். ஓர் அறையில் தகரங்களாலும் முள்ளுக்கம்பிகளாலும் எட்டாகப் பிரித்தடைக்கப்பட்ட சிறை. அதில் ஒன்றின் கதவை உதைத்துத் திறந்தான் பந்துல.

யாழ் நகரத்தின் இருள் தொடங்கும் அறையே அதுவென்றால் போல அப்படி இருட்டு. கண்கள் பிளாஸ்டரால் மறைக்கப்பட்டு, கைகள் கட்டப்பட்டு, கூனிக்குறுகிக் கிடந்தான் துருவன். வந்த

வேகத்தில் அவன் குனிய... முழந்தாழ்களில் உதைத்தான் பந்துல. துருவனைக் கண்ட நிரோஜனின் முகத்தில் அப்படியொரு வெறி வழியும் ஏளனச் சிரிப்பு.

"உன்டே நண்பன் இன்னும் திருந்தல்லே... உன்னே விடச் சொல்லி மௌனப் போராட்டம் பண்றது..."

"......"

"எல்லாம் எல்டிடிஈ காசு குடுக்க ஆட்டம் போடுறது..."

துருவனைத் திரும்பவும் உதைத்தான் பந்துல. அவன் முனகல், கடைவாயில் ஓலமாய் வழிந்தது. உதடுகளால் குருதி கசிந்தது. துருவனின் நினைவு கழன்று உறக்கத்திற்கும் மரணத்திற்கும் இடையிலான பெருங்கடலில் விழுந்தது.

*

"அண்ணை, மௌனப் போராட்டத்துக்கு போகக்கூடாது எண்டு இரண்டுபேர் கொஸ்டல் வாசல்லை மறிச்சு சொல்லிப் போட்டு பிஸ்டலை தலையிலை வைச்சிட்டாங்கள்..." அன்பழகன் நடுங்கியபடி வந்தான்.

அறை வெளித்துக் கிடந்தது. குமணனின் படுக்கை, அதற்குள் கீழாயிருந்த துருவனின் படுக்கை வெறுமையோடு இருந்தது.

"ஈ, எறும்புக்கும் கெடுதல் நினைக்காதவன்."

"......"

"என்ன துன்பத்தை அனுபவிக்கிறானோ!"

துருவனைப் பற்றியே அன்பழகனுக்குச் சொல்லிக் கொண்டிருந்தான் மாறன்.

தொலைபேசி இருளில் அதிர்ந்தது.

"தம்பி, எங்களுக்கு ஆயுதம் வைக்கிறதுக்கும் தங்கி நிக்கிறதுக்கும் கம்பசுக்குள்ளை ஒரு இடம் வேணும்... சாப்பாடு மற்ற வசதியளை டெய்லி நீங்கதான் செய்ய வேணும். சரிதானே... இது வன்னி ஓடர்!" தொலைபேசியின் எதிர்முனையிலிருந்து சற்று அதட்டலாக வந்தது குரல். "அதுவந்து..." மாறன் பேச முதலே தொலைபேசி துண்டிக்கப்பட்டது.

உறக்கம் வரவில்லை. சாளரத்தைத் திறந்தான். ஆலமரத்தின் கீழ் தடித்த இருள் சொரிந்தது. தென்னையில்

சின்ன அசைவுமில்லை. எங்கும் இருளின் முகங்கள். இருளின் கரமொன்று நீண்டு வருவதைப்போலிருந்து.

மாறன், சாளரத்தை இழுத்து மூடிக்கொண்டான்.

*

“நான் மாமியை என்ரை பைக்கிலை ஏத்துவன்...”

“......”

“நீங்கள் குட்டி மாறனை உங்கடை பைக்கிலை ஏத்துங்கோ...”

“......”

“நாங்கள் வற்றாப்பளையம்மன் கோயிலுக்குப் பேவாவம்...”

“......”

“அந்த நாளுக்காகத்தான் காத்திருக்கிறன்..”

மலரினியின் முகத்தில் வெளிச்சம் பொழிந்த ஆவல். மாறனின் நினைவில் அவள் வார்த்தைகள் எதிரொலித்தன. கண்ணை மூடும்பொழுதெல்லாம் அவள் கைகளில் பூங்கொத்துக்களைப் போல கனவுகளை அள்ளிக்கொண்டு வருகிறாள். பூட்ஸ் காலடிகளுக்குள் கசங்கி மிதிபடும் பூக்கள் இவன் உறக்கத்தைக் குலைத்தன. தூரத்தில் நாயொன்றின் ஊளை ஒரு கெட்ட சகுனமாய்ப் பெருக, இவன் மனம் சஞ்சலக் கடலிடியில் உருண்டது.

*

49

*து*ணைவேந்தர் மேசையில் இருந்த நந்திச் சிலைக்கு நந்தியாவட்டை பூக்களைப் போட்டு கண்களை மூடிக் கைகளைக் கூப்பினார்... "...கற்றுணை பூட்டியோர் கடலிற் பாய்ச்சினும். நற்றுணை யாவது நமச்சி வாயவே..." அவர் அமுங்கிய குரல் வளாகச் சுவர்களில் பட்டுத் தேய்ந்தது. தேவாரத்தைப் பாடி வணக்கத்தை முடித்து கண்களைத் திறந்தார் துணைவேந்தர்.

வாசலில் சிவத்துப் பருத்த கண்களுடன் பந்துல வந்திருந்தான்.

கதிரையில் இருக்கச் சொன்னார் துணைவேந்தர்.

"கம்பஸ் உள்ளே எல்டிடிஈ ஆயுதம் இருக்கிறது..."

"......"

"எங்களுக்கு இன்போமேசன் கிடைச்சது..."

"......"

"எல்லாம் செக் பண்ணிப் பாக்க வேணும்."

துணைவேந்தார் நிதானமாக செவிமடுத்தார்.

"இது படிக்கிற இடம்."

"......"

"எங்கடை பிள்ளையள் படிக்கிற அலுவலை மட்டுந்தான் செய்யிறினம்."

பந்துலவின் கதையை அடியோடு மறுத்து தலையசைத்தார் துணைவேந்தர்.

"நீங்க முந்தி இப்பிடி சொன்னது... நாம ஆயுதம் எடுத்து..."

"நான் அதை நம்பேல்லை."

"......"

"இராணுவம் நுழையுறதை மாணவர்கள் ஏற்றுக்கொள்ள மாட்டினம்."

"......"

"எங்களிட்டை செக்குரிட்டி இருக்குது... நாங்கள் செக் பண்றம்."

"இது நாட்டோடை செக்கியூரிட்டி பிராப்ளம். நாதான் பாக்கணும்."

"எங்கடை மாணவர்கள் யாருக்கும் பங்கம் விளைவிக்கேல்லை..."

"நாம சும்மா வரேல்லை... கோட்ஸ் ஓடர் இருக்குது..."

"ஆயுதங்கள் எதுவும் இல்லாமல் ஒரு பத்துப் பேர் மட்டும் உள்ளை வந்து பாருங்கோ... பிள்ளையின்ரை படிப்பு, பிரார்த்தனையக் குழப்ப வேண்டாம்..." வேறுவழியின்றி உத்தரவிட்டார் துணைவேந்தர்.

பந்துல சடார் என கதிரையை தள்ளிக்கொண்டு எழுந்தான்.

இடுப்பில் துப்பாக்கியை சொருகிக்கொண்டான். பன்னிரண்டு சிப்பாய்களை உள்ளே நுழையுமாறு கட்டளை பிறப்பித்தான். ஒரு கொடும் பார்வையுடன் பல்கலைக்கழகத்திற்குள் நடந்தான். சுவர்கள் நடுங்கின. வளாக மரங்கள் அச்சத்தில் உறைந்தன. பறவைகள் கலைந்தோடின.

பரமேஸ்வரன் கோயிலின் அடர்ந்த மௌனம் கனத்தது.

கோயிலுக்குள் ஓர் ஆமிக்காரன் நுழைந்து படமெடுக்கக் கேமராவை தயார்படுத்தினான். "ஹலோ... கோயிலுக்குள்ளை ஆமி உடுப்போடை போறது எங்கடை பாரம்பரியம் இல்லை... அதோடை படம் எடுக்க யாருக்கும் அனுமதிக்கிறதும் இல்லை..." பேராசிரியர் மகேந்திரன் தடுத்தார்.

அந்தச் சிப்பாய் முறாய்த்தபடி திரும்பிச் சென்றான்.

"போராட்டம் முடிய வெளியிலதானே வாறது... பறந்தா போறது..?"

பந்துல அந்தச் சிப்பாயிடம் சொல்லிச் சிரித்தான்.

பரமேஸ்வரன் கோயிலுக்கு அடுத்திருந்த மாணவர் பொது அறைப் பக்கம் பந்துல நடந்தான். 'பொங்கு தமிழ் பிரகடனம்.' நிமிர்ந்து முகம் காட்டியது. "தாயகம், தேசியம், சுயநிர்ணயம் தேவே... தமிழீழம் தாறம் எல்லாம் இருங்க..." பந்துல அதைப் பார்த்துக் கொதித்தான்.

மாணவர்கள் பொது அறைக்குள் நுழைந்தான் பந்துல.

இறுதி யுத்தம் பற்றி அரச தொலைக்காட்சி செய்தியை ஒளிபரப்பியது. "நந்திக்கடலையும் முள்ளிவாய்க்காலையும் இராணுவம் நெருங்கிவிட்டது..." வெறியுடன் இராணுவச் செய்தியாளர் போர் முனையிலிருந்து அறிவித்தான். "அங்கை மாதிரி எல்லாத்தையும் மம சுட்டுத் தள்ளுறது..." பற்களைக் கடித்தான் பந்துல. மாணவர்கள் மிரண்டு ஒரு பக்கமாக ஒதுங்கினர்.

பரமேஸ்வரனின் முகத்தில் மௌனம் ஓர் அலையாய் எழுந்தது. பந்துல கண்ணுக்குத் தெரியாத மௌனத்தைக் கைப்பற்ற அலைந்தான். மௌனம் வலிய ஆயுதம்தான் என மாறன் உணர்ந்தான். அது பந்துலவை அசைத்துவிட்டது. அவன் வெறி கொண்டு உலைகிறான். மாறன், முன்னால் இருக்க, ஒரு பெரும் மௌன அமைதியில் மாணவர்கள் உறைந்திருந்தனர்.

விடுதிக்குள் சென்றும் சோதனை செய்யுமாறு பந்துல உத்தரவிட்டான். நரவேட்டைக்கு அலைகிற சிங்கமாய் பல்கலைக்கழக உட்தெருக்களில் நடந்து திரிந்தான் பந்துல. புத்தகங்களை கைது செய்து, பேனாக்களை சிறையிலடைக்கும் ஒரு பெரும் போர் நடப்பதாக மாறன் நினைத்தான்.

"என்ன ஆயுதங்கள் கிடைச்சதே..." துணைவேந்தரின் முசுப்பாத்தி பந்துலவிற்கு சினத்தைப் பெருக்கியது. "அவன் இடுப்பில் கைத்துப்பாக்கியை தொட்டுச் சரிபார்த்தபடி பல்கலைக்கழகத்தை விட்டு வெளியேறினான்.

போராட்டம் முடிந்து மாணவர்கள் வெளியேறத் துவங்கினர்.

பல்கலைக்கழக உணவு விடுதியில் இரவு உணவுகளை எடுக்கும் மாணவர்களை மேற்பார்வை செய்தபடி நின்றான் மாறன்.

"அன்பழகன், இதுகளை ஒருக்கால் பாத்துக்கொண்டு நில்லு... துணைவேந்தர் கூப்பிடுறார்... போயிற்று வாறன்.."

மாறன், துணைவேந்தர் அலுவலகத்தை நோக்கி ஓடினான்.

“இவர் யப்பான் எம்.பி.யான் அக்காசி... உன்னைச் சந்திக்க வேணும் எண்டு கேட்டவர்...” மாறன் வணக்கமிட்டுக் கைலாகு கொடுத்தான்.

“வன்னியிலே மக்கள் மீது இராணுவம் பெயரிட்டு ஒரு போரைச் செய்யுது. இங்கே இராணுவம் பெயரிடாத யுத்தம் ஒண்டை செய்யுது...” மாறனின் வார்த்தைகளைத் துணைவேந்தர் மொழிபெயர்த்துக் கூறினார்.

“இப்பிடி வாற எல்லாருக்கும் நாங்களும் எடுத்துச் சொல்லுறம்... ஆனால், ஒண்டும் நடந்தபாடில்லை...” துணைவேந்தர் வெறுப்பாகச் சொன்னார்.

“புலிகளுக்கு சமாதானப் பேச்சிலை விருப்பம் இல்லை எண்டு யான் அக்காசி சொல்லுறார்...” மொழிபெயர்த்தார் துணைவேந்தர்.

“மிகப் பலமான இராணுவ நிலையிலை இருக்கேக்கைதான் விடுதலைப்புலிகள் சமாதானத்திற்கு அழைப்பு விடுத்தவை. புலிகள் நினைச்சிருந்தால் அண்டைக்கே வடக்கு, கிழக்கு முழுதையும் பிடிச்சு தனிநாட்டுப் பிரகடனம் செய்திருக்கலாம்...” மாறன் ஆவேசப்பட்டான்.

“ஸ்ரீலங்கா அரசு, சமாதானத்தை சாட்டாய் வைச்சு, அந்தக் காலத்திலை இராணுவத்தைப் பலப்படுத்தி, இன்றைக்கு நிறைய நாடுகளின்ரை இராணுவப் பங்களிப்போடை இனவழிப்புச் செய்யுது.”

“......”

“நாங்கள் சமதானத்திற்குத் தெரிவித்த விருப்பம்தான், எங்களை அழிக்கிற ஆயுதமாய் திருப்பிவிடப்பட்டிருக்குது.” மாறனின் பேச்சில் நியாயம் இருப்பதைப்போல யான் அக்காசி தலையசைத்தார்.

“எங்கடை ஒரு மாணவத் தலைவர்... அப்பாவி. அவரை இராணுவம் கடத்தி வைச்சிருக்குது. அவரை உடனடியாக விடுவிக்க நீங்கள் அரசுக்கு அழுத்தம் குடுக்க வேணும்.” மாறன் கடிதம் ஒன்றை நீட்டினான்.

“எல்லா அழிவுகளில் இருந்தும் மீண்டெழ முடியும்.. அது விரைவில் நடக்கவேண்டும்.” யான் அக்காசி இறுதி வார்தைகளைக் கூறி விடைபெற்றார்.

பல்கலைக்கழகமெங்கும் இராணுவத்தின் பூட்ஸ் காலடிகள். பூக்களும் புற்களும் அதில் நசிந்திருந்தன. மாலைச் சூரியன் சரிந்திருக்க, ஒரு சூன்ய அமைதி வளாகத்தின் நிலமெங்கும் வீசியது.

இன்னும் மரங்களில் அசைவில்லை. அவற்றின் அச்சம் இன்னும் தீரவில்லை. உறைந்து நின்றது கொண்டல் மரம். மாறன் வழமையாக இருக்கும் கல்லிருக்கையில் நசுங்கிய இரண்டொரு கொண்டல் மலர்கள்.

"இண்டைக்கு மலரினி வரேல்லை."

நினைத்துக்கொண்டே நடந்தான் மாறன்.

தொலைபேசியை எடுத்து, "என்ன நடந்தது? ஏன் இன்றைக்கு கம்பஸ் வரேல்லை..." மலரினிக்கு ஒரு குறுஞ் செய்தியை அனுப்பினான்.

"எல்லாப் பிள்ளையளும் சாப்பாடு எடுத்திட்டு போயிற்றினம் அண்ணை.... இருட்டுது. வெளிக்கிடுவமே..." அன்பழன் காத்திருந்தான்.

இராமநாதன் வீதி, வெறித்தோடி ஊரடங்கைப் பிரகடனம் செய்தது. வளாக வாசலை விட்டு வெளியேறி, விடுதிப் பக்கமாகத் திரும்பினர் இருவரும்.

திடீரென இரண்டு ஆமிக்காரர்கள், குமாரசாமி வீதியில் இருந்து வந்து முன்னால் தடுத்தனர். "ஐசி தெண்ட..." பின்னால் இரண்டு இராணுவ ட்ரக்குகள் தரித்து நின்றன. அது முழுவதும் முகம் மூடிய சிப்பாய்கள்.

முதலில் அன்பகழகனின் அடையாள அட்டையைப் பார்த்துவிட்டு, "ஹரி... நீ போக..." என்றான் ஒரு சிப்பாய். "அண்ணா வரட்டும் நிக்கிறன்..."

அவன் துப்பாக்கியை நீட்டினான். அன்பழகன் தடுமாறி சைக்கிளுடன் துடுமென விழுந்தான். பதறியடித்தபடி எழுந்து ஓடத் துவங்கினான்.

பின்னால் நின்ற இரண்டு ட்ரக்குகளும் முன்னால் நெருங்கி வந்தன.

சுற்றிக் கறுப்புத்துணியால் மூடிய இராணுவப் சிப்பாய்கள். நடுவில் பந்துல. கையில் துப்பாக்கி. மாறனை நெருங்கி வந்தான்

பந்துல. சட்டையை பிடித்து இழுத்துக்கொண்டு ட்ரக்கிற்குப் பின்னால் மாறனைக் கொண்டு சென்றான் பந்துல. மாறன் நடுங்கத் துவங்கினான். வியர்த்துக் கொட்டியது அவனுக்கு.

துப்பாக்கியை நெற்றியில் வைத்தான். சன்னங்கள் அவன் நெற்றியைத் துளைத்தனவா? துப்பாக்கியை எடுத்தான் பந்துல. நெற்றியைத் தொட்டுப்பார்த்தான் மாறன்.

“உனக்கென்ன பிரபாகரன் எண்ட நினைப்பா?”

“......”

“நாலு சுவருக்குள்ளை தமிழீழமா நடத்திறே..?”

“......”

மாறனை எட்டி உதைத்தான் பந்துல. தொப்பென விழுந்தான் மாறன். நெருஞ்சி முட்கள் அவன் கைகளில் குத்த... குருதி கொப்புளித்தது.

ஜீன்ஸ் பொக்கற்றில் அதிர்ந்தது தொலைபேசி.

“ஆரு..?”

“......”

“எடு..!”

மாறன் தொலைபேசி அழைப்பை இணைத்தான்.

“மாறன்... கம்பசிலை இருந்த ஆயுதங்களைப் பத்திரமாய் எடுத்து வைச்சிட்டம். உங்களை நீங்கள் பாதுகாத்துக் கொள்ளுங்கோ...” அந்தத் தொலைபேசி துண்டிக்கப்பட்டது.

மாறனுக்கு இன்னும் நடுக்கம் எடுத்தது.

“எனக்குத் தெரியும்.. நீ தகவல் குடுத்து ஆயுதங்களை எங்கையோ வைச்சிட்டாய்... பிரபாகரன் வளத்து ரெயினிங் குடுத்தா நீ இன்னும் நல்லா ஆயுதம் கடத்தல் செய்வே...” பந்துல பற்களை நறுநறுவெனக் கடித்தான்.

மாறனுக்கு குரல் தேய்ந்து அடைத்தது. அவன் ஒரு வார்த்தையும் பேசவில்லை. பயந்து ஒடுங்கிப் போனான். கைகள் தடுமாறின. கால்கள் நடுங்கின. தொண்டைக்குள் தண்ணீர் வற்றி நெஞ்சறைகள் நொறுங்கின.

“குத்தம் இருந்தா, குறுகுறுக்கும்... பயம்தானே..?”

துப்பாக்கியை எடுத்து அதன் முனைகளைத் துடைத்தான் பந்துல.

"நீ மௌனப் பிரார்த்தனை பண்றது இல்லை..."

"......"

"பிரபாகரனுக்கு பிரசாரம் பண்றது."

"......"

"இண்டையோடை போராட்டம் செய்யிறல்லே!"

"......"

"உனக்கு நாளை ஈவினிங் வரை அவகாசம்..."

"......"

"பதவி விலகி படிப்பு மட்டும் பாக்கிறது."

"......"

"நீ பதவி விலகினதும் துருவனை மம ரிலிஸ் செய்யும்."

"......"

"இல்லே, குமணனுக்கு நடந்ததுதான் நடக்கும்..."

இன்னொரு சிப்பாய் பின் ட்ரக்கில் இருந்து இறங்கி வந்தான். அவன் முகத்திலும் கறுப்புத்துணி. மாறனுக்கு கிட்டவாக வந்தான். கண்களை உருட்டி இவனைப் பார்த்தான். முகத்தின் கறுப்புத் துணியை விலக்கினான்.

"மாறா, பயந்து பயந்து சாகிறியா..." பெரிதாகச் சிரித்தான் நிரோஜன்.

"உனக்கு ஏன்டா இந்த வேலை?"

"......"

"பேசாமல் எல்லாத்தையும் விடு... எக்கவுண்ட் நம்பர் தா... நாளைக்கு காலமை செக் பண்ணிப் பாரு..."

"......"

பந்துல மீண்டும் நெருங்கினான்.

"நீ போராட்டம் விட்டா, நான் உனக்கு சல்யூட் அடிக்கிறது... நீ அருணா மாத்தையா, தேவா மாத்தையா மாதிரி பெரிய ஆளா வரலாம்..."

"......"

"உனக்கு ஆமி செக்கியூருட்டி நாங்க தாறது..."

"......"

"இது கடைசி வார்னிங்!"

"......"

"உனக்கு இரண்டு பாதை..."

"......"

"ஒண்டு தமிழீழம்... இன்னொண்டு ஸ்ரீலங்கா..."

"......"

"நம்ம பாதையிலே வந்தா வாழ்வு."

"......"

"தமிழீழப் பாதையிலே போனா சாவு..."

"......"

"முடிவு உன்ரை கையிலே..."

பந்துல ட்ரக்கில் போய் ஏறிக்கொண்டான்.

"நீ பசுத்தோல் போர்த்திய புலி எண்டு எல்லாருக்கும் தெரியும்..."

"......"

"நீயும் குமணனை மாதிரி பிழைக்கத் தெரியாத விசுக்கோத்து..."

"......"

"பேசாமல் எல்லாத்தையும் விடு... என்னை மாதிரி ராஜாவாய் இரடா!"

"......"

"ஒண்டில் பதவி விலகு."

"......"

"இல்லாட்டி இன்னொண்டு செய்..."

"......"

"அரசாங்கத்திண்ட மனிதாபிமான யுத்தத்திற்கு ஆதரவு எண்டு ஒரு அறிக்கை விட்டுப்பார்."

"......"

"புதுவாழ்க்கை துவங்கும்."

'வாழைப்பழத்தில் ஊசி ஏத்துற மாதிரி நினைச்சிட்டான் போல' வெருண்டு போயிருந்த மாறனுக்குச் சிரிப்பும் வந்தது.

"எல்லாத்தையும் விழலுக்கிறைச்ச தண்ணி ஆக்கிராதை..."

நிரோஜன் கறுப்புத்துணியை இழுத்து முகத்தை மூடினான். ஓடிச் சென்று ட்ரக்கில் ஏறினான். சுவரோடு சாய்க்கப்பட்ட மாறன், நிமிர்ந்து சைக்கிளை எடுத்தான். நாலு எட்டில் இருக்கும் விடுதி நானூறு கிலோமீற்றரில் இருப்பதுபோலத் தொலைவானது.

ஊடரங்கு இருளில் தொலைந்தது தெரு.

"சவத்தை... இவன் நிரோஜன் எல்லாம் ஒரு மனுசனா..?"

"......"

"அவன்ரை மூஞ்சையிலை காறித் துப்ப வேணும் மாதிரிக் கிடந்தது."

"......"

"எங்களுக்கு எண்டு நினைச்சு தானக்குத்தானே உலை வைக்கிறான்."

"......"

"எருதுநோய் காக்கைக்குத் தெரியுமா..?"

மாறன் மனம் கொதிக்கும் உலையாய்க் குமுறியது.

விடுதி வாசலில் மாணவர்கள் திரண்டிருந்தனர். அன்பழகன் அந்தரப்பட்டபடி நின்றான். "பேந்து கதைக்கிறன்..." மாறன் மேல்மாடியில் ஏறினான்.

மாறன் அறைக் கதவைத் திறந்தான்.

தொலைபேசி அழைத்தது. "என்னடா! ஆமியோடை சேந்திட்டியா? உனக்கு எங்கடை விளையாட்டுத் தெரியாது... உன்னை இனிப் போடுறது நாங்கள்தான்." துண்டிக்கப்பட்ட அந்தக் குரலை எங்கோ கேட்டதைப்போல இருந்தது. கட்டிலில் சரிந்தான் மாறன். பாழ் இருள் விடுதியை மூடியது.

*

50

பதுங்குகுழியில் அஞ்சியிருக்கும் சிறுமிபோல சூரியன் வானத்தில் அநாதரவாய் தொங்கியது. ஆலமரத்தில் புலுனிகள் வெருண்டடித்தன. மரத்தை விட்டு இறங்கப் பயத்தில் முழுசிக் கொண்டிருந்தது அணில். இரவு முழுவதும் உறக்கமில்லை. பந்துலவின் சிவத்தக் கண்கள் உறக்கத்தைப் பலியெடுத்தது. அவன் நெற்றில் வைத்த துப்பாக்கி, சற்றைக்கெல்லாம் இதயத்தைக் குத்திக் கிழித்துக்கொண்டிருந்தது. எழுந்து சாளரத்தைத் திறந்தான் மாறன். மந்தமான வெளிச்சம் அறைக்குள் பரவ நடுங்கியது.

"என்ன செய்யப் போறியள் அண்ணை?"

"......"

"உங்களையும் ஏதும் செய்து போடுவாங்கள்!"

"......"

"கொலைக்கு அஞ்சாதவன் பழிக்கு அஞ்ச மாட்டான்."

"......"

"பேசாமல் எல்லாத்தையும் விடுங்கோ மாறா அண்ணை."

"......"

"பதவி விலகுறன் எண்டு அறிவிச்சு விடுங்கோ."

"......"

அன்பழகன் தேநீரை நீட்டினான்.

"உங்கடை முடிவுக்காக பொடியள் வெயிற் பண்ணுறினம்."

மாறன் கண்களை மூடிக்கொண்டான்.

'நான் இயக்கமில்லையே. பேந்தேன் பயப்பிட வேணும். எங்கடை மக்கள் கொல்லப்படுறதை நிறுத்த வேணும் எண்டு கேக்கிறது எங்கடை உரிமை. அதுக்குப் பொறுப்பான இடத்திலை இருந்து நான் பின்வாங்க ஏலாது. அப்பிடி எனக்கொண்டு நடந்தாலும் அதுவும் இந்த உலகத்துக்கான செய்தி ஆகட்டும்...'

கஞ்சிக்காக வரிசையில் நின்று கொன்று வீசப்பட்ட சிறுவர்கள். எறிகணை பட்டு, எரியூட்டப்பட்டுக் குவிக்கப்பட்டிருந்தன சடலங்கள். கருவில் இருந்து பிய்த்தெறியப்பட்ட குழந்தைகள். இறந்து கிடக்கும் தாயில் பால் குடிக்கும் குழந்தை. மாறனின் விழிமடல்கள் நடுங்கின.

'வன்னியிலை எவ்வளவு மனிதப் படுகொலை நடக்குது... இதை எதிர்த்து ஒரு சின்னப் போராட்டத்தைக்கூட செய்யேல்லை எண்டால், இதை செய்யிற அரச படைக்கும் எங்களுக்கும் வித்தியாசம் இல்லை'. மாறன் கண்களைத் திறக்க, அவை தழலாய்ப் பொங்கின. 'நீந்த மாட்டாதவனை ஆறு கொண்டு போயிரும்!' மாறன் எழுந்தான்.

"எதிர்நீச்சல் போடத்தான் வேணும்!"

"......"

"எல்லாரும் வெளிக்கிடுங்க."

"......"

"போராட்டம் நடக்கும்."

'மலையைத் துளைக்கச் சிற்றுளி போதாதா?' என்றபடி விடுதியிலிருந்து மாணவர்கள் அணி படையெடுப்பதைப் பார்க்க மாறனின் கண்கள் இன்னும் தீயாய்ப் பற்றின. பல்கலைக்கழக வளாகத்தில் மாணவர்கள் நிறைந்திருந்தனர். மாறன் பரமேஸ்வரன் கோயிலுக்குள் செல்லுமாறு கையசைத்தான்.

கோயில் மாணவர்களால் நிரம்பி வழிந்தது.

"போரை அரசாங்கம் உடனடியாக நிறுத்த வேணும். அதோடை, கொல்லப்பட்ட எங்கடை மாணவர்களுக்கு நீதி கிடைக்க வேணும். கடத்தப்பட்ட துருவன் உடனடியாக விடுதலை செய்யப்பட வேணும்..." மாறன் கோரிக்கைகளை தீர்க்கமாக எடுத்துரைத்துப் பேசினான்.

சில ஊடகங்கள் செவ்விக்காக அவனை நெருங்கின. "எனக்கு ஒரு தரப்பு, பெரிய அச்சுறுத்தலை, மிரட்டலை விடுக்குது. அதைப் பற்றி நான் ஊடகத்திலை வெகு கெதியிலை சொல்லப் போறன். அதோடை, எங்களைச் சுத்தி நடக்கிற கனக்க அநியாயங்களின்ரை சூத்திரதாரியளை அம்பலப்படுத்தப் போறன்..." மாறன் கோவத்துடன் பேசினான்.

*

மாலைச் சூரியன் வெளிச்சம் மங்கிப்போயிருந்தது.

"இண்டைக்குப் போராட்டத்திலையும் மலரினி இல்லை... நேற்றும் வரேயில்லை..." தொலைபேசியை எடுத்துப் பார்த்தான். போட்ட குறுஞ்செய்தி அவளுக்குக் கிடைக்காத சமிக்ஞையுடன் தேங்கியிருந்தது. சைக்கிளை மலரினி வீட்டுப் பக்கமாக மிதித்தான்.

காவலரண்களுக்கு இடைப்பட்ட தெருக்களில் ஆமிக்காரன் ஒருவன் இவனைப் பார்த்துக்கொண்டே நின்றான். சந்தேகப் பிராணியாய் இடையிடை பின்னால் பார்த்தபடி சைக்கிளை மிதித்தான் மாறன். முதுகை சன்னம் துளைப்பது போலிருக்கவும் திடுக்கிட்டான். நெஞ்சில் குருதி வழிவதுபோலிருக்கவும் விரல்களால் தொட்டுத் தடவினான்.

சைக்கிள், சங்கிலியன்புர ஒழுங்கையில் இறங்கியது.

அழைப்புமணியை அழுத்தினான்.

கதவு மூடியிருந்தது. திரும்பத் திரும்ப அழுத்தினான். "ஆரது..?" மலரினியின் குரல்தான். அவனுக்குச் சற்று ஆறுதல் ஆயிற்று.

"நான் மாறன் வந்திருக்கிறன்." கதவைத் திறந்தாள்.

"சித்தி வெளியிலை போட்டா... தனிய பயத்திலை இருந்தன். உள்ளுக்கை வாங்கோ..." முகமெல்லாம் அச்சத்தில் கறுத்துக் கிடந்தது.

நடுங்கினாள் அவள்.

அவள் கதவைச் சாத்தினாள். கதிரையில் பொத்தென இருந்து அழத் துவங்கினாள். "என்ன நடந்தது மலர்..." மாறன் அந்தரப்பட்டான்.

"கம்பஸ் பக்கமும் வரேல்லை.... போனும் ஓவ்..." மாறன் தடுமாறினான்.

“அண்டைக்கு கம்பஸாலை வந்தன்...”

“....”

“நிரோஜன் ஆமி உடுப்போடை நிண்டு மறிச்சவன்.”

“......”

“மாறன் எல்லாத்தையும் நிப்பாட்ட வேணும்.”

“......”

“இல்லாட்டில் முதலிலை உன்னைச் சுடுவன்.”

“......”

“பேந்து அவனைச் சுடுவன் எண்டு வெருட்டினவன்.”

“......”

“வீடு வரைக்கும் பின்னாலை வந்தவன்.”

“......”

“என்ரை போனையும் பறிச்சுக்கொண்டு போட்டான்.”

அவன் மடியில் தலையைப் புதைத்து அவள் குலுங்கிக் குலுங்கி அழுதாள். கன்னங்களைத் துடைத்து தலைதடவினான் மாறன். அவள் நடுங்கினாள். விரல்களைப் பற்றிக்கொண்டு அணைத்துக்கொண்டான் அவன்.

பாழடைந்த நகரின் இருட்டு அவள் கண்களில் உதிர்ந்தது. மாறன் கண்களைத் துடைத்து உதடுகளால் ஒற்றினான். கன்னங்களைப் பற்றி உறிஞ்சினான். உதடுகளைக் கவ்வி இறுக அணைத்தான். வறண்டிருந்த அவளின் தொண்டைக்குழி நனைந்தது. அவனை இறுகப் பற்றிக்கொண்டாள்.

அவன் விரல்கள் பாதுகாப்பின் கதியால்களாய் இருந்தன. தீண்டலில் பயங்கரங்கள் தொலைந்தன. பசியின் நகரில் அவளைப் பருகினான். அவள் மார்புச்சூட்டில் முகம் புதைத்தான். இருளின் நகரில் அவனில் சரிந்தாள்.

அவன் தொடுகை காவலாயிற்று. அவள் மெல்லிய இடுப்பில் மாலையாகக் கைகளைக் கோர்த்தான். அவன் மார்பு முடிக்கற்றையில் சுருண்டு கண்களைக் கரைத்தாள். மூடுண்டு அச்சமூட்டும் நகரில் ஒரு பெரு நதி, கடலாக இழுத்துச்சென்றது. உடல் கனமற்றுப் போயிற்று. காற்றில் இதயமும் மிதந்தது.

மௌனத்தில் சில நிமிடங்கள் கரைந்தன.

“உங்கடை அம்மாவைப்போல நானிருப்பன்...” மாறனின் நெற்றியில் முத்தமிட்டாள். அவளை அணைத்துக் குலுங்கி விசும்பினான்.

அவள், அவன் நெஞ்சில் அயர்ந்துபோனாள். துப்பாக்கி, சீருடை, குருதி அவள் நினைவுகளில் முள்ளாய்த் தட்ட, அவனை இறுக அணைத்தாள்.

*

விடுதி மேசையில் தொலைபேசி அதிர்ந்து நகர்ந்தது. இலக்கமற்ற தொலைபேசி அழைப்பு. ‘யாராக இருக்கும்..? ஒருவேளை அம்மாவோ..?’ சட்டென அழைப்பை ஏற்றான்.

“மம பந்துல ஹரிச்சந்திர..!”

“......”

அவன் பெரிதாய்ச் சிரித்தான்.

“என்ட தோளைக்கூட தொட முடியாதே கட்டப் பொடிப்பயள்... என்ட கண்ணிலை விரல் விட்டு ஆட்டப் போறியா..?”

“......”

“கொலைகளின்ரை சூத்திரதாரியை அம்பலப்படுத்துறது.”

திரும்பவும் விசர் பிடித்த நாயாய்ச் சிரித்தான்.

“நீ வால் சுருட்டுறது இல்லே.”

“......”

“இனி நீ வெளியே வந்தா சூடுதான்!”

“......”

“கம்பஸ் வாசல்லே உன்ரை இரத்தம் ஓடும்!”

“......”

“உன்னை மம மேடர் பண்ணின பிறகு... அதுவும் சேத்து அம்பலம் செய்யிறது!”

“......”

அவன் சிரிப்பின் மிரட்டலால் தொலைபேசி அதிர்ந்தது.

*

"முள்ளிவாய்க்காலிலை சனம் கொத்துக் கொத்தாய் செத்துக் கிடக்காம்... சரியான சண்டையாம்... ஒரு முடிவோடைதான் இருக்கிறாங்கள்..." அன்பழகன் சொல்லிக்கொண்டே அறிக்கையை திருத்திக்கொண்டான்.

மாறன் சாளரத்தைத் திறந்தான்.

ஆலமரத்தில் ஒரு பெரும் பதற்றம். அதன் கிளைகள் உழன்றன. அதிலிருந்து பறவைகள் வெருண்டோடின. தென்னையும் தலையிலடித்து அழும் தாய்போல துடித்தது. அமுங்கியிருக்கும் வாகை மரத்தில் ஆந்தை ஒன்று குளறி ஓலமிட்டபடி இருந்தது. மங்கிய இருள் எங்கும் படர்ந்திற்று.

"இந்தச் சண்டையிலை, தமிழனியன் எங்கை எப்பிடி இருப்பானோ..?" ஆலமரத்திலிருந்து உதிரும் சருகுகள் மங்கிய இருளில் பறந்தன.

*

51

"தமிழினியன்! உதயங்க வடிவாய் மருந்துகளை எடுக்கேல்லைபோலக் கிடக்குது." தமிழவள், சொல்லிக்கொண்டே நாடி பிடித்து பார்த்தாள்.

தமிழினியன் மாத்திரைகளை எண்ணி வைத்தான். உதயங்கவின் சிதலூறிய காயத்தை துடைத்து, மருந்தையிட்டு வெண்துணியால் சுற்றினான்.

"அதான் நான் சொன்னன். உங்கடை மனுசி இன்னும் இரண்டு நாளிலை வந்திருவா. நாங்களும் அனுப்பி வைச்சிருவம் எண்டு..." தமிழினியனின் சொற்களைக் கேட்க விரக்தியோடிருந்த உதயங்கவின் முகத்தில் ஒரு புன்னகை இலேசாக எட்டிப் பார்த்தது.

"முகமாலையிலை, என்னை அந்த அறைக்குள்ளை வைச்சு விசாரிச்சதை நினைக்கச் சிரிப்பாய் கிடக்குது."

"......"

"அண்ணா வீட்ட போறன் எண்டு சொன்னன்."

"......"

"இயக்கத்துக்குப் போறன் எண்டு சொல்லி யிருந்தால்..."

"......"

"இப்ப உங்களைக் கவனிக்க நான் இல்லாமலும் போயிருப்பன்..." உதயங்கவின் பார்வையில் வருத்தத்தின் அசைவுகள்.

"யோசிக்க வேண்டாம். கெதியில் நடக்கும்..." உதயங்க பார்வையால் நன்றி தெரிவித்தான்.

எழுந்தவனுக்கு மாத்திரைகளை எடுத்துக்கொடுத்தாள் தமிழவள். தண்ணீர் டம்ளரைக் கொடுத்தான் தமிழினியன்.

"இஞ்சை பாருங்கோ..."

"......"

"களத்திலைதான் நீங்கள் எதிரி..."

"......"

எங்கடை மண்ணிலை விருந்தாளி..."

"......"

"இந்த மருத்துவமனையிலை எங்களுக்கு நீங்கள் ஒரு நோயாளி!"

"......"

தெய்வங்களும் சீருடை அணிந்திருக்கும் என்றால் போல் ஒரு நன்றிப் பார்வையிட்டான் உதயங்க. ஆண்களைப் போல முடிவெட்டி வெண் மேல்சட்டையுடுத்து, இடுப்பில் பட்டி அணிந்திருக்கும் அந்தப் புதுமையான பெண் தெய்வத்தைப் பார்க்க இன்னும்தான் உதயங்கவுக்கு வியப்பு. கனிந்த கண்களும் குழந்தைப் புன்னகையும்கூட நோயாற்றும் ஒரு தாய்மை மிகு மருத்துவிச்சியை காணும்போதெல்லாம் அவன் கண்கள் வணங்கின.

"நீங்கள் தமிழினியனுக்கு அங்கை என்ன செய்தாலும்..."

"......"

"இஞ்சை எப்படியாவது உங்களை காப்பாற்றுவம்..."

"......"

"பாதுகாப்பு தருவம்."

கடமையை முடித்துச் செல்லும் தமிழவளை பெருத்தக் குற்ற உணர்வு கண்களில் கசிய, ஒரு பக்கவாட்டில் சரிந்திருந்தான் உதயங்க.

"நாங்க போரில் கைப்பற்றிய பெண் போராளிகளின் சடலங்களை என்னவெல்லாம் செய்திருக்கிறோம். அவங்கள் சரணடைந்த எங்களை எப்பிடிப் பார்க்கிறாங்கள்." உயிருள்ள சடலமாய்த் தான் படுத்திருப்பதாகப்பட்டது உதயங்கவுக்கு.

அந்த மருத்துவமனை என்பது சில படங்குகளால் கட்டப்பட்ட சிறிய இடம்தான். அதன் பெரும்பகுதி பதுங்குகுழிகளால்

ஆனது. அதனொரு மூலையில் ஈழப் பிரியனின் படத்திற்கு தமிழினியன் இரண்டொரு கிழிந்த பூக்களை வைத்து அஞ்சலி செய்தான். உதயங்கவின் கண்கள் கரைந்தன. தாமரைபோல விரிந்த ஈழப்பிரியனின் முகத்தில் வீரத்தின் புன்னகை சிந்தியது. தமிழினியன் கண்களை மூடி வணங்கினான்.

*

"இவனை என்ரை அணியிலை சேர்க்கட்டே" பொறுப்பாளிடம் கேட்டான் ஈழப்பிரியன்.

"அவனும் சண்டைக்குப் போக வேணும் சண்டைக்குப் போக வேணும் எண்டு கெஞ்சிக் கூத்தாடுறான்..."

தமிழினியனின் தோள்களைக் கட்டினார் பொறுப்பாளர்.

"நான் அவனை மருத்துவப் பிரிவுக்கு அனுப்புவம் எண்டு பாத்தன்..."

"......"

"தலைமைப்பீடத்துக்கு அறிவிச்சுப்போட்டு ஆளை அனுப்பிறன்..."

ஈழப்பிரியன் விடைபெற்றான்.

கிளிநொச்சிப் புறநகரில் போராளிகள் நிலையெடுத்திருந்தனர். சற்றைக்கெல்லாம் எறிகணைகள் வந்து திடும் திடுமென விழுந்துகொண்டிருந்தன. தமிழினியனைப் போராளிகளுக்கு அறிமுகப்படுத்தினான் ஈழப்பிரியன்.

"இந்த ஆண்டுக்குள்ளை கிளிநொச்சியைப் பிடிப்பம் எண்டு ஸ்ரீலங்கா அரசு சூளுரைப்பாம், பாப்பம் என..." யாருமற்ற கிளிநொச்சி நகரை நோக்கிப் பார்த்தபடி உருண்டன ஈழப் பிரியனின் விழிகள்.

பெரிய மண் அணையின் பின்னால் போராளிகள் சிறிது ஓய்வெடுத்தனர். "கன இடங்களை விட்டுப் பின்வாங்கியாச்சு... கிளிநொச்சியை விட்டும் பின்வாங்கிற திட்டமோ?" தேசிகனைப் பார்த்துக் கேட்டான் தமிழினியன்.

குஞ்சுப் பரந்தனிலிருந்து பரந்தன் வரையாக தனக்கு வழங்கப்பட்ட பகுதிக்குள் எறிகணை வீச்சைத் தடுப்பது பற்றிய யோசனையில் இருந்தான் ஈழப்பிரியன். "நாங்கள் இந்த சந்தியை விட்டம் எண்டால் எதிரி இலகுவாக கிளிநொச்சிக்குள்ளை இறங்கிருவான்..." போராளிகளுக்கு சொல்லிக்கொண்டிருந்தான் அவன்.

"நீங்கள் ஏன் கஸ்பஸை விட்டு இயக்கத்துக்கு வந்தனீங்கள்."

"ஏன் கம்பஸ் எண்டால் இயக்கத்துக்கு வரக்கூடாதோ?"

"......"

"திலீபன் அண்ணாவும் ஒரு கம்பஸ் மாணவன்தானே!"

தேசிகனுக்குச் சொல்லிக்கொண்டே சிரித்தான் தமிழினியன்.

"என்ரை தங்கச்சி செஞ்சோலை தாக்குதலில் செத்திட்டா!"

"......"

"கொஞ்ச நாளிலை அந்த ஏக்கத்திலை அம்மாவும் அப்பாவும் அடுத்தடுத்து செத்திட்டினம்..." கண்களைத் துடைத்தான் தேசிகன்.

"......"

"வீட்டுக்கு ஒருத்தர் போராட்டத்திலை சேர வேணும் எண்டு இயக்கம் அறிவிச்சதுதானே."

"......"

"வீடு, குடும்பம், எல்லாம் நான் ஓராள்தானே!"

அவன் முகத்தில் ஒரு செத்தச் சிரிப்பு.

"......"

"வந்திட்டன்.. பேசாமல் வந்திட்டன்."

"......"

"ஈழப்பிரியன் அண்ணை கொண்டேய் வீட்ட விட்டவர்."

"......"

"இனி எனக்கு என்ன இருக்குது?"

"......"

"சனம் இப்பிடிச் சாகுது... அதுகளைக் காப்பாற்ற, என்ரை குடும்பத்தை அழிச்ச எதிரிக்கு எதிராய் போராட வந்திட்டன்." தேசிகனின் கண்களில் உடைந்து விழுந்த கண்ணீர் துளியொன்று சீருடையில் பட்டுத் தெறித்தது.

"சண்டை எல்லாம் முடியட்டும்..."

"......"

"உங்களுக்கு ஒரு அம்மா இருக்கிறா."

"......"

"இரண்டு அக்காக்கள் இருக்கினம்."

“......”

“நான் ஒரு அண்ணா இருக்கிறன்.”

“......”

“எல்லாரும் ஒண்டாய் ஒரு குடும்பமாய் இருப்பம்..” தமிழினியனின் வார்த்தைகள் அவனுக்கு மருந்தாய் இனித்தது.

“ஒரு அக்காவுக்கு சீதனம் குடுக்கிற வேலையை என்ரை தலையிலை கட்டிவிடுற திட்டம்போலக் கிடக்குது...” சிரித்தான் தேசிகன்.

“தமிழீழத்திலை சீதனம் இல்லைதானே. அந்தச் சிக்கல் வராது... அதை யோசிக்காதையுங்கோ.”

களத்தின் சிரிப்பொலி எதிரிக்குக் கேட்டிருக்கவேண்டும்.

திடீரென பெருத்த எறிகணைத் தாக்குதல் தொடங்கியது. பதில் தாக்குதலுக்கான கட்டளையைப் பிறப்பித்தான் ஈழப் பிரியன். ஆட்லெறி செல்கள் வந்து விழுந்தன. எறிகணை வந்த திசையைக் கணித்து அதற்கு மறு எறிகணை தாக்குதலுக்கு வழிநடத்தினான். போராளிகள் மிகுந்த உற்சாகத்துடன் சமரில் ஈடுபட்டுக்கொண்டிருந்தனர்.

திடீரென இராணுவத்தின் எறிகணைத் தாக்குதல் ஓய்ந்தது.

“எதிரி நிலைகுலைஞ்சிட்டான். எப்பிடியும் பெரிய இழப்பாய்த்தான் இருக்கும்.” களத்திற்கு வந்த உணவுப் பொட்டலங்களை எடுத்து போராளிகளுக்கு கொடுத்துக் கொண்டிருந்தான் ஈழப்பிரியன். “அதுக்குள்ளை குழம்பு இருக்குது... எடுத்து விட்டு நிரம்பச் சாப்பிடுங்கோ...” ஒரு அம்மாவைப்போல அவன் போராளிகளுக்கு உணவூட்டினான்.

முழந்தாலுக்குக் கீழவாக மடித்துவிடப்பட்ட ஜீன்ஸ். தலையில் பச்சை நிறமான ஒரு சாக்குத் தொப்பி. களமாடிய களைப்பிலும் பெருத்துச் சிவத்த உதடுகளில் ஈரப்புன்னகை. அவன் சொற்களும் இனித்தன.

“அண்ணை உங்களைப் பற்றி எத்தினை நாளாய் கேக்கிறம் சொல்லுங்கோவன்...” தமிழினியன் கேட்க, தேசிகனும் ஆர்வப்பட்டான். இன்னும் சில போராளிகளும் உணவை மெல்லுவதை நிறுத்திவிட்டு, ஈழப்பிரியனை நோக்கத் துவங்கினர்.

“என்ரை இடம் பரந்தன்தானடா...”

“......”

"அப்பா ஒரு சித்த வைத்தியர்…"

"……"

"படிச்சு முடிச்சிட்டு தன்ரை வேலையை நான் செய்ய வேணும் எண்டு ஆசை…"

ஈழப் பிரியனின் கண்கள் கலங்குவதை அன்றுதான் பார்த்தான் தமிழினியன்.

"ஒருநாள் பள்ளிக்கூடம் போயிற்று வந்துகொண்டிருந்தன்."

"……"

"அண்டைக்கு கிளிநொச்சியிலை நடந்த பொம்பரடியிலை."

"……"

"இருபத்தைஞ்சு பேர் அந்த இடத்திலையே… சரி…"

"……"

"நான் அருந்தப்பு…"

"……"

"நான் தப்பினது போராடத்தான்போல…"

"……"

"வந்திட்டன் இயக்கத்துக்கு." அவன் கண்களில் ஈரத்தைத் துடைத்தான்.

"நாட்டுக்கான கடமையை செய்யிறம்…"

"……"

"எங்கடை வீடுகளிலையும் ஒவ்வொருவருக்கும் கடமை காத்திருக்கு…"

"……"

தமிழினியன் மௌனத்துடன் தலையசைத்தான்.

இராணுவத்தின் எறிகணைத் தாக்குதல் செறிவாயிருப்பதை உணர்ந்தான் ஈழப்பிரியன். "எதிரி முன்னேறப் பாக்கிறான்." அவன் கத்திக்கொண்டே எறிகணைத் தாக்குதலை துவங்கக் கட்டளையிட்டான். விமானங்கள் வானத்தை உடைத்தபடி நுழைந்தன. உருமறைப்பு செய்யப்பட்ட போராளிகள் இராணுவத்திற்குப் பதில் தாக்குதலைத் தொடுத்தனர்.

கண்களைச் சுழற்றி வானத்தை நோட்டமிட்டான் ஈழப் பிரியன்.

போராளிகளை மண் அணைகளுக்கு அருகாயும், பதுங்கு குழிகளிலும் பதுங்கியபடி தாக்குதலை நடத்தச் செய்தான். கிபீர் விமானங்கள் கீழாக சரியத் தொடங்கின. எங்கும் புகை, பெரும் சத்தம். குண்டுகளை மளமளவென கழற்றின விமானங்கள். நிலம் தெறித்தது.

எங்கும் குருதி. சதைகள் தெரிந்து தொப் தொப்பென விழுந்தன.

நெல்வயல்கள் புதைகுழியாய் இருந்தது. ஒரு மாட்டுப் பட்டியில் விழுந்த குண்டுகளால் பசுக்கள் சரிந்து கிடந்தன. அஞ்சிய விழிகள் வெளித்தள்ளின. பசுக்களின் விழிகளைத் தடவினான் ஈழப்பிரியன்.

சினைப்பர்க் குண்டொன்று அவன் நெஞ்சில் துளைத்தது. எதிரிகளின் முனையை வெறித்துப் பார்த்தபடி மண்ணில் சரிந்தான் ஈழப்பிரியன். அவன் குருதி நிலத்தில் வழிந்தோடியது. தமிழினியன் ஓடினான். நிலத்தில் விழுந்தான். "அண்ணோய்... அண்ணோய்..." ஈழப்பிரியனைத் தட்டினான்.

அசைவற்றுக் கிடந்தான்.

அவன் கைகளைப் பிடித்து தட்டியெழுப்பிக் கதறிப் புரண்டான் தமிழினியன்.

*

உதயங்கவிற்கான உணவுப் பொட்டலம் படுக்கையின் அருகில் இருந்தது. போராளிகளின் மருத்துவ முகாமில் போராளிகள் சிலர் தமக்குத்தாமே மருந்தைக் கட்டிக் கொண்டிருந்தனர். தேசிகனின் நெற்றியில் ஒரு பெருத்த காயம். வயிற்றை எறிகணை கிழித்திருந்தது.

தமிழினியன் அவன் குருதியை துடைத்துக் கொண்டிருந்தான்.

"இவர் ஆரு... ஆமிக்காரனா?"

"இவர் இராணுவச் சிப்பாய், சண்டையிலை காயமடைஞ்ச நிலையிலை இயக்கம் மீட்டது."

"......"

"மருத்துவம் நடக்குது..."

"......"

"கெதியிலை அவரை இயக்கம் அரசாங்கத்திட்ட கையளிக்கும்..."

"......"

“இன்னும் ஒரு கொஞ்சநாள் பல்லைக் கடிச்சுக்கொண்டு இருங்கோ...”

உதயங்க, தேசிகனுக்கு வணக்கமிட்டான். இன்னும் அவன் விழிகளில் அச்சம் பதுங்கி இருந்தது. காயத்தின் வலியில் துடித்தவன், உதயங்கவைப் பார்த்து லேசாக புன்னகைத்துவிட்டு குளறத் துவங்கினான்.

எங்கும் குருதியின் நிணம். காலடியெங்கும் சனங்களின் பிணம். பாதுகாப்பு வலயம் குருதி வலயமாயிருந்தது. எறிகணைகள் விழுந்து எரிய, புகை அடர்ந்தது. சிதறிய தன் கையை வலியில் குளறியபடி, இன்னொரு கையால் தூக்கி வந்த சிறுமியே தமிழவளின் நினைவில் உழன்றாள்.

சனங்களின் மருத்துவ முகாமிலிருந்து போராளி மருத்துவ முகாமுக்குத் திரும்பியிருந்தாள் தமிழவள். தேசிகனின் காயங்களைப் பார்வையிட்டாள்.

“தமிழினியன்... தமிழினியன்...” அவன் ஓடி வந்தான்.

“தேசிகனுக்கு, வயிற்றுப்பகுதிக் காயம் கொஞ்சம் சிக்கல்.”

“......”

தேசிகன் மெல்ல கண்களை விழித்தான்.

“அக்கா, செத்துப்போயிருவனே?” ஒரு நொந்தச் சிரிப்பு அவனுக்கு.

அவள் கண்கள் தடுமாறின.

“கெதியிலை ஒரு சத்திரசிகிச்சை செய்யவேணும்...” தேசிகனுக்குக் கேட்காதவாறு தமிழினியனுக்குச் சொன்னாள். அவன் ஏற்பாடுகளைத் துவங்கினான். தேசிகனின் அருகில் துப்பாக்கி. அதனை விடாமல் அணைத்துக்கொண்டிருந்தான்.

“மருத்துவமனைக்குள்ளை துப்பாக்கி கொண்டுவரக்கூடாது.”

“அக்கா! அது என்ரைத் துவக்கு.”

அவள் அதை எடுத்துச்சென்று வெளியில் வைத்தாள்.

கையெல்லாம் குருதி. தமிழினியன் மணல் தரையில் வெறித்தபடி பார்த்துக்கொண்டிருந்தான். கடலிலும் சமர் நடக்கிறது. கண்ணுக்கு எட்டிய தூரங்களிலும் சின்னச் சின்னதாய் சமர் மூள்கிறது.

தேசிகன் துடிக்கிறான். அவன் மூச்சுத் திணறுகிறான். காயத்திலிருந்து குருதி பெருக்கெடுத்தது. அவன் விழிகள் மெல்ல

மேல் சொருகின. கைகள் அருகிருந்த துப்பாக்கியைத் தேடி உதறின. தமிழினியன் அவன் நெஞ்சைத் தடவினான். அவன் நெற்றியை வருடினான். தேசிகனின் மூச்சு அடங்கிற்று.

ஓவெனக் குளறத் தொடங்கினான் தமிழினியன்.

உதயங்க எழுந்து வந்து இவன் தோள்களைப் பற்றினான்.

நிலம் சுருங்கிக்கொண்டிருந்தது. வானமெங்கும் பேரழிவின் தடங்கள்.

தமிழவள் போயிருந்த சனங்களின் மருத்துவ முகாம்மீது மளமளவென பல முனைகளிலிருந்து எறிகணைகள் வந்து கொட்டின. தமிழினியன் ஓடினான். காயப்பட்ட சனங்கள் எங்கும் சிதறிக் கிடந்தனர். குருதியூறிய நிலத்தில் எறிகணையின் தீப்பிழம்பு. உடலின் சிதைந்த பாகங்கள் மூடியிருக்க, தமிழவள் கண்களைச் சொருகி ஓர் ஏக்கப் பார்வையுடன் செத்துக் கிடந்தாள். தமிழினியன் கண்களைப் பொத்திக்கொண்டு கத்தினான்.

தேசிகனின் துப்பாக்கியுடன் உதயங்க வந்து பின்னால் நின்றான்.

"இதையெல்லாம் பாக்க, இந்த துவக்காலை, எங்க ஆமியை நானே சுட்டுத் தள்ற வேணும்போல இருக்குது..." உதயங்க கலங்கினான்.

"உங்களை இவ்வளவுக்குள்ளையும் காப்பாற்றினது, நீங்கள் உங்கடை குடும்பத்தோடை போய் வாழத்தான்.. அதைத் தாங்கோ..." எழுந்து தேசிகனின் துப்பாக்கியை வாங்கிக் கொண்டான் தமிழினியன்.

"அந்தப் பக்கம் போனால், நீங்கள் சரணடையலாம்... சிங்களத்திலை நீங்கள் இராணுவம் எண்டு சொல்லிக் கொண்டு போங்கோ..." கைகளைக் காட்டி உதயங்கவை தள்ளி அனுப்பி கையசைத்தான் தமிழினியன். உதயங்க நகராமல் நின்று பார்த்துக் கொண்டிருந்தான்.

"எல்லாம் முடியப் போகுது..!"

"......"

"கெதியாய் போங்கோ..."

"......"

"ஓடிப்போங்கோ..."

உதயங்க தூக்கிய கையுடன் அசைவற்று நின்றான்.

தமிழினியன் கைகளைக் காட்டிக்கொண்டே மறைந்தான்.

நிலத்தில் அமர்ந்தான் உதயங்க. மணலில் 'தமிழ் ஈழம்' என எழுதினான்.

எறிகணைகள் இன்னுமின்னும் சமீபமாக வந்து விழத் துவங்கின.

உதயங்கவின் காலில் ஒரு வெடி. கைகளை உயர்த்தி "மமே யுத்த கமுதாவே..." கைகளைத் தூக்கிக் கத்தியபடி சரணடைந்தான் உதயங்க.

அவன் கால்களின் இரத்தம் வழிந்தோடி, நிலத்தை நனைத்திற்று.

அனல் மழை பொழிந்தது.

சனங்கள் காயங்களிலிருந்து குருதி வழிய வழிய ஓடிக் கொண்டிருந்தனர். சனங்களைச் சுடும் இராணுவச் சிப்பாய்களை தன் துப்பாக்கியின் இலக்கால் வீழ்த்தினான் தமிழினியன்.

அவன் கையை ஒரு எறிகணையின் துண்டு கிழித்தது. மறைந்திருந்து, சீருடையை கழற்றிக் கிழித்து அதை கையில் கட்டிக்கொண்டு தொடர்ந்து சமராடிக் கொண்டிருந்தான். ஒரு போராளி நிலத்தில் வீழ்ந்து புரண்டான்.

இவன், அவன் துப்பாக்கியை எடுத்து தொடர்ந்து வேட்டுக்களைத் தீர்த்தான். இராணுவத்தினர் முகம் தெறித்து வீழ்ந்தனர். இன்னொரு சிப்பாய் பீரங்கியை எடுத்தான். இலக்கு வைத்தான். அது இவன் நெஞ்சைச் சிதைத்தது. மண்ணில் துண்டுத்துண்டாய்ச் சிதறிப் பரவினான்.

வானம் கறுத்தது. சோவென மழை பெய்ய, நந்திக்கடல் சிவக்கத் தொடங்கியது.

*

52

அகாலத்தின் கருமை படிந்த நாளில் சூரியன் காணாமல் போயிற்று. நகரமெங்கும் மண்டிய இருளில் குருதிநெடில் வீசும் குரல்கள். ஓலத்தைக் கழுத்துவரை நிறைத்திருந்தது விடுதி. சாவுச் செய்திகள் தாரை தாரையாய் வந்துசேர மாணவர்கள், தலையில் அடித்துக் குளறிக் கொண்டிருந்தனர்.

“அன்பழகன் எல்லாரும் கம்பசுக்குள்ளை போவம்...”

“......”

“போய் பரமேஸ்வரன் கோயிக்குள்ளை இருப்பம்.”

மாறனுக்குப் பின்னால் மாணவர்கள் வரிசையில் அணிவகுத்துச் சென்றனர்.

நகரம், பிள்ளையைப் போரில் பறிகொடுத்தத் தாய்போல தீனக்குரலில் ஓலமிட்டது. பல்கலைக்கழக வாசலை இராணுவச் சிப்பாய்கள் துவக்குகளால் திருகினர்.

“உள்ளே போக ஏலாது!”

“எங்கடை கம்பசுக்குள்ளை நாங்கள் போறதை ஆரும் தடுக்கேலாது!”

மாறன் துவக்குகளைத் தட்டி, இராணுவக் கரங்களை உடைத்துக்கொண்டு நுழைந்தான். மாணவர்களும் மளமளவென உள்நுழையத் துவங்கினர். வீடுகளில் நின்ற மாணவர்களும் வளாகத்திற்குள் வரத் தொடங்கினர். மலரினி அழுதுலர்ந்த கண்கள் மிரள வந்தாள். உதடு தளுதளுத்தது. மாறனின் கைகளைப் பற்றிக் கொண்டாள். அவன் கண்கள் அவளை ஆறுதல்படுத்தின.

மாணவர்கள் பரமேஸ்வரன் கோயில் மண்டபத்திற்குள் நுழைந்தனர். ஒரு மெழுகுவர்த்தி உருகிக்கொண்டிருந்தது. கல்லாயிருந்த பரமேஸ்ரனின் கண்களும் கசிந்தன. மாணவர்கள் தேம்பி அழுதுகொண்டிருந்தனர்.

வரிசையாக தீபங்கள் ஏற்றப்பட்டன. சில கிறிஸ்தவ மாணவிகள் பல்கலைக்கழகத் தேவாலயத்திற்குச் சிலுவையைச் சுமந்தபடி சென்று, மன்றாடி ஜெபித்துவிட்டு வந்தனர். பின்னால் சில ஊடகவியலாளர்கள் மாறனின் சொல்லப் போகும் செய்திக்காக காத்திருந்தனர்.

சனங்களை வீடுகளுக்குள் முடக்கிய பந்துல, நகரமெங்கும் இராணுவ வண்டிகளை நிறுத்தியிருந்தான். பல்கலைக்கழக வாசலிலும் ஒரு பீரங்கி. பரமேஸ்வரன் ஆலயத்தை நோக்கி வாய் பிளந்திருந்தது.

பந்துலவின் ட்ரக் விரைந்தது. முன்னால் இருந்து நிரோஜன் இறங்கினான்.

"எப்பிடி எல்லாம் உள்ளே போனது..."

"நாங்க சொன்னது... கேக்காமல் மாறன் எல்லா ஸ்டூடன்ஸையும் உள்ளே கூட்டிப்போனது... அங்கே பெரிய போராட்டம் பண்றது..." சிப்பாய் ஒருவன் சொல்லவும் பந்துலவின் கண்களில் வெறி அனலாய் வீசியது.

பரமேஸ்வரன் கோயிலை நோக்கி வெறித்த பார்வையிட்டான் பந்துல. அங்கெரியும் தீபங்களைக்கண்டு மிரண்டன அவன் வெறிக்கண்கள்.

மாணவர்கள் அமைதியுடன் மாறனின் முகத்தை நோக்கியிருந்தனர்.

எழுந்தான் மாறன்.

"வன்னியிலை ஒரு இனவழிப்பு நடக்குது.. அதை நிறுத்த வேணும் என்றது எங்கடை மாணவர்களின்ரை கோரிக்கை..."

"......"

"இந்தப் போராட்டத்தை நிறுத்தவேணும் எண்டு திருநெல்வேலி முகாம் அதிகாரி பந்துல ஹரிச்சந்திர எனக்கு கொலை மிரட்டல் விடுத்திருக்கிறார்."

"......"

"அதோடை புகழினி அக்கா, சக்கரவர்த்தி, இதயராஜ், கடைசியாக குமணன் அண்ணா இவையளின்ரை கொலையிள்ரை சூத்திரதாரியும் இந்த பந்துல ஹரிச்சந்திரதான்."

"......"

"இப்ப எங்கடை கலைப்பீடத் தலைவர் துருவனைக் கடத்தி வைச்சுக்கொண்டு எங்களை மிரட்டிக்கொண்டிருக்கிறார் பந்துல..."

"......"

"நாங்கள் இதைச்சொல்லி ஸ்ரீலங்கா அரசாங்கத்திட்டை நீதியை எதிர்பாக்கேல்லை..."

"......"

"வன்னியிலை நடக்கிற இனவழிப்பையும்சரி, இங்கை நடக்கிற மோசமான மனித உரிமைமீறல்களையும் சரி, சர்வதேசம் தடுத்து நிறுத்த உடனடியாக நடவடிக்கை எடுக்க வேணும்..."

உரையை முடித்து அமர்ந்த மாறனிடம் மேலும் கேள்விகளை கேட்டு ஊடகவியலாளர்கள் குறித்துக்கொண்டிருந்தனர்.

*

"மாறன், மீடியா முன்னாடி எல்லாம் சொல்லியாச்சு..."

நிரோஜனைப் பார்த்து பந்துல கொதித்தான்.

"யூனிபோம் தாப்பு பயானக்க கொட்டியா மூ..."

பந்துல பற்கள் நொறுங்கக் கடித்தான்.

வளாகத்தைச் சுற்றி இராணுவத்தினர் குவிக்கப்பட்டிருப்பதை பந்துல மீண்டும் உறுதிப்படுத்தினான். முகத்தில் அகோரத்தின் வெறி பெருகி குருதியாய் கசிந்தது. வேட்டைச் சிங்கமாய் அசைந்தன அவன் கண்கள்.

சிப்பாய்களுடன் பல்கலைக்கழகத்திற்குள் நுழைந்தான் பந்துல.

வளாகமெங்கும் ஆமிக்காரர்கள் குவிக்கப்பட்டனர். கோயிலுக்கு மேலாய்த் தன் கைத்துவக்கை உயர்த்திச் சுட்டான் பந்துல.

சிப்பாய்களும் நுழைந்தனர். மாணவர்களை இழுத்து தடாலென வெளியில் வீசினர். பூட்ஸ் கால்களுடன் கோயிலுக்குள் நுழைந்தான் பந்துல.

தீபங்களை அள்ளி வீசி எறிந்தான். அவை குப்பெனக் கொதித்தெரிந்து அடங்கின. கண்ணீரைக் கால்களில் போட்டு மிதித்தான். ஆமிக்காரர்களின் பூட்ஸ்களில் பிசுபிசுத்தது கண்ணீர். பிரார்த்தனைகளைத் தட்டி விழுத்தினான் பந்துல. ஓர் அவல நதியாய் பிரார்த்தனை மண்ணில் அலைந்தொழுகியது.

"நாங்கள் இப்பிடியே இருப்பம்... எழும்ப மாட்டம்..." மாறன் உரக்கக் கத்தியபடி நிலத்தைப் பிடித்தபடி இருந்தான். எட்டி உதைந்தான் அவனை ஒரு ஆமிக்காரன். துப்பாக்கியால் அவனுக்கொரு இடி. அன்பழகனின் மண்டையில் இன்னொரு ஆமிக்காரன். பெரிய கெட்டனால் அடிக்க... அவன் தலைக் குருதி முகத்தால் வழிந்தது. அன்பழன் நிலத்தில் விழுந்தான்.

"நீதி கேக்கிறது..."

"......"

"தமிழீழம் கேக்கிறது..."

"......"

"பந்துல மாத்தையாவை நீ தூக்கில போடுறது..."

இன்னொரு ஆமிக்காரன், மாறனை பின்பக்கத்தால் உதைந்தான். அவன் நிலத்தைத் தழுவியபடி விழுந்தான். முகம் நிலத்துடன் மோதுண்டது. மலரினியை சிப்பாய் ஒருவன் தள்ளிவிட்டான். அவள் மதிலுடன் மோதி விழுந்தாள். நெற்றியில் குருதி கொட்டத் துவங்கியது.

மாணவர்களை தூக்கி மதில்களால் எறிந்தனர் சிப்பாய்கள். மாணவர்கள் ஓலக்குரல்களுடன் தெறித்தோடினர். அன்பழகன் மாறனை இழுத்தான்.

மறுத்தபடி நிலத்தை தழுவிக்கிடந்தான் மாறன்.

"முதலிலை வா அண்ணை..."

"......"

"கொஸ்டலுக்குபோவம்..."

"......"

"இதுக்குள்ளை ஏதும் அவன் செய்துபோடுவான்..."

"......"

மலரினி, மாறனைப் பார்த்துக் கும்பிட்டாள். கையைப் பிடித்து இழுத்தாள். நெற்றியில் வடிந்த குருதியைத் துடைத்துக் கெஞ்சியபடி அழத் துவங்கினாள்.

மாறன் எழுந்துகொள்ளவும் அன்பழன் அவனை இழுத்துக்கொண்டு விடுதி நோக்கி நடக்கத் துவங்கினான். பின்னால் அவனை அணைத்தபடி நடந்தாள் மலரினி. ஏனைய மாணவர்களும் மாறனுக்குப் பின்னால் நடந்தனர்.

பந்துல துப்பாக்கியை முகர்ந்து சிரித்தான்.

காயப்பட்ட மாணவர்கள் விடுதியின் கல்லிருக்கைகளிலும் மண்டப ஓரங்களிலும் கிடந்து குளறிக்கொண்டிருந்தனர். மாணவர்கள் படுத்துக்கிடந்த இடங்களில் குருதியின் தடங்கள். நெடில் குப்பென அடிக்கத் துவங்கியது.

அன்பழகனின் தலையில் பெருத்த காயம். மாறன் அதற்கு மருந்திட்டுக் கட்டிக்கொண்டிருந்தான். மலரினியின் கையில் குருதி கசிந்தது. கன்னத்திலும் கீறல்கள். அதற்கு மருந்திட அவள் துடித்துக் கத்தினாள்.

கறுத்த மேகத்திரள்கள் தோரணங்களைப்போல கவிழ்ந்து தொங்க... வானம் மாறனின் மனதைப்போல நீர் முட்டிக் கிடந்தது.

“வன்னியிலை எல்லாம் முடியுது...”

“......”

“அக்கிரமம் தாங்கேலாமல் வானமும் அழுகுது...”

“......”

மலரினியின் தோள்களில் சாய்ந்து வெதும்பினான் மாறன்.

குருதி பிசுபிசுக்க... கண்ணீர் உதிரமாய் வழிந்தது. வானம் இடிந்ததுபோலச் சத்தம். பெரு மழை துமிக்கத் துவங்கியது. மின்னல் தாறுமாறாய்க் கிழித்தது.

மாறனின் தொலைபேசி அதிர்ந்தது.

“நான் திலகன் கதைக்கிறன்...”

“......”

“துருவனை கொண்டுவந்து ஆலமரத்தடியிலை போட்டிட்டுப் போறாங்கள்...”

“......”

“எல்லாம் முடிஞ்சு எண்டு அவனை விட்டிட்டாங்கள் போல...”

"......"

"உடனை வா... அவனைக் காப்பாற்ற வேணும்..."

மாறன் முகத்தில் வழிந்த குருதியை தோள்மூட்டினால் துடைத்தான்.

அவன் சட்டையைப் பிடித்துக்கொண்டு மலரினியும் வந்தாள்.

"நீ நில்லு... வராதை..."

எழுந்து விடுதி வாசலை நோக்கி ஓடினான்.

"நான் துருவனைக் கூட்டிக்கொண்டு வாறன்..."

"......"

"கொஞ்ச நேரம் இரு..."

ஆலமர வீதி இருண்டு கிடந்தது.

மழையைக் கிழித்து ஓடினான் மாறன். அவன் குருதியைக் குடித்தது மழை. நீரூறிய ஆலமரம் அடர்ந்த மௌனத்தில் அமுங்கியிருந்தது.

கை, கால்கள் கட்டப்பட்டுக் கிடந்தான் துருவன்.

தீனக்குரலில் முனகினான். அவன் லேசாக கண்களைக் திறந்து மாறனைப் பார்த்து விசும்பத் தொடங்கினான். வார்த்தைகள் அமுங்கின. கண்ணீரில் குருதியும் கசிந்தது. உதடுகள் கிளிபட்டுத் தொங்கின. முகமெங்கும் குருதிக் கறை. அவன் உடலெங்கும் தீத் தழும்புகளில் சிதல் ஒழுகியது.

துருவனை அள்ளித் தூக்கினான் மாறன்.

காகங்களைக் கண்டால் போல 'கீக்... கீக்... கீக்... கீக்...' திடீரென ஆலமரத்தில் இருந்த புலுனிக்குஞ்சுகள், சிறகுகளை உலுப்பி பெரிதாய் கத்தத் துவங்கின. பூனையைப் பார்த்தாற்போல அணில் வாலைத் துடிதுடிக்க ஆட்டியபடி 'கீச்.. கீச்...' என கத்திக் குளறியது. ஆலமரம் மெள்ளமாக உழலத் துவங்கியது.

முன்னால் பந்துல. அருகில் நிரோஜன். திலகன் நிரோஜனுக்குப் பின்னால் சென்று மறைந்தான். மாறனின் கண்கள் திகைத்தன. திலகனின் சிரிப்பில் மர்மத் துரோகம் வழிந்தது. பற்களில் குருதி வழிய பந்துல சிரிக்க, பின்னால் இராணுவ ட்ரக்குகள் தரித்தன. ஆமிக்காரர்கள் இறங்கினர்.

மாறனின் தொலைபேசி அதிர்ந்தது. மலரினியிடம் பறித்த தொலைபேசியை எடுத்து தன் காதில் வைத்தான் நிரோஜன்.

"மாறன் நாங்கள் இயக்கம் கதைக்கிறம்..."

பெரிதாய் சிரித்தான் நிரோஜன்.

"எங்களுக்கு ஆயுதம் வைக்க இடம் வேணும்...."

அகோரம் பெருக இன்னும் சத்தமாய் சிரித்தான் நிரோஜன்.

மழைச்சேற்றில் மாறனின் கால்கள் நடுங்கிப் புதைந்தன.

பந்துல இடுப்பில் இருந்து துப்பாக்கியை எடுத்தான்.

சோவெனப் பெரு மழை கொட்டித்தீர்த்தது.

மின்னல் வானத்தை இடித்துக் கிழித்தது.

துருவனின் தலையில் சட்டென ஒரு வெடி. தொடர்ந்து சில வெடிகள். மாறன் இடிந்துபோனான். துருவனின் விழிகள் இவனைப் பார்த்தபடி உறைந்தன.

வெடிச்சத்தம் கேட்டு மலரினி திடுக்கிட்டாள். எழுந்து ஆலமரவீதிக்கு ஓடத் துவங்கினாள். கால்கள் இடர... நிலத்தில் விழுந்தாள்.

துப்பாக்கியைத் துடைத்து இடுப்பில் சொருகிய பந்துல மீண்டும் குறி வைத்தான்.

"ஒயா கடைசிப் பயங்கரவாதி..."

"......"

"செத்துத் தொலையுறது..."

மாறனின் நெற்றியில் விழுந்திற்று வெடி. இன்னும் சில வெடிகள் அவன் நெஞ்சைத் துளைத்தன. துருவனுக்கு அருகே, பொத்தென விழுந்து மண்ணில் புரண்டு துடித்தான்.

திலகன் திகைத்தான். அவன் சரீரம் நடுங்கத் துவங்கியது. கைகளைக் கூப்பினான். பந்துலவின் நமட்டுச் சிரிப்பு பயமூட்டிற்று. அவன் ஓடத் துவங்கினான். கால் தெறிக்க, சகதிக்குள் கால் புதைய ஓடினான் திலகன்.

பந்துலவின் பின்னால் நிரோஜன். ட்ரக்கை நெருங்கினர். பந்துல சட்டெனத் திரும்பினான். நிரோஜன் அடிமைச் சிரிப்புடன் நின்றான்.

ட்ரக்கில் ஏறிய நிரோஜனை எட்டி உதைத்து வெளியில் தள்ளினான் பந்துல.

"இனி ஒயா ஹெல்ப் தேவேஏஏ இல்லே..."

சகதியில் பொத்தென விழுந்து உருண்டான். கைகளில் வழிந்த சகதியைத் துடைத்தபடி முழுசினான் நிரோஜன். அவன் கண்களில் தோல்வி வழிந்தது. பந்துலவின் ட்ரக் ஓடி மறைந்தது.

கறுப்பு முகில்களுக்குள் மின்னலொன்று பொருமி வெடித்தது.

மலரினி ஓடி வந்தாள். மாறனைத் தட்டி எழுப்பினாள். அவன் கைகளைப் பிடித்து உதறிக் கதறினாள். பெருங்குரலெடுத்துக் குளறினாள்.

பொக்கற்றுக்குள் இருந்த அவன் பேனா குருதியில் நனைந்திருந்தது. விரிந்த புத்தகத்தின் பக்கங்களில் குருதி அப்பின. அது சகதியிற் தாண்டது.

பெரு மழையென அவள் அழுகை. பெரும் இடியென அவள் கதறல். மழையையை விடவும் பெரிதாய் பொழிந்த அவள் கண்ணீர்க் குருதியில் கலந்தோடியது.

அன்பழன் முன்னால் ஓடி வர... மாணவர்கள் பின்னால் குளறியபடி வந்தனர்.

குருதியூறிய நிலத்தில் ஒரு செடி அப்போதுதான் கண் விழித்தது.

அவளின் கருப்பையிற்குள் ஓர் உயிரசைவு.

அவன் மூச்சு அவள் கருவுக்குள் அசைந்தாற்போலிருக்க ஒரு மின்னல் கிழித்து மறைந்திற்று. வயிற்றுக்குள் கனலும் மூச்சுக்காற்று சூழன்றது.

ஆலமரத்திலிருந்து விழும் மழை நீர், அதன் கண்ணீர்த் துளிகள் ஆயின. தென்னை தலை கவிழ்த்து தளும்பியது.

அன்பழகன், மாறனை அள்ளித் தூக்கினான்.

சூழ்ந்தனர் மாணவர்கள். பெருமழையில் உருகின குரல்கள். அவன் நெஞ்சில் வடிந்த குருதியில் நனைந்தது மாணவர்களின் உடை. சிவந்தது நிலம்.

குருதிச்சகதியிற் சரிந்து கிடந்தான் சூரியன்!

*

ஆசிரியரின் பிற நூல்கள்

கவிதைகள்
- பதுங்குகுழியில் பிறந்த குழந்தை – காலச்சுவடு பதிப்பகம் 2008
- ஆட்களற்ற நகரத்தை தின்ற மிருகம் – உயிர்மை பதிப்பகம் 2009
- பாழ் நகரத்தின் பொழுது – காலச்சுவடு பதிப்பகம் 2010
- பெருநிலம் – காலச்சுவடு பதிப்பகம் 2011
- கூடார நிழல் – உயிர்மை பதிப்பகம் 2012
- எனது குழந்தை பயங்கரவாதி – விடியல் பதிப்பகம் 2014
- நான் ஸ்ரீலங்கன் இல்லை – யாவரும் பதிப்பகம் 2020

நாவல்
- நடுகல் – டிஸ்கவரி புக் பேலஸ் 2019

கட்டுரைகள் நேர்காணல்கள்
- ஈழம் மக்களின் கனவு – தோழமை பதிப்பகம் 2010
- ஈழம் போர் நிலம் – தோழமை பதிப்பகம் 2011
- எதற்கு ஈழம்? – தோழமை பதிப்பகம் 2012
- எனது நிலத்தை விட்டு எங்கு செல்வது? – உயிர்மை பதிப்பம் 2014
- பேரினவாதத் தீ 2016
- தமிழர் பூமி 2017

கதை
- கிளிநொச்சி போர்தின்ற நகரம் – எழுநா வெளியீடு 2012

தொகுப்பு நூல்
- மரணத்தில் துளிர்க்கும் கனவு – ஆழி பதிப்பகம் 2011

மொழிபெயர்ப்பு நூல்
- PRAY FOR MY LAND – நியூசெஞ்சரி புக் ஹவுஸ்
  (மொழியாக்கம்: லதா ராமகிருஷ்ணன்)